செயலறம்
காந்தி குறித்த நேர்காணல் தொகுப்பு

சித்ரா பாலசுப்ரமணியன்

தன்னறம் நூல்வெளி ∞ குக்கூ காட்டுப்பள்ளி

செயலறம் (காந்தி குறித்த நேர்காணல் தொகுப்பு)
சித்ரா பாலசுப்ரமணியன்

முதல் பதிப்பு :
டிசம்பர் 2023

வடிவமைப்பு :
கல்ஆல், மயம்

அட்டை வடிவமைப்பு :
இரா. தியாகராஜன்

ஒளிப்படங்கள் :
கனு காந்தி

வெளியீடு :
தன்னறம் நூல்வெளி,
குக்கூ காட்டுப்பள்ளி,
புளியானூர் கிராமம்,
சிங்காரப்பேட்டை - 635 307
கிருஷ்ணகிரி மாவட்டம்
பேச : 9843870059
thannarame@gmail.com
www.thannaram.in

Seyalaram (interviews)
Chithra Balasubramanian
Author ©

First Edition : December 2023

Published by :
Thannaram Publication
Address : Cuckoo forest school,
Puliyanur Village,
Singarapettai-635 307
thannarame@gmail.com
www.thannaram.in

Printed at : Jothy Enterprises, Chennai-5

ISBN NO : 9789395560191

Pages : 240 Price : INR 300

நன்றியும் ப்ரியமும் ...

ஹென்றி கார்டியர் பிரெஸான்,
மார்கரெட் பார்க் வொயிட், கோவர்தனன்,
பாரதி கோபால், சிலம்பரசன், டோனி பிரெஸ்லர்
மற்றும் நேர்காணல்களை எழுத்தாக்கம் செய்த
நண்பர்கள் அருண்குமார், விஜய் அய்யப்பன்,
வெள்ளைப்பாண்டி, குமரேஸ்வரன்,
தினேஷ் கண்ணன், அழகுராஜ், ஜெயபிரகாஷ்,
கருப்பண்ணா அரவிந்த், இரா. நந்தகுரு,
ஜெ. சண்முகசுந்தரம்

காந்தி என்னும் உணர்வு

காந்தியின் சிந்தனைகளையும் செயல்பாடுகளையும் அனுபவங்களையும் அவர் மேற்கொண்ட விவாதங்களையும் அறியப் பல்லாயிரக்கணக்கான பக்கங்கள் நமக்குக் கிடைக்கின்றன. தன் கொள்கைகளை ஏற்று அதன் வழி நடக்க முனையும் மனிதர்கள் பலரை உருவாக்கியிருப்பது காந்தியின் தனித்தன்மைகளில் ஒன்று. காந்தியின் தாக்கம் கருத்துலகின் எல்லைகளைக் கடந்தது. மாற்றுக் கருத்தாளர்களுக்கும் உத்வேகமூட்டக்கூடிய வாழ்க்கையைக் கொண்ட அரிய மனிதர் காந்தி. அவர் தனிநபரல்ல; ஓர் உணர்வு. நம்மில் பலரும் அந்த உணர்வை உள்வாங்கி வெளிப்படுத்திக் கொண்டுதான் இருக்கிறோம். சிலரிடத்தில் சிறிய அளவிலும் சூட்சுமமாகவும் வெளிப்படும் இந்தத் தாக்கம் சிலரிடத்தில் அதிகமாகவும் கண்கூடாகவும் இருக்கிறது. அப்படி ஏதோ ஒரு விதத்தில் காந்தியின் தாக்கத்தைப் பெற்ற சில ஆளுமைகளின் நேர்காணல்களின் இந்தத் தொகுப்பு காந்தி என்னும் உணர்வை வெவ்வேறு விதங்களில் வெளிப்படுத்துகிறது.

காந்தி பன்முகத்தன்மை கொண்டவர் என்று சொல்வது காந்தி 1948இல் இறந்தார் என்று சொல்வதைப் போன்ற தகவலாகும். அரசியல், ஆன்மிகம், களச் செயல்பாடுகள், எழுத்து, இதழியல், கடிதப் போக்குவரத்து, உரையாடல்கள் என அவருடைய வாழ்க்கை பல்வேறு துறைகளையும் தழுவி விரிகிறது. காந்தியின் தொகுக்கப்பட்ட எழுத்துக்கள் அனைத்தையும் படித்து முடிப்பதே வாழ்நாள் சாதனை என்று சொல்லத்தக்க அளவுக்கு அவருடைய எழுத்துக்கள் தனிப்பெரும் களஞ்சியமாகத் திகழ்கின்றன. காந்தியைப் பற்றிய எழுத்துக்களும் விரிவானவை. இந்நிலையில் காந்தியைப் பற்றிய இன்னொரு நூல் என்பதைத் தாண்டி இந்த நூல் எதைச் சாதிக்கப்போகிறது என்னும் கேள்வி இயல்பாகவே எழும். காந்தியின் சிந்தனைகள், செயல்கள் ஆகியவற்றின் பல்வேறு பரிமாணங்கள், காலப்போக்கில் அவை கொண்டுள்ள பரிணாமங்கள் ஆகியவற்றை இந்த நூல் தொட்டுக் காட்டுகிறது. சமகாலத்தில்

காந்தியின் பொருத்தப்பாட்டைச் சுட்டுகிறது. பல்வேறு துறைகளைச் சேர்ந்தவர்களின் பார்வைகளைக் கொண்ட இந்த நூல் அதனாலேயே பன்முகப் பார்வையில் இன்றைக்குத் தேவையான காந்தியை அறிமுகம் செய்கிறது.

காந்தியை ஆழமாகப் படித்தவர்கள், காந்தியச் செயல்பாடுகளில் தங்கள் வாழ்வைக் கரைத்துக்கொண்டவர்கள், காந்தியக் கொள்கைகளுடன் தொடர்ந்து உரையாடிவருபவர்கள், காந்தியத்தைத் தங்கள் அன்றாட வாழ்வில் ஏதேனும் ஒரு வகையில் எதிர்கொள்பவர்கள், காந்தியால் உத்வேகம் பெற்றவர்கள் எனப் பல விதமான ஆளுமைகள் இந்த நூலில் பேசுகிறார்கள். இவர்களுடைய உரையாடல்களின் வழியே காந்தியின் அலாதியான அணுகுமுறைகள், கொள்கைகள், அவர் மேற்கொண்ட பரிசோதனைகள், பரிசீலனைகள், அவருடைய ஆழ்ந்த அக்கறை, இடையறாத உழைப்பு, இந்தியாவில் மட்டுமின்றி உலகம் முழுவதிலும் உள்ள சிந்தனையாளர்களிடத்தில் அவர் ஏற்படுத்திய தாக்கங்கள் முதலானவற்றை நாம் அறிந்துகொள்கிறோம். இவர்களில் பெரும்பாலானவர்கள் காந்தியை ரட்சகராகவோ, தேவதூதனாகவோ பார்ப்பவர்கள் அல்ல. காந்தியை மனிதனாகக் காணும் இவர்கள் காந்தி எப்படிப்பட்ட மனிதன் என்பதைத் தத்தமது பார்வைகளின் வழியே சொல்கிறார்கள்.

காந்தியம் சார்ந்த பணிகள்தான் இந்தியாவை வாழவைத்துக் கொண்டிருக்கின்றன என்று சொல்லும் அண்ணாமலை காந்தியப் பணிகள் காந்தியின் வாழ்வுடன் முடிந்துவிடவில்லை என்பதற்கான அழுத்தமான சான்றுகளைத் தருகிறார். லட்சியவாதமும் நேர்மையும் செயலூக்கமும் இணையும்போது எத்தகைய மாயங்கள் நிகழ்வும் என்பதை இவருடனான நேர்காணல் உணர்த்துகிறது. சுதந்திரப் போராட்டத்தில் தமிழகத்தின் பங்கையும் இவர் குறிப்பிட்டுச் சொல்கிறார். செயல்பாட்டுத் தளத்தில் அல்லாமல் தத்துவத் தளத்தில் காந்தியை எடைபோடும் அரவிந்தன் கண்ணையன் அவருடைய கல்வி, பொருளாதாரக் கொள்கைகளை விரிவாக அலசுகிறார். சர்வதேசத் தளத்தில் வைத்துக் காந்தியையும் அவரது பார்வைகளையும் அணுகுகிறார்.

கவிஞரும் இதழாளருமான ஆசை காந்தியின் தன்னிகரற்ற போராட்ட முறையைத் துடிப்புடன் விளக்குகிறார். எதிரி என யாரும் கிடையாது என்னும் பார்வையே சத்தியாக்கிரகத்தின் ஆன்மா என்பதை அழகாக எடுத்துரைக்கிறார்.

எழுத்தாளர் பி.ஏ. கிருஷ்ணன் சர்வதேசத் தலைவர்களுடன் அவரை ஒப்பிட்டுப் பேசுகிறார். உயர் வகுப்பினரின் மனசாட்சியைத் தட்டி எழுப்பியவர் காந்தி என்று கூறும் கிருஷ்ணன் காந்தியின் குரல் நாளையின் குரல், என்றும் காலாவதியாகாத குரல் என்று உறுதிபடக் கூறுகிறார்.

தன் களப்பணிகளில் காந்தி தம்முடன் எவ்வாறு இருக்கிறார் என்பதைக் கிருஷ்ணம்மாள் ஜெகநாதனின் அனுபவத்தில் ஊறிய சொற்களின் மூலம் அறிய முடிகிறது.

ஊடகவியலாளரான சமஸ் பத்திரிகையாளர் காந்தியைப் பற்றிப் பேசுகிறார். காந்தி தன்னுடைய ஊடகங்களில் மாற்றுக் கருத்தாளர்கள் உள்ளிட்ட பல்வேறு தரப்பினருக்கும் இடமளித்ததன் மூலம் உண்மையான ஜனநாயக உணர்வை வெளிப்படுத்தியதை ஆதாரங்களுடன் விளக்குகிறார். கொள்கையை முன்வைத்து நடத்தப்படும் சமூக, அரசியல் பத்திரிகைகள் குறிப்பிட்ட கொள்கையின் எல்லைகளுக்குள்ளேயே இயங்குவதைப் பார்த்துவருகிறோம். இந்தப் பின்னணியில் காந்தியின் இதழியல் அணுகுமுறையின் முக்கியத்துவத்தை சமஸின் நேர்காணல் உணர்த்துகிறது.

தொல். திருமாவளவனின் நேர்காணல் தனித்து நிற்கிறது. கொள்கை ரீதியாகக் காந்தியை விமர்சிக்கும் தரப்பில் இருக்கும் அரசியல்வாதியான திருமாவளவன் கருத்து வேற்றுமையைத் தாண்டிக் காந்தி தன்னை ஈர்ப்பது எப்படி என்பதை அழகாக எடுத்துக் கூறுகிறார். வன்முறை தவிர்த்த அரசியலின் முக்கியத்துவத்தைக் காந்தியின் வாயிலாகவே தான் புரிந்துகொண்டதைத் திருமா தெளிவாகக் கூறுகிறார். அம்பேத்கர் - காந்தி முரண்கள், உரையாடலில் காந்திக்கு இருக்கும் அசைக்க முடியாத நம்பிக்கை, முழுமையாக மக்களுக்குத் தன்னை ஒப்புக்கொடுக்கும் பாங்கு, பகையை நேர்மறையாக அணுகும் பாசிடிவ் சமரசம் ஆகியவை பற்றித் திருமா விரிவாகப் பேசுகிறார்.

காந்தியை நேரில் பார்த்துப் பழகியிருக்கும் நரசய்யா தன்னுடைய அனுபவங்களை மட்டுமல்லாமல் காந்தியின் தென்னாப்பிரிக்க வாழ்க்கையையும் விளக்குவதோடு, காந்தியைப் பற்றிய சர்ச்சை களுக்கும் பதில் சொல்கிறார். சமூகவியல் அறிஞர் பட்டாபிராமன் காந்தியின் சிந்தனைகளை அன்றாட வாழ்வின் வெளிச்சத்தில் வைத்து அலசுகிறார். காந்தியின் சமகால விவாதங்கள், ஆளுமைகளைப் பற்றிய தெளிவான அலசலையும் முன்வைக்கிறார். எழுத்தாளர் பாவண்ணன் ஜே.சி. குமரப்பா உள்ளிட்ட காந்தியவாதிகள் சிலரைப்

பற்றிய விரிவான சித்திரத்தைத் தீட்டிக் காட்டுகிறார். உரையாடலில் காந்திக்கு இருந்த வலுவான நம்பிக்கையைப் பற்றிப் பேராசிரியர் அ.மார்க்ஸ் விரிவாகப் பேசுகிறார். காந்தியின் வழிமுறைகளைப் பற்றியும் அலசுகிறார்.

காந்தி தன்னுடைய வாழ்வில் எப்படி உள்ளே வந்தார் என்பதை விளக்கும் எழுத்தாளர் எஸ்.ராமகிருஷ்ணன், காந்தியின் தனித்தன்மைகள் பற்றி எளிமையாக எடுத்துக் கூறுகிறார். காந்தியின் எழுத்தைப் பற்றியும் காந்தியைப் பற்றிய எழுத்துக்களைப் பற்றியும் தன்னுடைய பார்வையை முன்வைக்கிறார். காந்தியைப் பற்றித் தொடர்ந்து எழுதியும் உரையாடியும் வரும் வாசுதேவன் புனா ஒப்பந்தம் உள்ளிட்ட சில பிரச்சினைகள் குறித்த தீர்க்கமான பார்வைகளை முன்வைக்கிறார். நாட்டின் பிரச்சினைகளுக்கு நடைமுறையில் தீர்வுகாண காந்தி எடுத்த முயற்சிகளை அடிக்கோடிட்டுக் காட்டுகிறார். காலம்சென்ற மருத்துவர் வெ. ஜீவானந்தம் காந்தி முன்வைத்த வாழ்க்கை முறையின் முக்கியத்துவம் பற்றி விரிவாகப் பேசுகிறார்.

திரைப்பட வரலாற்றாய்வாளரும் சூழலியல் ஆர்வலருமான தியடோர் பாஸ்கரன் காந்தியைப் பற்றிய திரைப்படங்களைப் பற்றிய தன்னுடைய கருத்தைப் பகிர்ந்துகொள்கிறார். குறிப்பாகத் தமிழ்ப் படங்களில் காந்தி எத்தகைய இடம் பெற்றிருக்கிறார் என்பதைத் துல்லியமாக விளக்குகிறார். முதல் பேசும்படமான காளிதாஸிலிருந்து கமல்ஹாசனின் ஹே ராம்வரை தமிழ்த் திரையில் ஒளிர்ந்த காந்தியை அடையாளம் காட்டுகிறார். காந்தியும் கிறிஸ்தவமும் பற்றிய தன்னுடைய சிந்தனைகளையும் முன்வைக்கிறார். காந்தியின் புகைப்படங்கள், ஓவியங்கள், சிற்பங்கள் குறித்த சுவாரஸ்யமான தகவல்களைத் தருகிறார். இன்று காந்தியம் தேவைப்படாத துறையே இல்லை என்று கூறும் தியடோர் பாஸ்கரன், காந்தியிடம் தனக்கு இருக்கும் நெருடலையும் வெளிப்படையாகப் பதிவுசெய்கிறார்.

பலரைப் போலவே தானும் எதிர்ப்புணர்விலிருந்தே காந்தியைக் கண்டடைந்ததாகக் கூறும் கடற்கரய் மத்தவிலாச அங்கதம், சத்திய சோதனை நூல் தன்மீது ஏற்படுத்திய தாக்கத்தைப் பற்றிப் பேசுகிறார். காந்தி ஒரு பேராளுமையாக உருவெடுக்காத காலகட்டத்திலேயே அவருடைய மகத்துவத்தை உணர்ந்து அவரைப் பற்றிக் கவிதை எழுதிய பாரதியாரின் தீர்க்கதரிசனத்தை வியக்கிறார். காந்தியை ஆவணப்படம் எடுத்த ஏ.கே. செட்டியாரின் அனுபவங்கள், வ.உ.சி.க்கு காந்தி 'தர வேண்டிய' பணம் குறித்த சர்ச்சை ஆகியவை பற்றியும் விரிவாகப் பேசுகிறார் கடற்கரய்.

பல்வேறு துறைகளைச் சேர்ந்த இத்தனை பேரையும் கட்டுரை எழுதச் சொல்லி அவற்றைத் தொகுத்திருந்தாலும் காத்திரமான தொகுப்பாக அது உருப்பெற்றிருக்கும். ஆனால் இப்போது இருப்பதுபோன்ற தனித்துவமுள்ள நூலாக அது இருந்திராது. ஒவ்வொருவரையும் சந்தித்துப் பேசும் சித்ரா பாலசுப்பிரமணியன் அவரவருக்கு அணுக்கமானவை குறித்தும் அவர்கள் ஆழமாகக் கற்ற பொருள்கள் பற்றியும் பேசுவதுடன் பொதுவான பல விஷயங்களைப் பற்றியும் கேள்விகளை எழுப்புகிறார். இது குறிப்பிட்ட தலைப்புக்குள் முடங்காமல் ஒவ்வொருவரும் காந்தியைப் பற்றிய சிந்தனைகளை விரித்துக்கொண்டுபோக வகை செய்கிறது. காந்தியைப் பற்றி ஆழமாகக் கற்ற சித்ரா, தான் நேர்காணல் செய்யும் ஆளுமைகளுக்கும் காந்திக்குமான உறவைப் பற்றியும் தெளிவாகத் தெரிந்து வைத்திருக்கிறார். எனவே, கேட்க வேண்டிய கேள்விகளைக் கேட்டு உரையாடல்களைக் கூர்மைப்படுத்திக்கொண்டே செல்ல அவரால் முடிகிறது. காந்தியத்தில் ஊறியவர் இந்த உரையாடல்களை மேற்கொண்டிருப்பதால் இந்த நூல் காந்தியைப் பற்றிய மிக முக்கியமான நூல்களில் ஒன்றாக அமைந்திருக்கிறது.

காந்தியைப் பற்றிய விவாதங்களுக்குப் பஞ்சமே இல்லை. மத ஒற்றுமை, இட ஒதுக்கீடு, சனாதனம், தீண்டாமை, பொருளாதாரம், சுற்றுச்சூழல், நேர்மை, அமைதி எனப் பல்வேறு விவாதங்களிலும் காந்தி தொடர்ந்து இடம்பெறுகிறார். குறிப்பாகப் புனா ஒப்பந்தம் தொடர்பாகவும் இந்துத்துவம் தொடர்பாகவும் காந்தியைப் பற்றிய பேச்சுக்கள் பல்வேறு தரப்புகளிலும் பல விதமாக வெளிப்படுகின்றன. பல்வேறு துறையைச் சேர்ந்த, காந்தியை ஆழ்ந்து கற்ற ஆளுமைகள் காந்தியைப் பற்றி விரிவாகப் பேசும் இந்த நூல் பல பிரச்சினைகளிலும் தெளிவைத் தருகிறது. காந்தியைப் பற்றி மேலும் படிப்பதற்கான தேடலையும் தூண்டுகிறது. எல்லாவற்றுக்கும் மேலாக, காந்தி என்னும் உணர்வை ஆழமாகப் புரிந்துகொள்ள உதவுகிறது. இதுவே இந்த நூலின் ஆகப்பெரிய பலன் என்று சொல்லலாம். தன்னறம் வெளியீடாக வரும் இந்த நூல் தமிழில் காந்திய வாசிப்பில் மற்றொரு பரிமாணத்தைக் கூட்டியிருக்கிறது எனத் தயங்காமல் சொல்லலாம்.

அரவிந்தன்
அக்டோபர் 4, 2023

தொலைதூர வெளிச்சப் புள்ளி

மாயத் தொடுகை என்ற ஒன்றுண்டு. இத்தொடுகை, ஒன்றைச் சிறப்பிக்கும், மாற்றும் அல்லது முற்றிலும் வேறோன்றாய் அடையாளப்படுத்தும். எந்த அடையாளமும் இன்றி இருந்த எனக்கு ஒரு அடையாளத்தை வழங்கியது காந்தி என்ற மாயத் தொடுகை.

காந்தியின் நூற்றம்பைதாவது ஆண்டு சிறப்பு நிகழ்ச்சிகளுக்காகப் பொதிகையில், காலை ஒளிபரப்பான காந்தி குறித்த நிகழ்ச்சிக்கு உரை எழுதும் பணியாகத் தான் நான் இதில் தொடங்கினேன். ஆனால் நான் இறங்கியிருப்பது மாயநதி என்பதும் அது என்னை வெளியே விடாது என்பதும் அப்போது எனக்குத் தெரியவில்லை. காலை நிகழ்ச்சிகளோடு கூடுதலாக நேர்காணல்களையும் செய்ய வேண்டும் என்பது அந்நிகழ்ச்சியின் தயாரிப்பாளரான விஜயனின் தீவிர எண்ணம். கொஞ்சம் கொஞ்சமாக யோசித்து யோசித்து நிகழ்ச்சியின் தன்மையையும் நேர்காணல் செய்ய வேண்டியவர்களையும் குறித்துக் கொண்டோம்.

உண்மையில் கடலளவான காந்தியம் எனும் துறையில் அப்போது நான் கிளிஞ்சல்கள் சேகரித்தவள் கூட இல்லை. மிகுந்த அச்சத்தோடும் தயக்கத்தோடும் தான் இப்பணியில் ஈடுபட ஒப்புக் கொண்டேன்.

காந்தியின் பல பரிமாணங்களை ஓரளவிற்காவது எடுத்துக்காட்டும் விதமாக இந்த நேர்காணல்கள் அமைய வேண்டும் என்பதாலும் கேள்விகள் கூடுமானவரை தனித்தன்மையோடு இருக்க வேண்டும் என்பதற்காகவும் நிறைய மெனக்கெட வேண்டியிருந்தது. துறை எனக்குப் புதியது என்பதால் கூடுதல் உழைப்பும் வாசிப்பும் தேவையானது.

ஆனால், படிக்கட்டுகள் நீண்டுகொண்டே செல்லும் சிகரம் காண முடியாத மலையொன்றில் ஏறிக் கொண்டிருக்கிறேன் என்பது மட்டும் நன்கு புரிந்தது. விராட ரூபம் போல காந்தி விரிவடைந்து கொண்டே இருந்தார்.

நாங்கள் அணுகியவர்கள் அனைவரும் மிக மகிழ்வோடு பூரண ஒத்துழைப்பை நல்கியதால் தான் இந்த நிகழ்வு சிறப்பானதாய் அமைந்தது. ஆயினும் கால நேர சூழல்கள், நேர நெருக்கடிகளின் காரணமாக, காந்தியைக் குறித்து சிறப்பாகப் பேசக்கூடிய பல ஆளுமைகளை எங்களால் நேர்காணல் செய்ய இயலவில்லை. எழுத்தாளர் ஜெயமோகன், இராட்டை ரகு, அமரர். நடராஜன் அண்ணாச்சி, கலைச்செல்வி, பாலசுப்ரமணியன், முத்துசாமி, சுநீல் கிருஷ்ணன், கண்ணன் தண்டபாணி, காந்தி படிப்பு வட்டத்தின் மோகன், நீதிபதி சந்துரு, கோபாலகிருஷ்ண காந்தி, ஸ்டாலின் இராஜாங்கம், கமல்ஹாசன் என இன்னும் பலரையும் நேர்காணல் செய்ய வேண்டும் என்ற எங்கள் எண்ணம் ஈடேறாதது மனக்குறையே.

இந்த நிகழ்வுகளின் பின்னணியில் உழைத்த விஜயனின் அயராத ஈடுபாடு அசாத்தியமானது. பல இரவுகள் தூக்கமோ ஓய்வோ இன்றி கருமமே கண்ணாக இவற்றை அவர் வடிவமைத்தார். பின்னின்று இயக்கிய விசை ஐயத்துக்கு இடமின்றி காந்தி தான்.

தன்னறம் இதை நூலாகக் கொணர்வதின் மூலம் தன்னுடைய காந்தியப் பணியில் இன்னொரு அழகிய கதர் மாலையைத் தன் தோள்களில் அணிந்து கொள்கிறது.

காந்தியை வாசிப்பது என்பது தொலைதூர வெளிச்சப் புள்ளியை நோக்கிப் பயணப்பட்டுக்கொண்டே இருப்பது என்பதே. நேரு சொன்னதைப் போல் அந்த ஒளி நம்மை வழிநடத்திக் கொண்டே இருக்கும்.

சித்ரா பாலசுப்ரமணியன்
9.10.2023

உள்ளே

அண்ணாமலை 14

அரவிந்தன் கண்ணையன் 30

ஆசை 42

பி.ஏ. கிருஷ்ணன் 54

கிருஷ்ணம்மாள் ஜெகந்நாதன் 74

சமஸ் 86

தொல். திருமாவளவன் 98

K.R.A. நரசய்யா 122

R. பட்டாபிராமன் 136

பாவண்ணன் 152

அ. மார்க்ஸ் 168

எஸ். இராமகிருஷ்ணன் 178

வாசுதேவன் 188

மரு. வெ. ஜீவானந்தம் 200

கடற்கரய் 216

சு. தியடோர் பாஸ்கரன் 228

அண்ணாமலை

தேசிய காந்தி அருங்காட்சியக இயக்குநர்.

சித்ரா : 1988 மே மாதம் காந்தியர் திருமலை ஐயாவினுடைய அலுவலகத்தில் உங்களை முதலில் சந்தித்தேன். அப்பொழுது நீங்கள் காந்தியப் பணிகளில் ஈடுபட உங்களைத் தயார்படுத்திக் கொண்டிருந்த ஒரு இளைஞர். இந்த முப்பத்தி சில்லரை வருடங்களாகத் தொடர்ந்து நீங்கள் உங்களை காந்தியச் செயல்பாட்டுக்குள்ளாக ஈடுபடுத்திக் கொண்டிருக்கிறீர்கள். எப்படி ஆரம்பித்தது? அண்ணாமலை என்கிற இளைஞர் எப்படி காந்திக்குள் வந்தார்?

அண்ணாமலை : அதற்கு காரணம் திருமலைதான். நான் மதுரையில் படித்துக்கொண்டிருந்தேன். அப்பொழுது என்னுடைய டாக்டர் பட்டத்திற்கான ஆராய்ச்சி தொடர்ந்து கொண்டிருந்தது. அப்பொழுது அடிக்கடி திருமலை அவர்கள் வருவார்கள் அவர்களோடு இரவில் நெடுநேரம் பேசிக்கொண்டிருப்போம். அப்பொழுதெல்லாம் சென்னை வந்துவிடு என்று தொடர்ந்து சொல்லிக்கொண்டிருப்பார். சென்னையில் நிறைய வேலை இருக்கிறது என்பார். சரி போகலாம் என நினைத்து அவரிடம் சொன்னபொழுது வேலை நிறைய இருக்கிறது என்ன பணம்தான் இல்லை என்றார். அப்பொழுது பணம் இருக்கக்கூடிய பல நிறுவனங்கள் அழைத்துக் கொண்டிருந்தார்கள். எந்த இடத்திற்கு போவது என்று ஒரு முடிவெடுக்க வேண்டிய தருணம். அப்பொழுது தைரியமாக திருமலையுடனேயே போகலாம் என வந்தேன். அந்த தைரியத்தைக் கொடுத்ததும் அவர்தான். பணத்தை பற்றி கவலைப்படாதே பணம் எப்பொழுதும் உன்னிடம் இருக்கும் எப்பொழுதெல்லாம் உனக்கு பணம் தேவையோ அப்பொழுதெல்லாம் பணம்வரும் என்றார். இப்போது வரைக்கும் அந்த அசைக்க முடியாத நம்பிக்கைதான் காந்தியப் பணிகளைத் தொடர்ந்து செய்து கொண்டிருக்கக் காரணம். நாம் நன்றாகப் பணி செய்தால் நிச்சயமாகத் தேவையானது கிடைக்கும் என்ற நம்பிக்கைதான்.

சித்ரா : இப்படியாக காந்தியப் பணிகளுக்கு வந்த நீங்கள் இந்தியா முழுக்க பயணம் செய்திருக்கிறீர்கள். காந்தி சென்ற இடங்களுக்கெல்லாம் பயணம் செய்திருக்கிறீர்கள். தமிழகத்தில் பல இடங்களுக்குச் சென்றிருக்கிறீர்கள். பல நிகழ்வுகளைச் சந்தித்திருக்கிறீர்கள். இது எப்படி நடந்தது?

அண்ணாமலை : இது எனக்கு அடிப்படையான பணிகள் என்று நான் நினைக்கிறேன். தமிழகத்தில் நாங்கள் செய்த பணிகள் அது மதுவிலக்காக இருக்கலாம், காந்தியப் பிரச்சாரத்திற்காக நாங்கள் சென்ற சைக்கிள் பயணமாக இருக்கலாம், யாத்திரையாக இருக்கலாம், அல்லது காந்தி சென்ற இடங்களுக்கெல்லாம் நாங்கள் பயணம்

சென்ற 'காந்தி காலடியைத் தேடி' என்ற பயணத்திட்டமாக இருக்கலாம், இதெல்லாம் காந்தியை நாங்கள் புரிந்து கொள்ளவும், காந்தி தமிழகத்தில் எவ்வளவு பெரிய தாக்கத்தை அந்தக் காலகட்டத்தில் ஏற்படுத்தி இருக்கிறார் என்பதை நாங்கள் அறிந்து கொள்ளவும் வசதியை அளித்தது. இந்த பணிகள்தான் டெல்லி அழைத்துச் சென்றது. டெல்லி சென்ற பிறகுதான் அங்கிருந்த வசதிகள், வாய்ப்புகள் அங்கிருக்கக்கூடிய ரிசோர்ஸஸ், அவையெல்லாவற்றையும் பார்க்கும்பொழுது ஏனென்றால் தேசிய காந்தி அருங்காட்சியகத்தில்தான் அவர் பயன் படுத்திய பொருட்கள், அவரது கடிதங்கள், ஆவணங்கள் எல்லாமே இருந்தது. இவற்றையெல்லாம் பார்க்க மிகுந்த ஆச்சர்யமாக இருந்தது. இந்த மனிதர் எவ்வளவு தூரம் தொடர்பில் இருந்திருக்கிறார், எவ்வளவு தூரம் ஒவ்வொரு நொடியும் வாழ்ந்திருக்கிறார் என்பதை அறிந்துகொள்ள பெரிய வாய்ப்பு. அதற்குக் காரணம் தமிழகத்தில் நாங்கள் செய்த பணிகளின் நீட்சி என நினைக்கிறேன்.

சித்ரா : நீங்கள் பேசும் போது குறிப்பிட்ட 'காந்தியின் காலடியைத் தேடி' என்பது மிக முக்கியமான நிகழ்ச்சி.இதை பல வெளிநாட்டினரும் செய்து பார்த்திருக்கிறார்கள். குறிப்பாகத் தாமஸ் வெபர் என்பவர் தண்டி யாத்திரையை முழுக்க நடந்து போய் பார்த்திருக்கிறார் 1983 வாக்கில். நீங்கள் தமிழகம் முழுக்க காந்தி பிரயாணம் செய்த இடங்களைப் போய்ப் பார்த்திருக்கிறீர்கள். அதைப் பற்றி கொஞ்சம் விரிவாகச் சொல்லுங்கள்.

அண்ணாமலை : 'காந்தி காலடியைத் தேடி'க்கு முன்னாடி ஒரு நிகழ்ச்சியை நான் சொல்லவேண்டும், தூர்தர்ஷன் சார்பில் ''வேதாரண்யம் உப்பு சத்யாகிரகத்தைப் பற்றி ஒரு ஆவணப்படம் எடுப்பதற்காக நாங்கள் வேதாரண்யம் மற்றும் அதன் சுற்றுப்புறப் பகுதிகளுக்கெல்லாம் பயணம் செய்துபார்த்தோம். உங்கள் ஊர் வழியாக ராஜாஜி வேதாரண்யம் சென்றிருக்கிறார் உப்பு சத்யாகிரகத்திற்காக என்றால் அவர்கள் அவர் இங்கு வரவில்லையே வேறு வழியாக சுற்றிச் சென்று விட்டார் என்று தானே சொல்கிறார்கள் என்கிறார்கள். ஆனால் அது பற்றி விரிவாக பத்மநாபன் என்றொருவர் விரிவாக புத்தகம் எழுதியிருக்கிறார். இந்த ஊரில் ஒரு கோவில் இருக்கிறதா என்றால், ஆம் இருக்கிறது என்கிறார்கள். அங்கு ஒரு குளம் இருக்கிறதா என்றால், ஆம் இருக்கிறது என்கிறார்கள். அங்கு ஒரு விடுதி இருக்கிறதா, ஆமாம் இருக்கிறது. அந்த விடுதியில் தான் வந்து தங்கியிருந்திருக்கிறார்கள் என்றால் ஆச்சர்யப் படுகிறார்கள். அந்தப் புத்தகத்திலே அந்த இடம் ஒரு புகைப்படமாக இருக்கிறது. அதைப் பார்த்து ஆச்சர்யப்பட்டுப் போகிறார்கள்.

இன்னொரு ஊரிலே ஒரு அன்னசத்திரம் பற்றி எழுதியிருக்கிறார் அங்கு போனால் அந்த இடமே வேறொன்றாக மாறியிருக்கிறது. அங்கு கடைகள் கட்டி விடப்பட்டிருக்கிறது. அப்பொழுது அங்கு சொல்கிறார்கள் மூன்றாம் எண் கடையில் சென்று உள்ளே ஒரு அறை இருக்கிறது திறந்து பாருங்கள் என்கிறார்கள். திறந்து பார்த்தால் எங்களுக்கே ஆச்சர்யமாக இருக்கிறது. அங்கு அன்னசத்திரம் என்றொரு கல்வெட்டு இருக்கிறது. அது நடந்தது 1930களில் நாங்கள் சென்று பார்த்தது 2000ங்களில் ஒரு எழுபது ஆண்டுகளிலே இதெல்லாம் மறைந்து விட்டதே, அப்படியெனில் இவற்றையெல்லாம் பதிவு செய்வது எவ்வளவு அவசியம் என்ற எண்ணம் உருவாகிறது.

'காந்தி காலடியைத் தேடி' நிகழ்ச்சிக்கு முன்னாடி நடந்தது இந்த வேதாரண்யம் உப்பு சத்யாகிரகம் ஆவணப் படம் தயாரிக்கும் நிகழ்வு. பிறகு தான் காந்தி தமிழகத்தில் எங்கெல்லாம் சென்றிருக்கிறார் என ஒரு வரைபடம் தயாரித்தோம். அதை தயாரித்துப் பார்த்தால் தான் தெரிகிறது காந்தி ஏறத்தாழ தமிழகம் முழுக்கச் சுற்றுப்பயணம் செய்திருக்கிறார்.

நாம் கூட தமிழகத்தில் இவ்வளவு இடங்களுக்குச் சென்றிருப்போமா என்பது சந்தேகமே. அப்படி தமிழகம் முழுக்க குறுக்கும் நெடுக்குமாக அளந்திருக்கிறார். கிராமம் கிராமமாகச் சென்றிருக்கிறார். தேனி, கம்பம் போன்ற பகுதிகளெல்லாம் முக்கியச் சாலைகளில் இல்லை சற்றுத் தள்ளி ஓரமாக இருக்கிறது. அதனால் அந்த ஊர்களுக்குப் பயணத்திட்டம் வகுக்கப்படவில்லை ஆனால் அந்த ஊரைச் சார்ந்த காந்தியவாதி ஒருவர் நாங்கள் சற்று தள்ளியிருந்தால் எங்களை ஒதுக்கிவிடுவீர்களா என்று சண்டையிட்டு காந்தியை அவர் ஊருக்கு அழைத்துச் செல்லுகிறார். இப்படி ஒவ்வொருவராக காந்தியை அவர்கள் ஊருக்கு அழைத்துச் சென்றிருக்கிறார்கள். பழனி அருகே ஒருவர்.

சித்ரா : ஆமாம் சார், வன்னிவலசு அந்த இடம் பெயர். ஒரு இளைஞர் வந்து அந்த ஊரை சீர்திருத்துகிறார். அங்கு இரண்டு மைல்களுக்குச் சாலை வசதி இல்லை என்பதால் டி.எஸ்.எஸ். ராஜன் கூட மறுக்கிறார்.

அண்ணாமலை : ஆமாம் 1934ல் அந்த மக்கள் எல்லாம் சேர்ந்து விடிய விடிய இரண்டு மைல்களுக்குச் சாலை வசதி செய்து கப்பி ரோடு போட்டு மறுநாள் காந்தியை அழைத்துச் செல்லுகிறார்கள். இப்படியாக பல ஊர்களுக்கு காந்தி அழைத்துச் செல்லப்பட்டிருக்கிறார். அந்த ஊர் ஒரு 'மாடர்ன் வில்லேஜ்' என காந்தி எழுதுகிறார். அதை எல்லாம் பதிவு செய்ய வேண்டும் என்று தான் அந்த யாத்திரையைத் திட்டமிட்டோம்.

சித்ரா : இப்பொழுது அந்த ஆவணப் படத்தை ''காந்தி காலடியைத் தேடி'' யைப் பார்க்க வேண்டும் என்றால் எங்கு பார்க்கலாம்?

அண்ணாமலை : நாங்கள் அந்த பயணத்தை அ. ராமசாமி எழுதிய ‘ தமிழ்நாட்டில் காந்தி’ என்கிற புத்தகத்தை அடிப்படையாக வைத்து தான் திட்டமிட்டோம். அவ்வளவு துல்லியமாக அந்த புத்தகத்தில் பதிவு செய்திருக்கிறார். எங்களுக்கு முன்பாக அந்தப் பணியை சிறப்பாகச் செய்தவர் அவர். நாங்கள் அவருடைய புத்தகத்தை அடிப்படையாக வைத்து பயணித்து உருவாக்கிய ஆவணப்படத்தை இணையத்தில் பதிவேற்றம் செய்து விட்டோம் gandhistudycenter.org என்கிற இணையதளத்தில் அந்த ஆவணப்படத்தைப் பார்க்கலாம். ஆண்டு வாரியாக, இடம் வாரியாகப் பார்க்கலாம் ஆங்கிலம் தமிழ் இரண்டிலும் இருக்கிறது.

சித்ரா : ‘காந்தியின் காலடியைத் தேடி’ங்கிற பயண நிகழ்வில் நீங்கள் பல கல்வெட்டுகளைப் பார்த்ததாக, பல நினைவிடங்களைப் பார்த்ததாகச் சொல்லியிருக்கிறீர்கள். காந்தியின் பயணங்களைப் பொறுத்தவரை முக்கியமானவர்கள் மனிதர்கள். அப்படி நீங்கள் பார்த்த அந்த நினைவுகளைத் தாங்கியிருக்கக் கூடிய பிரமிக்கத்தக்க மனிதர்களைச் சந்தித்ததைப் பற்றிக் கொஞ்சம் சொல்லுங்கள்.

அண்ணாமலை : நீங்கள் சொன்னதைப் போல நினைவிடங்கள் மிக முக்கியமானவைதான். ஆனால் அந்த நினைவிடங்களோடு தங்களைப் பிணைத்துக்கொண்ட மக்கள் மிக முக்கியமானவர்கள் தான். அவர்களைப் பார்க்கும்போதும் அவர்களது அனுபவங்களைக் கேட்கும்போதும் மிக ஆச்சர்யமாக இருக்கும். அப்படி நாங்கள் சந்தித்த ஒருவர் ஒரு புகைப்படக் கலைஞர் அப்பொழுது அவருக்கு வயது எண்பதுக்கு மேல் இருக்கும். நிறைய விஷயங்களைப் பேசுகிறார், நிறைய கேள்விகளைக் கேட்கிறோம் உற்சாகமாக பதில் சொல்லிக்கொண்டு வருகிறார். அவரிடம் காந்தியை நேரில் பார்த்திருக்கிறீர்களா? என்று கேட்கிறேன். அப்பொழுது தனக்கு ஏழு வயது என்கிறார். அந்த சமயத்தில் எந்த மாதிரியான உணர்வு இருந்தது என்று கேட்கிறேன். அவருக்கு வார்த்தைகள் வரவில்லை, காந்தியை நேரில் பார்த்திருக்கிறார். ஆனால் காந்தியை நேரில் பார்த்த உணர்வை எப்படி என்று விவரிக்க முடியாத தவிப்பு அவரிடம் இருந்தது. அப்படியே வார்த்தைகள் வராமல் தவிக்கிறார். எவ்வளவு பெரிய பாதிப்பு அவருக்குள் இருக்கும். கொஞ்ச நேரத்தில் ஓ,ன்னு அழுகிறார். எவ்வளவு பெரிய தாக்கம் அவருக்குள் ஏற்பட்டிருக்கும் பாருங்கள். அதேபோல் பரங்கிப்பேட்டையில் ஒரு பள்ளிகூடம் போகிறோம் பார்ப்பதற்காக.

சித்ரா : ஆமாம் காந்தியின் செருப்பு கூட அங்கு இருக்கிறதென்று நினைக்கிறேன்.

அண்ணாமலை : ஆமாம் ஆனி மாரி பீட்டர்சன் அவங்களோட இடம். நாங்கள் செல்லும்பொழுது எங்களோடு உள்ளூர் பெரியவர் ஒருவர் வருகிறார். நாங்கள் செல்லும் பொழுது பள்ளிக்கூடக் கதவுகள் திறந்திருக்கிறது . அந்தப் பெரியவர் கதவு திறந்திருப்பதைப் பார்த்ததும் ஆச்சர்யப்படுகிறார் ஏன் என்று கேட்ட பொழுது சொல்கிறார் ''சார் சி.இ.ஓ. வந்தால் கூட வெளியில் தான் சார் நிற்க வைப்பார்கள் இவர்கள். நீங்கள் காந்தி சம்மந்தப்பட்ட ஆள் வருகிறீர்கள் என்பதால் திறந்து வைத்திருக்கிறார்கள் போல'' என்கிறார் ஆச்சர்யமாக. அந்தப் பள்ளியை நிர்வகிக்கும் குடும்பத்தினர்கள் கூட பேசிக்கொண்டிருக்கும் பொழுது அவர்கள் சொல்கிறார்கள் எழுபது ஆண்டுகள் கழித்து நீங்கள் வந்திருப்பது எங்களுக்கு அந்த நினைவுகளை மீட்டுருவாக்கம் செய்தது போல இருக்கிறது. பெருமையாக இருக்கிறது என்கிறார்கள். இப்படியாக இந்தப் பயணம் காந்தியைப் பற்றிய நினைவுகளை மீண்டும் உருவாக்கியது போல இருக்கிறது.

சித்ரா : தமிழகத்தில் நீங்கள் மேற்கொண்ட இந்தப் பயணத்தைப் போல இந்திய அளவில் பல பணிகள் காந்தி நினைவுகள் சார்ந்து நடைபெற்றுக் கொண்டிருக்கின்றன. அவைகளைப் பற்றிக் கொஞ்சம் சொல்லுங்கள்.

அண்ணாமலை : காந்தி நிறுவனங்கள் சார்ந்த பணிகள் ஒன்று, காந்தியப் பணிகள் என்று ஒன்று என கேள்வியை இரண்டாகப் பிரித்துகொள்ளலாம். நிறுவனங்கள் தங்களுக்கென குறிப்பிட்ட இலக்குகளோட செயல்பட்டுக்கொண்டிருக்கும். ஆனால் காந்தியப் பணிகள் என்கிற பொழுது தற்காலத்திற்கு என்ன தேவையோ அதைச் செய்யக்கூடிய இளைஞர்கள் பலர் வந்துவிட்டார்கள். நிறுவனங்கள் தங்களுக்குரிய பணிகளைச் செய்துகொண்டிருக்கின்றன. கல்வி நிலையங்கள் நடத்துவதாகட்டும், தொழிற்பயிற்சி நிலையங்கள் நடத்துவதாகட்டும், தங்கும் விடுதிகள் நடத்துவதாகட்டும் அவர்கள் அவர்களுக்குரிய பணியைச் செய்து வருகிறார்கள். காந்தியின் சிறப்பே என்னவென்றால் இந்த நிர்மாணப் பணிகளைக் கொடுக்கும் பொழுதே அதையெல்லாம் ஒழுங்குபடுத்த, நிர்வகிக்க என ஒரு அமைப்பையும், அதற்குரிய ஒரு தலைவரையும் ஏற்படுத்தித் தந்துவிடுகிறார். அந்த நிறுவனங்கள் இன்னும் செயல்பட்டுக் கொண்டிருக்கின்றன. உதாரணத்திற்கு 'மகன் சங்கராலயா' ஜே.சி. குமரப்பா அவர்களால் துவங்கப்பட்டது. காந்தியே துவங்கி வைத்த ஒரு அருங்காட்சியரங்கம் செயல்பட்டு வருகிறது. அவர்கள் 'மகன் காதி' என்ற ஒரு நேர்த்தி யான ஓர் கதரைத் தயாரித்து வருகிறார்கள். அதேபோல பெண்கள் முன்னேற்றத்திற்காக என்னென்ன மாதிரியான பணிகளைத்

தரலாம், அதே போல கிராம முன்னேற்றத்திற்காக என்னென்ன கிராமம் சார்ந்த தொழில் நுட்பம் எப்படி இருக்கலாம் என்பதை ஆராய்ச்சி செய்ய ஒரு நிறுவனம் என அவர்கள் சிறப்பாகச் செய்துவருகிறார்கள். இது போல ஒவ்வொரு நிறுவனங்களும் அவரவர்களுக்கானப் பணிகளைச் செய்து வருகிறார்கள். ஒரு மாற்றுப் பொருளாதாரம் பற்றிய சிந்தனை மேலோங்கி வருகிறது. சர்வதேச அளவில் பொருளாதாரத்தை மீட்டு எடுக்க வேண்டும் என்ற எண்ணமெல்லாம் ஒரு வறட்டு வாதமாகப் போய்விட்டது. ஏனென்றால் இங்கு வந்து தொழில் துவங்கும் எல்லா நிறுனங்களும் நம்மைச் சுரண்டவே இங்கு வந்து தொழில் துவங்குகிறார்களே அன்றி நம்மை வாழவைப்பதற்காக அல்ல. ஆகவே முதலீடுகளை ஈர்ப்பதாக அல்லாமல் நம்மிடம் என்ன முதலீடுகள் இருக்கிறதோ அதை வைத்து வியாபாரம் செய்வோம். நமது மக்களிடம் மக்களுக்காகத் தொழில் துவங்கி வியாபாரம் செய்வோம். ஆகவே மக்களுக்கான பொருளாதாரம் சார்ந்த சிந்தனைகள் மேலோங்கி வருகிறது. உதாரணத்திற்கு காந்தி மியூசியத்தில் நடந்த அஹிம்சை சந்தை . அங்கு பல்வேறு தரப்பில் இருந்து வந்த சிறுசிறு வியாபாரிகள் தங்கள் பொருட்களை வியாபாரம் செய்தார்கள். அவர்களது முதலீடுகள் குறைவு, அவர்களது வாடிக்கையாளர்கள் குறைவு கொஞ்சம் ஆட்கள் தான் ஆனால் அவர்களுக்குள் ஒரு மனஒற்றுமை இருந்தது. இது போல இந்தியா முழுக்க முழுக்கக் காந்தியப் பணிகளாக இருக்கலாம் காந்தியப் பெயர் சொல்லாமல் நடக்கிற பணிகளாக இருக்கலாம், ஆனால் காந்தியம் சார்ந்த பணிகள் தான் இந்தியாவை வாழவைத்துக் கொண்டிருக்கின்றன என்பதுதான் அசைக்க முடியாத உண்மை.

சித்ரா : நீங்கள் சொன்னதில் முக்கியமானது, காந்திய நிறுவனங்கள் அதாவது தனது நிர்மாணத் திட்டப் பணிகளுக்காகக் காந்தி உருவாக்கிய நிறுவனங்கள் அது அல்லாமல் காந்தியச் செயல்பாடுகள் இந்தியா முழுக்கப் பல இளைஞர்களால் முன்னெடுக்கப்படுகின்றன. அதைப் பற்றிக் கொஞ்சம் விரிவாக சொல்லுங்கள் சார்.

அண்ணாமலை : ஒரு விஷயம் இந்தியாவிலேயே ஒழிக்கப்பட்ட விஷயம் அப்படீன்னா அது தொழுநோய் தான். அதற்கான ஒரு ஆராய்ச்சி நிறுவனம் உருவாக்கி காந்தியப் பணியாளர்களை உருவாக்கி அதை ஒழித்து தொழுநோய் இல்லாத இந்தியாவை உருவாக்கியதே காந்திய நிறுவனங்கள்தான். தீண்டாமை ஒழிப்பு போன்ற விசயங்களை முன்னெடுத்ததாக இருக்கலாம், கிராமம் கிராமமாகக் கல்விக்கூடங்களை உருவாக்கியதாக இருக்கலாம், தங்கும் விடுதிகளை உருவாக்கியதாக இருக்கலாம் இப்படி ஒரு சமுதாய மாற்றத்திற்கான அடித்தளத்தை உருவாக்கிக்

கொடுத்தது எல்லாம் காந்திய நிர்மானப் பணிகளுக்காகத் துவங்கப்பட்ட காந்திய நிறுவனங்கள்தான். அவை இன்றும் சிறப்பாக செய்துகொண்டிருக்கின்றன. உதாரணத்திற்கு காந்தி நினைவு நிதியைக் குறிப்பிடலாம். ஒரு அரசாங்கம் என்னென்ன பணிகளைச் செய்கிறதோ அவற்றையெல்லாம் செய்யும் இடமாக ஒரு காலத்தில் செய்ய உதவியது அது .காந்தி நினைவிடங்கள் இந்தியா முழுவதும் எங்கெல்லாம் இருக்கின்றனவோ, எங்கெல்லாம் கட்ட வேண்டுமோ அவற்றையெல்லாம் உருவாக்கி, பராமரிப்பது காந்தி நிதி. காந்திய நிர்மாணத் திட்டங்கள் எல்லாவற்றையும் ஒருங்கிணைத்திடவும் , உருவாக்கிடவும் நிதி உதவி செய்தது காந்தி நிதி. 1969ல் ஒரு மாற்றம் வருகிறது. காந்திய நூற்றாண்டு முடிந்த பிறகு ஒவ்வொரு நிறுவனத் திற்கும் தனி உரிமையைக் கொடுத்து தனித்து சுதந்திரமாக அவை செயல்பட வழி ஏற்படுத்துகிறது அந்த மாற்றம் இப்படியாக பல காந்திய நிறுவனங்கள் தொடர்ந்து சுதந்திரமான செயல்பாட்டில் இருந்து வருகிறது.

சித்ரா : காந்தியினுடைய பதினேழு தொகுப்புகள் முதன் முதலாகத் தமிழில்தான் வந்தது என்பது பெருமைக்குரியது. அதை மறுவாசிப்புச் செய்யக்கூடிய, மறு சீரமைப்புச் செய்யக்கூடிய பணியில் நீங்கள் ஈடுபட்டிருந்தீர்கள். அந்த பணி தற்சமயம் எந்த நிலையில் இருக்கிறது அய்யா. அதைப்பற்றிக் கொஞ்சம் சொல்லுங்கள்.

அண்ணாமலை : அந்த பதினேழு தொகுப்புகளைத் தொகுக்கிற பணி என்பது அவினாசிலிங்கம் அய்யா அவர்களின் தலைமையில் நடந்த பெரும் பணி. ஆங்கிலத்தில் கொண்டுவரப்பட்ட *"The Collected Works of Mahatma Gandhi"* எனும் நூறு தொகுதிகளைக் கொண்ட தொகுப்பு என்பது காலக்கிரம வாரியாக தொகுக்கப்பட்டது. ஆனால் தமிழில் தொகுக்கப்பட்டவை தலைப்பு வாரியாகத் தொகுக்கப் பட்டது. ஒப்பீட்டளவில் இது பெரும் உழைப்பைக் கோருகிற பணி. ஒரு விஷயத்தைப் பற்றி காந்தி பத்து ஆண்டுகளுக்கு முன்பு ஒன்றைச் சொல்லியிருப்பார். மரணமடைவதற்கு முன்பு இன்னொன்றைச் சொல்லியிருப்பார் இப்படி தொகுப்பது தான் சிரமமானது. இது குறித்து டெல்லி பதிப்பக நிறுவனங்களுக்குத் தெரிய வந்த பொழுது பெரிதும் ஆச்சர்யமடைகிறார்கள். ஏனென்றால் ஆங்கிலத்தில் அப்படி தலைப்பு வாரியாகத் தொகுக்க விரும்பி அது முடியாதோ என அவர்கள் கைவிட்டு விட்டனர். தமிழில் நாம் 1956 களிலேயே முடித்து 1969 களில் பதிப்பித்து தொகுப்புகளை வெளியிட்டுவிட்டோம் என்பதை அவர்கள் மிகுந்த ஆச்சர்யத்துடன் பார்க்கிறார்கள். இவற்றை ஏன்

ஆங்கிலப்படுத்தக் கூடாது என அவர்கள் கேட்டதால், இந்த பதினேழு தொகுப்புகளையும் ஆங்கிலப்படுத்தி ஒவ்வொரு தலைப்போடு தொடர்புடைய *"The Collected Works of Mahatma Gandhi"*-ல் இருப்பனவற்றையும் சேர்த்துத் தொகுக்கிற வேலை நடந்து வருகிறது. அது சற்று சவாலான பணியாக இருந்தாலும் பணி நடைபெற்றுக் கொண்டுதான் உள்ளது.

சித்ரா : நீங்கள்அகில இந்திய அளவில் நடைபெற்று வருகிற காந்திய நிர்மாணப் பணிகளைப் பற்றிச் சொன்னீர்கள். நான் தமிழக அளவில் இன்னும் விரிவாகப் பேச விரும்புகிறேன். குறிப்பாகத் தீண்டாமை யாத்திரையைப் பற்றிப் படிக்கும்பொழுது நிறையத் தொழிற்பள்ளிகள் ஆரம்பிக்கப்பட்டுள்ளன. அதிலும் குறிப்பாக கோடம்பாக்கத்தில் ஒடுக்கப்பட்டோருக்கான தொழிற் பயிற்சிப் பள்ளி, அங்கு காந்தி வந்திருக்கிறார், நிறையக் குழந்தைகள் பயிற்சி எடுத்துள்ளார்கள். ஆனால் அதைப்பற்றிய புகைப்படங்கள் கிடைக்கவில்லை அதைப்பற்றிய தகவல்கள் உங்களுக்குத் தெரிந்திருக்கும் அதைப் பற்றி கொஞ்சம் விரிவாகச் சொல்லுங்கள் சார்.

அண்ணாமலை : அதைப் பற்றிய ஆவணங்கள் இருக்கின்றன. புகைப்படங்கள் கூட இருக்கின்றன தக்கர் பாபா வருகை தந்துள்ளார். அதன் முந்தைய பெயர் ஹரிஜன் இண்டஸ்ட்ரியல் ஸ்கூல். 1933-ல் ஆரம்பிக்கப்பட்டது. அது பாஸ்யம் அய்யங்கார் போன்ற காந்தியவாதிகள் ஆரம்பித்தது. காந்தியே கூட 1934-ல் வருகை தந்துள்ளார். அதன் தொடர்ச்சிதான் தி.நகரில் 1946-ல் புதிதாக இடம் வாங்கி ஆரம்பிக்கப்பட்ட தக்கர் பாபா வித்யாலயா.

சித்ரா : அது முன்பு எங்கிருந்தது?

அண்ணாமலை : அது கோடம்பாக்கம் மீனாட்சி பொறியியல் கல்லூரி இருக்கக்கூடிய பகுதியில் இருந்தது. அதனுடைய லெட்டர் ஹெட்டை வாங்கிப் பார்க்கும்போது பெரும் ஆச்சர்யமாக இருந்தது அதில் ஹரிஜன் இண்டஸ்ட்ரியல் ஸ்கூல், வில்லேஜ் கோடம்பாக்கம், நியர் மெட்ராஸ் என்று போடப்பட்டிருந்தது. அன்று கோடம்பாக்கம் சென்னைக்கு அருகில் இருந்த ஒரு கிராமம். இன்று சென்னை செங்கல்பட்டு வரை சென்று விட்டது. அன்று அது பெரிய இடமாக இருந்துள்ளது. நிறைய பயிற்சி கொடுத்துள்ளனர் அதற்கான புகைப்படங்கள் உள்ளன. இந்த தீண்டாமை யாத்திரையை ஒட்டியும் அதற்குப் பிறகும் நிறைய பள்ளிக்கூடங்கள் திறக்கப் படுகின்றன. அவையெல்லாம் விடுதியோடு சேர்த்து உருவாக்கப்பட்ட பள்ளிக்கூடங்கள் ஏனென்றால் கல்வி கொடுத்தால் மட்டும் போதாது

அதோடு இணைந்து சத்தான உணவையும் கொடுக்க வேண்டும் என நினைக்கிறார்கள். பசியோடு படிப்பு என்பது நிச்சயமாகச் சரி இருக்காது என்பதால் விடுதிகளோடு ஆரம்பிக்கிறார்கள். இரண்டு காரணங்கள் அவர்களை அந்த சூழ்நிலையிலிருந்து மீட்டெடுக்க வேண்டும். ஆரோக்கியமான உணவு கொடுக்கவேண்டும், பிறகு கல்வி கொடுக்க வேண்டும்.

சித்ரா : ஆமாம் சார் நான் கூட ஒரு புத்தகத்தில் படித்துள்ளேன். அந்த விடுதிகளில் உள்ள குழந்தைகளுக்கு எந்த மாதிரியான உணவு கொடுக்கப்பட வேண்டும், இந்த அளவு மோரும் , ஒரு ஸ்பூன் நெய்யும் கொடுக்கப்பட வேண்டும் என்பதைப் பற்றி காந்தி ஒரு கடிதம் எழுதி அதை ஒரு சுற்றறிக்கையாகவே அனுப்பியுள்ளார் எனப் படித்துள்ளேன்.

அண்ணாமலை : அந்த விடுதிகளுக்கு எவ்வளவு செலவளிக்க வேண்டும், அவர்கள் எத்தனை மணிக்கு எழுந்திரிக்க வேண்டும் என்பதையெல்லாம் குறிப்பிட்டுள்ளார். இது எனக்குப் பெரிய அனுபவம். நான் தக்கர் பாபா வித்யாலயத்துடன் இணைந்து நீண்ட காலம் பணியாற்றியிருக்கிறேன். அங்கு இரும்பெல்லாம் வாங்க பையன்கள் பாரிமுனைக்குச் சென்று வாங்கி கைவண்டியில் இழுத்துக் கொண்டு வருவார்கள். மாட்டு வண்டியோ, மோட்டார் வண்டியோ கிடையாது. நானும் மாணவர்களோடு சேர்ந்து பாரி முனையிலிருந்து மவுண்ட் ரோடு வழியாக இழுத்துள்ளேன். எனக்கு ஏற்பட்ட அனுபவத் தின் காரணமாக பசங்க ரொம்ப சிரமப்படுகிறார்கள் என்று அப்பொழுது அதன் செயலாளராக இருந்த எல்.என். கோபால்சாமி அவர்களிடம் சொன்னேன். இந்த மாதிரியானப் பயிற்சிகள் தான்அதன் அடையாளம். இந்த மாதிரியான பயிற்சிக் கூடங்களைத் தமிழகம் முழுக்க நடத்தினார். கோபிச்செட்டிபாளையத்தில் லக்ஷ்மண அய்யர் நடத்திய பள்ளி உங்களுக்குத் தெரியும் அதெல்லாம் தக்கர் பாபா தொழிற் பயிற்சி பள்ளியின் நீட்சி தான். இப்படி தமிழகம் முழுக்க நடத்தியதுதான் அதன் வெற்றி.

சித்ரா : எனது மனதிற்கு நெருக்கமான ஒரு கேள்வி. நிறையப் பெண்கள் வெளி வந்து வேலை செய்திருக்கிறார்கள். அது இந்திய அரசியல் களத்தில் மிகப் புதிது. சிறைக்குப் போக மிகவும் விரும்பியிருக்கிறார்கள். வேலூரில் பெண்களுக்கு தனிச் சிறையே இருந்திருக்கிறது. பெண் காந்தியர்கள் நிறையப் பணியாற்றியிருக்கிறார்கள். அமைப்பு ரீதியாக நிறையப் பேரோடெல்லாம் உங்களுக்குப் பழக்கம் இருந்திருக்கிறது. அந்த அனுபவம் எப்படி இருந்துள்ளது?

அண்ணாமலை : பெண்கள் காந்தியோடு சண்டையிட்டு "ஏன் எங்களையெல்லாம் போராட்டத்தில் சேர்த்துக்கொள்ள மறுக்கிறீர்கள்" எனக் கேள்வி கேட்டுச் சேர்த்துக் கொள்ளப்பட்ட போராட்டம் தான் உப்புச் சத்யாகிரகப் போராட்டம்.1913ல் ஒரு புகைப்படம் எடுக்கப் பட்டிருக்கிறது. காந்தி அமர்ந்திருக்கிறார். அவரைச் சுற்றி நாற்பது ஐம்பது பேர் எல்லோரும் பெண்கள். கஸ்தூரிபாவும் உடன் உள்ளார். இது போல ஒரு புகைப்படம் உலகத்தில் வேறு எந்த தலைவருக்கும் இல்லை. இந்தப் புகைப்படம் தென் ஆப்பிரிக்காவில் எடுக்கப்பட்ட புகைப்படம். அந்த பெண்கள் எல்லோரும் தமிழ்ப் பெண்கள் நீங்கள் அந்தப் புகைப்படத்தில் அவர்கள் சேலை அணிந்திருக்கும் முறையிலேயே அறியலாம். எந்த அளவு பெண்களின் ஆற்றலை உணர்ந்தவர் காந்தி எனப் பாருங்கள். பெண்களின் சக்தியை முழுதும் உணர்ந்தவர் காந்தி. ஆகவேதான் பெண்களை முழுமையாகப் போராட்டத்தில் ஈடுபடுத்துகிறார் காந்தி. ஒரு போராட்டத்தில் பெண்கள் இல்லையென்றால் ஐம்பது சதவிகிதம் குறைந்து விடுகிறது. குழந்தைகள் இல்லையெனில் இன்னும் குறைகிறது. அப்பொழுது நாமாகச் சிறுபான்மையாகிவிடுகிறோம். ஆயுதப் போராட்டம் என்றால் பெண்களும், குழந்தைகளும் தன்னியல்பாக அதிலிருந்து விலகி விடுகிறார்கள். பாலினம் கடந்து, மதம் கடந்து மொழி கடந்து அனைவரையும் பங்கெடுக்க வைக்கிற ஒரு போராட்ட முறையாக காந்தி அஹிம்சையைத் தத்துவார்த்தமாக முன்னிறுத்து கிறார். பெண்களை முதலில் கதர் இயக்கத்தில் ஈடுபடுத்துகிறார். அதன் மூலமாக அவர்கள் பொருளாதார நிலையை மேம்படுத்து கிறார். அதன் விளைவாகத்தான் பெண்கள் 1930ல் தங்களை ஏன் போராட்டத்தில் பங்கேற்க அனுமதிக்கவில்லை என காந்தியுடன் சண்டை போடுகிறார்கள் ஆனால் 1909லேயே 'இந்திய சுயராஜ்யம்' எனும் தனது புத்தகத்தில் அஹிம்சை போராட்டம் பற்றியும் அதை நடத்தப் போகும் வழிமுறைகளையும் தெளிவாக விளக்கிவிடுகிறார். பெண்கள் உப்பு சத்யாகிரகத்தில் தாங்களும் பங்கேற்க அனுமதி கேட்ட பொழுது பெண்களிடம் காந்தி சொன்னது பெண்களை முன்னிறுத்தி இந்தப் போராட்டம் வெற்றி பெற்றதாக இருக்கக் கூடாது. நாங்கள் போராடுகிறோம் நீங்களும் உங்கள் போராட்டத்தை நடத்துங்கள் என்றார். ஒரு புகைப்படம் இருக்கிறது சென்னையில் உப்பு சத்யாகிரக போராட்டத்தில் துர்காபாய் அவர்கள் அந்தப் பானையைத் தூக்கிக் கொண்டு நடக்கிறது போல் இருக்கிறது. எவ்வளவு வேகம் என்ன கம்பீரம். குழந்தைகள் சென்னை மெரினா கடற்கரையில் உப்பு காய்ச்சியது இதையெல்லாம் பார்க்கும் பொழுது நமது மூதாதையர்

எவ்வளவு வீரமாகப் போராடினார்கள் என விளங்கும். இந்த நேரத்தில் ஒரு சோகச் செய்தியையும் சொல்லியாக வேண்டியுள்ளது. வட இந்தியர்களைப் பொறுத்தவரை இந்த சுதந்திரப் போராட்டம் என்பது ஏதோ வட இந்தியாவில் மட்டும் நடந்ததாக நினைத்துக் கொள்கிறார்கள். தமிழகம் இவ்வளவு தூரம் பங்கெடுத்திருக்கிறது என்பதே அவர்களுக்கு ஆச்சர்யமாக உள்ளது, புதுச் செய்தியாக உள்ளது. நாம் இப்பொழுது செய்ய வேண்டிய விசயம் குறிப்பாகத் தமிழக அரசாங்கம் செய்ய வேண்டியது. தமிழகத்தில் இவ்வளவு தூரம் சுதந்திர இயக்கம் நடந்திருக்கிறது என்பதை வட நாட்டில் இருப்பவர்களுக்கு போட்டுக் காட்ட வேண்டும் என்பது எனது வேண்டுகோள்.

சித்ரா : காந்தியர்களுடைய சர்வதேசத் தன்மை, சர்வதேச காந்தியர்கள் இது இரண்டையும் நீங்கள் உங்கள் அனுபவத்தில் பார்த்திருக்கிறீர்கள் காற்றுப் புகாத இடத்தில்கூட காந்தியர்கள் புகுந்து விடுவார்கள் என்பார்கள் ஏனென்றால் அது மக்கள் பணி. அந்த மாதிரியான அனுபவங்களை நீங்கள் எப்படி பார்த்திருக்கிறீர்கள் சார்.

அண்ணாமலை : இந்த மாதிரியான சந்தேகம் உங்களுக்கு இருப்பது போல பலருக்கு இருக்கிறது. எந்த மாதிரியான பணிகள் நடந்தது என்று? அதற்கு களம் அமைத்துக் கொடுத்தது காந்தியின் நண்பர்கள். உலகம் முழுவதும் இருக்கிறார்கள். இதை உலகம் முழுவதும் கொண்டு செல்ல சிரமப்பட வேண்டியதே இல்லை. இப்பொழுது நமது சேகரிக்கப்பட்ட காந்தி பணிகளைப் பற்றி பேசினோம். அதில் பலரும் தங்களுக்கு காந்தி எழுதிய கடிதங்களைக் கொண்டுவந்து கொடுக்கிறார்கள் இன்னும் பிற ஆவணங்களைத் தருகிறார்கள். காந்தியடிகளும் உலக அமைதியும் என்பதைப் பற்றி காந்தி அருங்காட்சியகம் நடத்திய கண்காட்சியை ஐக்கிய நாடுகள் சபையைச் சார்ந்தவர்களே கலந்து கொண்டு துவக்கி வைத்தார்கள். அதன் நோக்கம் காந்தி, தொடர்ந்து காந்திய அமைப்புகள் உலக அமைதிக்காக, சர்வதேச உறவுகளை மேம்படுத்த என்னென்ன மாதிரியான பணிகளை மேற்கொண்டார்கள் என்பதைக் காட்சிப் படுத்துகிறோம். அதற்கு நாங்கள் அடிப்படையாக வைத்தது 1945-ல் ஆசிய நாடுகளுக்கிடையில் உறவை மேம்படுத்துவதற்காக ஒரு கூட்டம் நடக்கிறது டெல்லியில். காந்தி அதில் பேசுகிறார். அதுதானே களம் அமைத்துக் கொடுப்பது. காந்தி 1948-ல் சுட்டுக் கொல்லப்படுகிறார். அதற்கு ஐக்கிய நாடுகள் சபையின் பாதுகாப்பு கவுன்சிலின் கூட்டம் உடனடியாக நடக்கிறது. பலரும் அனுதாபம் தெரிவித்துப் பேசுகிறார்கள். இதற்கு முன்னதாக 1946-லேயே உலக அமைதி ஆர்வலர்கள் அனைவரும் ஒன்றாக இணைந்து காந்தி

தலைமையில் போர் இல்லாத உலகத்தை எப்படி அமைப்பது, என்பதைப் பற்றி ஒரு கூட்டம் நடத்த வேண்டும் என முடிவு செய்கிறார்கள். அதை தள்ளி வைக்காமல் 1949ல் அந்த கூட்டம் சாந்திநிக்கேதனிலும், காந்தி சேவாகிராமத்திலும் கூட்டத்தை நடத்து கிறார்கள். வினோபா பாவேவும் அதில் கலந்து கொள்கிறார்கள், உலகம் முழுவதிலும் இருந்து பலரும் கலந்து கொள்கிறார்கள். பல அமைப்புகளும் கலந்து கொள்கிறார்கள் அவர்கள் அனைவரும் சேர்ந்து உலக சாந்தி சேனை என்ற அமைப்பை ஏற்படுத்துகிறார்கள். 1962 ல் சீன யுத்தம் வருகிறது நாம் என்ன செய்வது என சீனா அருகில் இருக்கக் கூடிய நம் மாநிலத்தை சேர்ந்த மக்களை ஒன்றிணைத்து அவர்களை தைரியம் மிக்கவர்களாக மாற்றுவது, அஹிம்சை வீரர்களாக மாறப் பயிற்சி அளிக்க டெல்லியிலிருந்து பீஜிங் வரை ஒரு யாத்திரையை நடத்துகிறார்கள் அதற்கு தமிழ்நாட்டிலிருந்து எஸ்.ஆர்.சுப்பிரமணியம் எனும் காந்தியவாதி, கோவையில் இருக்கக் கூடிய காந்தி ஆசிரமத்தை நடத்தக்கூடிய டாக்டர் அறம் போன்றவர்கள் கலந்து கொள்கிறார்கள். சங்கர் ராவ் தேவ் கலந்து கொள்கிறார். புத்த மத பீஜிங் குருஜியின் சீடர்கள் கலந்து கொள்கிறார்கள். அது ஒரு வேலையைச் செய்கிறது. 1969 இல் காந்தியின் நூற்றாண்டு விழா வருகிறது உலகம் முழுவதும் நூற்றாண்டு விழா ஒவ்வொரு நாட்டிலும் கொண்டாடப்படுகிறது. அதிலிருந்து வெளிவந்ததுதான் WCRP மதம் மதங்கள் சார்ந்த அமைப்புகள் எல்லாம் சேர்ந்து எப்படி அமைதியை ஏற்படுத்துவது என ஆராய்வது அறம் அதற்கு தலைமை தாங்குகிறார், திருமலை ஆஸ்திரேலியாவில் கலந்து கொள்கிறார், பரத்வாஜ், நாராயண் தேசாய் ஆகியோர் சாந்திசேனையை எப்படி அடுத்த கட்டத்திற்குப் பயிற்சி அளிப்பது போன்றவை பற்றியும், இது மாதிரி காந்திக்குப் பிறகு காந்தியச் சிந்தனைகளை உலக அளவில் கொண்டுசெல்ல பல நிறுவனங்களோடு இணைந்து பணியாற்றுகிறார்கள். நாராயண் தேசாய், பரத்வாஜ், தேவிபிரசாத் ஆகியோர் காந்தி சேனாவை எப்படி அடுத்த கட்டத்துக்கு கொண்டு செல்வது என காந்திக்குப் பிறகு உலக அளவில் பிற அமைப்புகளோடு தொடர்பை ஏற்படுத்திக் கொண்டு காந்திய சிந்தனைகளை வளர்த்துவது மாத்திரம் அல்லாமல் அரசாங்க அளவில் இல்லாமல் மக்களோடு மக்கள் உறவை மேம்படுத்துவது பற்றி நிர்மலாதேஷ்பாண்டே போன்றோர் இந்திய-பாகிஸ்தான் உறவை, இந்திய-பங்களாதேஷ் உறவை, இந்திய-இலங்கை உறவைப் போன்று பல நாடுகளுடனான உறவை மேம்படுத்த பல செயல்களைச் செய்திருக்கிறார்கள்.

சித்ரா : நிர்மலா தேஷ்பாண்டே அவர்களின் அமைப்புதானே உங்களுக்கு அமைதிக்கான பரிசு அளித்தார்கள்?

அண்ணாமலை : ஆம் அந்த அமைப்பு பாகிஸ்தானிலும் இருக்கிறது. தோஸ்த் யாத்ரா என்ற பெயரில் வருடா வருடம் பரிசு வழங்குகிறது. வாகா எல்லையில் நின்று பரிமாறிக்கொள்ளலாம்.

சித்ரா : இந்தியா முழுவதும் இருக்கக் கூடிய காந்திய நினைவிடங்கள் எப்படி பராமரிக்கப்படுகிறன? அவை எப்படி செயல்படுகின்றன?

அண்ணாமலை : கோபாலகிருஷ்ண காந்தியைத் தலைவராகக் கொண்டு இந்தியாவிலுள்ள காந்திய நினைவு இடங்களை அடையாளம் கண்டார்கள். தமிழகத்தில் அப்படி இரண்டு இடங்களை அடையாளம் கண்டடைந்துள்ளார்கள் ஒன்று ஹிந்தி பிரச்சார சபா இன்னொன்று காந்தி மதுரையில் உடைமாற்றிய இடம். அந்த இடத்தை பராமரிப்பது, அங்கு அதிக அளவு மக்களை ஈர்ப்பது அதன் மூலம் காந்தியைப் பற்றிய செய்திகளைப் பரப்புவது ஆகியவற்றைச் செய்வதோடு அங்கு வரும் மக்கள் வெறும் இடங்களை மட்டும் பார்க்காமல் அங்கு ஒரு நாள் தங்கிச் செல்வதற்கேற்றவாறு ஏதாவது நிகழ்சியை நடத்துவது போன்றவை அந்த இடங்களைச் சிறப்பாக வைத்திருக்கும்.

சித்ரா : மிக்க நன்றி.

அரவிந்தன் கண்ணையன்

எழுத்தாளர், விமர்சகர்

சித்ரா : நீங்கள் தொடர்ந்து காந்தி குறித்து எழுதிக் கொண்டிருக்கிறீர்கள். காந்தி என்ற புள்ளி எங்கிருந்து தொடங்குகிறது? காந்தியை நீங்கள் எப்போது கண்டடைந்தீர்கள்?

அரவிந்தன் : மிகச் சரியா சொல்லணும்னா 6th ஸ்டாண்டர்டு ஆனுவல் காம்படிஷன் தமிழ்ப் பேச்சுப் போட்டி, ஆங்கில பேச்சுப் போட்டி இரண்டிற்கும் நான் பெயர் கொடுப்பேன். ஆங்கிலத்துக்குத் தலைப்பு காந்தி. தமிழுக்குத் தலைப்பு பாரதி. இரண்டுக்கும் அப்பாதான் எழுதிக் கொடுத்தாங்க. அப்பா எனக்கு என்றைக்குமே முதல் ஆசான். எல்லா விஷயத்திலேயும். அந்தப் போட்டியில இரண்டுத்தலயுமே எனக்குப் பரிசு கிடைச்சது. ஆங்கிலத்தில் முதல் பரிசு. தமிழில் இரண்டாம் பரிசு. காந்தி அறிமுகம் என்பது அப்பா மூலமாகத்தான்.

பத்தாம் வகுப்புல நேருவோட *Discovery of India*-வில் இருந்து ஒரு பகுதி இருந்தது. *The coming of gandhi.* மொழியின் வசீகரம் எனக்கு ரொம்ப முக்கியம். நேருவுக்குள் நான் நுழைந்ததே மொழியின் வசீகரத்தின் வழியாகத்தான். நேரு மூலமாகத்தான் நான் காந்திகிட்ட போனேன். அப்புறம் பாரதி அம்மாவுக்கு ரொம்ப அணுக்கம். பாரதி, நேரு, காந்தி இப்படித்தான் நான் காந்தியை அடைந்தது.

காந்தியை அடைவதற்கான என் வழி வேறு. நான் காந்தியவாதி இல்ல நிச்சயமா. காந்தியவாதி என்பது அவருடைய பொருளாதாரக் கொள்கை, கல்விக் கொள்கை, எளிமையான வாழ்க்கை இது எதுவுமே என்னுடையது கிடையாது. நான் காந்தியவாதி என்று சொல்லிக்கிறதும் இல்ல. அந்த வாழ்க்கையும் நான் வாழமுடியாது. ஆனா, காந்தியை நான் முக்கியமான வரலாற்று நாயகன், முக்கியமா *liberation side*-ல அவரைப் பல கோணத்துல பார்க்க முடியும். *That we could be a different kind of country, a different liberation* அப்படி என்பதில்தான் நெருங்க ஆரம்பித்தது. காந்தியைப் பற்றி என்னிக்குப் படித்தாலும் ஏதாவது ஒரு ஆச்சரியப்படத்தக்க செய்தி கிடைச்சிக்கிட்டுத்தான் இருக்கு. தொடர்ந்து, காந்தியைப் படிச்சிகிட்டுதான் இருக்கேன்.

சித்ரா : உண்மை. நீங்கள் சொல்வது போல காந்தியை எப்போது படித்தாலும் ஒரு ஆச்சரியப்படத்தக்கக் கூறு அவரது எழுத்துலயோ, அவரது செயற்பாடுலயோ அல்லது பிற மனிதர்களோடு அவரது உரையாடல் என்பதிலேயோ கிடைத்துவிடும் என்பது உண்மை. இதில, சமீபத்துல நீங்க படிச்சதுல ஆச்சரியப்படத்தக்க விஷயம் எதாவது?

அரவிந்தன் : நிச்சயமா. அது ஒரு *perspective* (முன்னோக்கு) *facts are all known* (விவங்கள் முன்கூட்டியே தெரிந்தவைதான்). இதுல

ஆச்சரியப்படத்தக்க விஷயம் என்னன்னா, திடீர்னு ஒரு பரிமாணம் கிடைக்குது. அவ்வளவுதான். *again*, அந்த *first speech*-ல அப்பா வந்து அந்த சம்பாரண் *struggle* பத்தி எழுதியிருப்பாங்க. சமீபத்துல, ஆரம்ப காலத்துல பின்னி மில்ஸ் ஸ்டிரைக்குல காந்தி தலித்துகள் பற்றி ஒரு குறிப்பு வந்தப்ப,மேற்கொண்டு அதை படிக்க ஆரம்பிச்சப்ப ஒரு கோணம் கிடைச்சது. காந்தியினுடைய முதல் போராட்டங்கள் எல்லாமே தொழிலாளர்கள் சார்ந்தது. தேச விடுதலைக்கு இன்னைக்கு அவர்*identity* ஆயிட்டாரு. ஆனால் அவருடைய ஆரம்பகால போராட்டங்கள் எல்லாமே தொழிலாளர் நலன் சார்ந்ததுதான்.

ஜெயகாந்தன் ஓரிடத்துல சொல்லியிருப்பாரு, தமிழ்நாட்டுத் தொழிலாளிக்காக முதல் போராட்டம் நடத்துனது காந்தி. காந்தியினுடைய முதல் போராட்டம் தமிழனுக்காக நடத்தப்பட்டது. அதில் தமிழனாக எனக்குப் பெருமை அப்படினு ஜெயகாந்தன் ஓரிடத்தில் சொல்லியிருப்பாரு. தில்லையாடி வள்ளியம்மை பத்தி மிகப்பெரிய ஆச்சரியத்தைப் பதிவு பண்ணியிருக்காரு காந்தி. அது மாதிரி இந்தியாவுக்கு அவர் வரும்போது, அந்த காந்தி படத்துல இதை அழகா காண்பிப்பாங்க. கொஞ்சம் மிகைப்படுத்தியிருக்கலாம் அவங்க. ஏன்னா, அத்தனை தலைவர்கள் இருக்கும்போது காந்திங்கிற ஒருத்தரைதான் அந்த விவசாயி அணுகுறான். அத்தனை தலைவர்கள் அந்த காங்கிரஸ் மேடையில இருக்காங்க. ஆனா காந்தியை மட்டும் தான் அந்த ஏழை விவசாயி கிட்ட போயி எங்களுக்கு இந்தப் பிரச்சனை

சித்ரா : ராஜ்குமார் சுக்லா.

அரவிந்தன் : ஆமா, *correct*. ஆனா, அந்த சமயத்துல ராஜேந்திர பிரசாத் இவங்க எல்லாம் அங்க வேலை செஞ்சுகிட்டு இருக்காங்க, சம்பரான்ல. ஆனா, காந்தி அங்கு வரனும்னு பார்க்கிறப்ப, இதைப் பத்தி ரொம்ப அழகா எழுதுனது ஜுடித் பிரௌவுன் (*Judith Brown- The Rise of Gandhi*). காந்தியினுடைய சம்பாரன் *struggle* கேதா சத்யாகிரகம் இதெல்லாம் ஒண்ணுக்கொன்று வேற வேற. *He change his tactics*. இந்த இதுக்கு ஒரு வழிமுறை, அதுக்கு வேற *tactics*-னு போறார். சம்பரான்ல ஒரு முழுமையான பார்வையோடு, போனோம். ஒரு தொழிலாளர் பிரச்சனையை மட்டும் பார்க்காம அவங்க வாழ்வியல் எப்படி இருக்கு? அங்க வறுமை எப்படி இருக்கு? அங்க ஏன் பள்ளிக்கூடங்கள் இல்ல? கழிப்பறை வசதிகள் இல்ல, ஒன்னொன்னையும் பார்த்து தொழிலாளர் வாழ்க்கையை மொத்தமா மேலே ஏத்தணும்னு பார்க்கிறார்.

again பின்னி ஸ்டிரைக்கில நிறைய பேருக்குத் தெரியாதது என்னன்னா, பின்னி தொழிலாளர்கள் அன்றைக்கு *madras province*-இல இருந்த தொழிலாளர்கள் யூனியன் எல்லாம் தொடங்கினபோது, காந்தி செய்தது மாதிரி, அதாவது காந்தியைக் கேட்கணும்கிறாங்க. அப்ப *C.F. Andrews* வருகிறார். அப்ப காந்திக்கு உடல்நிலை சரியில்ல. என்னோட பிரதிநிதியா *C.F. Andrews*-ஐ அனுப்புறேன்னு சொல்றார். தொழிலாளர் நலனுக்கும் காந்திக்கும் மிகப்பெரிய தொடர்பு இருக்கு. அதற்கு பிறகுதான் தேச விடுதலை என்ற அளவிற்குப் போகிறார். இது ஒரு ஆச்சரியமான விஷயம்தான். இன்றைய தேதிக்கு யாரும் காந்தியைத் தொழிலாளர் விடுதலையோடு சேர்த்து பேசுவதில்லை. தேச விடுதலையோடு மட்டும்தான் பேசுறோம். ஆனால் அவரது ஆரம்பப் புள்ளி தொழிலாளர் நலம்தான்.

சித்ரா : காந்தி கருத்தியல் ரீதியாக எந்தெந்த விஷயங்களுக்காகப் போராடினாரோ அந்த விஷயங்கள் இன்னும் உள்வாங்கப்படவில்லை. அதாவது போற்றுதலுக்கும் தூற்றுதலுக்கும் உரியவரா இருப்பதைத் தாண்டி, ஒரு கருத்தியல் ரீதியாக அவர் எந்தெந்த வகையில் அவர் உள்வாங்கப்படணும்னு நீங்க நினைக்கிறீங்க?

அரவிந்தன் : நான் அமெரிக்காவில் இருக்கேன். இன்னமும் தொடர்ச்சியா காந்தியைப் பற்றியக் கட்டுரைகளோ, புத்தகங்களோ வந்து கொண்டுதான் இருக்கின்றன. சமீபத்தில் *Civil Rights March*-இன் ஐம்பதாவது ஆண்டுவிழா நடந்தது. அதில், மார்ட்டின் லூதர் கிங்-கிற்கு காந்தி எப்படி *inspiration* என்பது எல்லாருக்கும் தெரியும். ஆனால் *inspiration* என்பதையும் தாண்டி அவர்களுக்கு இருந்த சவால் என்னவென்றால் கருப்பினத்தவர் மிகப்பெரிய போராட்டம் நடத்துறாங்க. மிகப்பெரிய பேரணி நடக்கப்போகிறது. ஒரு சின்ன அசம்பாவிதம் நடந்தாகூட வெள்ளை அமெரிக்கர்கள், இவர்கள் இப்படித்தான் என்று சொல்லிடுவாங்க.

அப்ப காந்தி எப்படி இவ்வளவு பெரிய பேரணிகளை நடத்தினார். வரக்கூடியவர்களுக்கு சுகாதார அமைப்புகளை எப்படி பண்ணினார். இதையெல்லாம் *study* பண்றதுக்கு *Bayard Rustin* பார்க்கிறார். காந்தியினுடைய தத்துவத்தின் *inspiration* தனி. காந்தியினுடைய *practical side*-ஐயும் அவங்க *study* பண்றாங்க. அமெரிக்கன் சிவில் ரைட்ஸ் மூவ்மெண்ட்டை நாம காந்தி இல்லாம பேசவே முடியாது. அந்தளவுக்கு காந்தியின் தாக்கம் இருக்கு. காந்தியின் பெயரால ஒரு சங்கத்தினை மார்ட்டின் லூதர் கிங் ஆரம்பிக்கிறார். அதற்கு எதிர்ப்பும்

வருகிறது. அவர் கிறிஸ்தவர் அல்ல. அவர் பெயரால ஏன் என்று கேட்கும் போது, இவர் என்ன சொல்றார்னா, உலகின் மிகச் சிறந்த கிறிஸ்தவன் கிறிஸ்தவனாக இல்லை என்பதில் தப்பில்லை என்று கூறிவிடுகிறார்.

மேற்கத்திய மரபு கிறிஸ்துவ மரபு. காந்தியை மீண்டும் மீண்டும் கிறிஸ்துவத்தோடு சம்பந்தப்படுத்துறாங்க. அவரும் அங்கிருந்து நிறைய புள்ளிகளை எடுக்கிறார். ஆனால் அவரை நான் கிறிஸ்துவர் என்று சொல்லவில்லை. அவர் ஒரு நல்ல இந்து. ஆனால் நிறைய உருவங்களை அவர் அங்கிருந்து எடுத்துக்கொண்டார். அவருடைய ஒரு இருபத்தோரு நாள் உண்ணாநோன்பின் போது இராஜாஜி, உங்கள் உடல்நிலை இதற்குத் தாங்குமா என்று கேட்டபோது கூட, அவர் ஒரு கிறிஸ்துவப் புள்ளி உதாரணத்தோடுதான் சொல்ல ஆரம்பிக்கிறார். பின் இந்து மரபுக்குள்ள வந்துவிடுகிறார். அவரைக் கிறிஸ்துவராக நான் முன்னிறுத்தவில்லை. பண்பாட்டுப் புரிதலில் மேற்குலகினருக்கு இப்படிப் புரிகிறது என்பது ஆச்சரியம். இதற்கான விளக்கம் என்னளவில் நான் பார்க்கும்போது, அவர்களுடைய கிறிஸ்துவ மரபு அவர்களுக்குக்கு காந்தி பற்றிய சரியான புரிதலைத் தருகிறது.

சித்ரா : நீங்கள் சொல்வது உண்மை. ஏராளமான மேற்கத்திய எழுத்தாளர்கள் காந்தியிடம் கிறிஸ்துவைப் பார்ப்பதாகப் பதிவு செய்திருக்கிறார்கள். காந்தியினுடைய இறுதிக் காலங்களில் *He seems to be a lonely bird*. அவர் தனித்து விடப்பட்டவராகத் தெரிகிறார். அதை எப்படிப் பார்க்கிறீங்க?

அரவிந்தன் : அதுக்கு இரண்டு மூன்று காரணங்கள் இருக்கலாம். முதலாவது *quit India movement*. அதை மிகப்பெரிய அசுர பலத்தோடு அடக்கியது காலனி அரசு. காந்தியை ஆஹா கான் மாளிகையில் சிறை வைத்துவிட்டார்கள். மற்ற காங்கிரஸ் தலைவர்கள் அங்கங்கே யாருக்கும் தெரியாத இடத்திலதான் இருந்தாங்க. அகமத்நகர் கோட்டை சிறையில் நேரு இருந்தார். படேல் எங்கே இருந்தார் என்று எனக்கு இப்போது சரியா தெரியவில்லை. ராஜாஜிக்கு *quit India movement*-இல் ஒப்புதலில்லை. அவர் ஒதுங்கியிருந்தார். *quit India movement by and large failure also.*

இரண்டாவது, காங்கிரஸ் தலைமை எல்லாமே ஜெயிலில் இருந்த காரணத்துனாலே அரசியல் தளம் வெற்றிடமா இருந்த சமயத்துல, ஜின்னா, பாகிஸ்தானை மிகப் பெரிய அளவில் முன்வைக்கிறார். அந்த சமயத்துலதான் *Direct Action Day* நடக்குது. மிகப்பெரிய மதக்

கலவரங்கள். பிறகு நவகாளி. சுதந்திரம் எப்படியும் கிடைச்சுடும்னு தெரிந்துவிட்டது. இன்னும் சில வருடங்களில் அல்லது எப்போது என்பதுதான் கேள்வி. 1944-இல் இரண்டாம் உலகப் போரின் வெற்றி, எப்படியும் இப்போது இந்தியா விடுதலை அடைந்துவிடும் என்ற எதிர்பார்ப்பு. சரி, சுதந்திரம் கிடைத்துவிட்டது என்றால் யாருக்கு என்ன கிடைக்கப்போகிறது என்ற சண்டைகள் ஆரம்பிக்கின்றன. இதில், காந்தி பின்னுக்குத் தள்ளப்படுகிறார். அவர் ஒன்றான இந்தியாவுக்காகப் பாடுபடணும்னு நினைக்கிறார். அவர் முன்வைக்கும் சில யோசனைகள் செயல்படுத்தவே முடியாதவை. ஜின்னாவையே பிரதமராக்கினால் என்ன என்று கேட்கிறார். அவை நடைமுறைப்படுத்த முடியாத யோசனைகள். அதனால் அவர் தனிமைப்படுத்தப்பட்டார்.

அவரும் அந்த அரசியல் அரங்கில் இருந்து விலக ஆரம்பித்து நவகாளி யாத்திரைக்கு செல்வது, சுதந்திரம் கிடைத்த அன்று அவர் டெல்லியின் அருகில்கூட இல்லை. இந்து முஸ்லீம் ஒற்றுமைக்காகக் பாடுபட்டுக் கொண்டிருக்கிறார். Yes, He was lonely. அரசாங்க பளு, நேரு, படேல் என்று அவர்கள் அதிகாரத்தை நோக்கியும் அரசாளும் திட்டங்களையும் நோக்கி நகர்ந்துவிட தேசத்தைப் பற்றிக் கவலைப்படுகிறவராகக் காந்தி மட்டுமே இருக்கிறார். நவகாளியைப் பற்றி Larry Collins எழுதும் போதே தனித்த யாத்ரிகன் என்பது போலத்தான் எழுதியிருப்பார்.

சித்ரா : காந்திக்கு மனிதர்கள் மீதிருந்த நம்பிக்கை அபாரமானது. அதை கடைசிவரை அவர் கைவிடவே இல்லை. அவரது பேச்சு, எழுத்து, செயல்பாடு என அனைத்திலும் நாம் இதைப் பார்க்க முடிகிறது. சக மனிதர்களை பார்க்கக்கூடிய பார்வையைக் காந்தியம் நமக்கு எப்படித் தருகிறது என்று நீங்கள் பார்க்கிறீர்கள்?

அரவிந்தன் : இது அற்புதமான கோணம். சரியான கேள்வி. இன்று காலை கூட பாரதியின், வாழ்க நீ எம்மான் படித்துக் கொண்டிருந்தேன். தன்னுயிர் போல, தனக்கு அழிவு எண்ணுபவர்களையும் உயிராக மதிக்கும் தன்மை என்று பாரதி அதைத்தான் புகழ்கிறார். இன்று, திராவிட இயக்கங்கள் பிராமணர்களைப் பற்றி பேசுவதும், இந்துத்துவர்கள் இஸ்லாமியர்களைப் பற்றிப் பேசுவதையும் பார்க்கிறோம். ஆனால் காந்தி முதலில் அவர்களை மனிதர்களாகப் பாருங்கள் என்கிறார். அவர்களின் சமூகத்திலேயே மாற்றங்கள் கொண்டுவரக் கூடிய செயலைத்தான் அவர் செய்தார். குறிப்பாக பதான்கள். வடமேற்கு எல்லைப்புற மாகாணங்களில் வசித்த பதான்கள் அச்சமூட்டக்கூடிய போர்த்தொழில் தன்மை கொண்ட இனம். அவர்களிடையே சென்று

காந்தி பேசுகிறார். பேசி, துப்பாக்கியைக் கீழே போடவைக்கிறார். கான் அப்துர் கபார் கான் என்ற எல்லைக் காந்தியைக் குறித்துப் பேசுகிறோம். காந்தி பேசியது மட்டுமல்ல, அவர்களுக்கு அதற்கு மதிப்பளித்து பதில் தருகிறார்கள். அதையும் நாம் மறந்துவிடக் கூடாது. காந்தி பேசினார் என்பது நமக்குப் பெருமையாக இருக்கலாம். அதே சமயம் அவர்கள் *respond* செய்தார்கள் என்பது அவர்களது பெருமையையும் காட்டுகிறது.

எனக்கு திரும்ப இங்கே நினைவுக்கு வருவது மெட்ராஸ் தொழிலாளர் சங்கங்களைப் பற்றிப் படிக்கும் போது தெரியவந்தது. இராஜாஜி இந்தத் தொழிலாளர் சங்கங்களோடு மிக நெருங்கிய தொடர்பில் இருந்தவர் என்பது. அவர் மார்க்ஸிஸ்ட்டா என்றால் இல்லை. ஆனால் தொழிலாளர் சங்கங்களோடு மிக நீண்ட காலம் தொடர்பில் இருந்தவர், இராஜகோபாலாச்சாரியார். இதுவே இன்றைக்கு நிறைய பேருக்கு ஆச்சரியமான விஷயமாக இருக்கும். இராஜாஜியின் பெயரைச் சொன்னவுடனேயே குலக்கல்வி என்பார்கள் திராவிட இயக்கத் தினர். அவர் அப்படி இல்லை. செய்தது தவறாக இருந்தால் விமர்சிக்கலாம். அவரை ஒரு வட்டத்துக்குள் வைக்கிறார்கள். ஆனால் காந்தி எப்போதுமே ஒரு மனிதரைச் சிறந்த மனிதராக மாற்றினார். இதுதான் அவருடைய தனித்தன்மை மிகுந்த பங்களிப்பு. அதுதான் இன்றைக்கும் பேசப்பட்டு கொண்டிருக்கிறது. இன்னார் இப்படித்தான், இந்த ஜாதியில் பிறந்தவர்கள் இன்ன குணம் உடையவர்கள் என்றெல்லாம் ஒரே மாதிரியான முடிவுகளை மேற்கொள்ளாமல் யாரும் அதற்கு மேலும் போகலாம் என்ற நம்பிக்கையைத் தந்தவர் காந்திதான்.

சித்ரா : காந்திக்கு இருந்த கூடுதல் பலம் அவரது ஒவ்வொரு கொள்கைக்கும் அதைத் திறம்பட வழிநடத்த சிறந்த ஆளுமைகள் கிடைத்தார்கள். கல்விக் கொள்கைக்கு அரியநாயகம், பொருளாதாரக் கொள்கைக்கு ஜே.சி. குமரப்பா அதே போல தீண்டாமை ஒழிப்புல இராஜாஜியின் பங்கு. இந்த வகையில் இராஜாஜி குறித்த சரியான புரிதல் இல்லை என்று குறிப்பிட்டீங்க. அது எப்படி இருந்தது?

அரவிந்தன் : காந்தியின் பல கொள்கைகள் அவரது அணுக்கமானவர் களாலேயே மறுக்கப்பட்டது. நேரு கேட்கவே கேட்கிறார், நீங்க *Hind Swaraj* எழுதினீங்களே, அது இன்றைக்கும் பொருந்திவருமா என்று. அது ஒரு சிறிய புத்தகம்தான். அதில் சொன்னதைத்தான் இன்றும் நம்புகிறீர்களா என்று நேரு கேட்டபோது, காந்தி, ஆமாம் அதிலிருக்கும் ஒரு காற்புள்ளியைக்கூட இன்றும் மாற்றமாட்டேன்

என்கிறார். நேரு, அந்தப் பொருளாதார நோக்கோ, அரசியல் நோக்கோ இன்று உதவாது. நான் நிராகரிக்கிறேன் என்று பதில் எழுதுகிறார். இது வெளிப்படையாகவே நடக்கிறது. கோபால கிருஷ்ண காந்தி தொகுத்திருக்கும் *My Dear Bapu* என்ற புத்தகத்தில் இராஜாஜிக்கும் காந்திக்கும் இடையேயான கடிதப் போக்குவரத்து பற்றியும் நேற்று படித்துக்கொண்டிருந்தேன்.

காந்தி காதிக்காக ஒரு அமைப்பு நடத்த வேண்டும். அது சபர்மதியை மையமிட்டதாக நடத்தவேண்டும் என்கிறார். இராஜாஜியை இந்த இடத்தில்தான் *Conservatism* பேசிய *Edmund Burke*-வுடன் ஒப்பிட்டுப் பார்க்கத் தூண்டுகிறது. அதுதான் பின்னாளில் நேருவுக்கு எதிராக ஸ்வந்திரா கட்சியைத் தொடங்கவும் காரணமானது. இது தனி விஷயம். ஆனால் அதன் விதைகளை இந்தத் தொகுப்பில் சில கடிதங்களில் காணமுடிகிறது. ஏன் சபர்மதியை மையமிட்டதாக இது நடத்தப்பட வேண்டும். பிற மாகாணங்களில் இருந்து எல்லோரும் ஏன் இங்கே வரணும் எனக் கேட்கிறார். காந்தி இந்துஸ்தானி வேண்டும் என்கிறார். இராஜாஜி தமிழ்நாட்டுக்காரர்களுக்கு எதற்கு இந்துஸ்தானி என்கிறார். இராஜாஜி இப்படிக் கேட்டிருப்பார் என்பதே இன்று நிறைய பேருக்கு ஆச்சரியமாக இருக்கும். அதனால், சுதந்திர இந்தியா நிறைய விஷயங்களில் காந்தியிடம் இருந்து விலகியது. அது நல்லதும்கூட.

அதே சமயம் காந்தியின் பொருளாதாரக் கொள்கைகளை மொத்தமா விட்டுட்டாங்களா என்றால் அதுவும் இல்லை. அன்னப்பறவை மாதிரி அங்கொன்றும் இங்கொன்றுமாக எடுத்துக்கொண்டார்கள். நேருவினுடைய *Block Development* காந்தியிடமிருந்து எடுத்துக் கொண்டதுதான். இரண்டாவது, காந்தியவாதிகளைச் சமாதானப்படுத்தும் போக்கில் சிலவற்றை ஏற்றுக் கொண்டார்கள். அதுவும் நடந்தது. காந்தியை முழுவதுமாக நிராகரிக்கவில்லை.

அதேசமயம் நிச்சயம் காந்தியிடமிருந்து விலகினார்கள். காந்தியின் கல்விக்கொள்கை ஒரு நவீன தேசத்திற்கான கல்விக்கொள்கை கிடையாது. ஆனால் ஒட்டுமெத்தமாகப் பார்க்கும்போது அதிலிருந்து சில கூறுகளை நிச்சயமாக தேசம் பயன்படுத்திக் கொள்ளலாம். அவர் மக்களோடு சேர்ந்து பணியாற்றியவர். அப்படிப்பட்டவர் ஒரு பத்து புள்ளிகளைச் சொல்லும் போது ஒரு சில கூடவா உபயோகமில்லாமல் இருக்கும்? சிலவற்றை எடுத்துக்கொண்டார்கள். பரந்துபட்ட அளவில் அவருடைய கல்விக்கொள்கை அவருடைய குடும்பத்திற்கும் ஒத்து வரவில்லை, நாட்டுக்கும் ஒத்துவரவில்லை.

சித்ரா : காந்தியினுடைய கொள்கைகள் சக மனிதர்கள் சேர்ந்து வாழ்வதைப் பற்றியும், ஒரு தேசமாக ஒன்றிணைந்து வாழ்வதைக் குறித்தும் என்ற நோக்கில் பார்க்கும்போது பரந்துபட்டதாகவும், தொலைநோக்கு உடையதாகவும் இருக்கின்றன என்பதைப் பற்றி என்ன நினைக்கிறீர்கள்?

அரவிந்தன் : அந்த வகையில் முக்கியமானது செக்யுரிலிசம். காந்தியினுடைய மிகப்பெரிய பங்களிப்பும் அவர் செய்ததிலேயே இன்றைக்கும் மிகப்பொருத்தப்பாடு உள்ளது எதுவென்றால் It is secular outlook. ரௌலட் சட்டம் சம்பந்தமாக சத்தியாகிரகம் நடத்த முனையும்போது அந்த சமயத்தில் சென்னையில் பெரும் கூட்டம் நடக்கிறது. அதே சமயத்தில்தான் மாப்ளா கலவரம் நடந்து படுகொலைகள் நடந்திருக்கின்றன. மதமாற்றங்கள் நடந்திருக்கின்றன. அந்த மாதிரி சூழலிலும் சென்னையில் நடந்த கூட்டத்தில் இஸ்லாமியர்கள் தொழுகைக்காக ஐந்து நிமிடம் ஒதுக்குங்க என்கிறார். அந்தக் கூட்டத்தில் அதைச் செய்யவே தனி தைரியம் வேண்டும். அதைச்செய்யக்கூடிய மனிதாபிமானம் வேண்டும். அதற்குக் காரணம் யாரோ ஒரு முஸ்லீம் எங்கோ தவறு செய்ததற்காக உலகம் முழுக்க இருக்கிறவர்களை வெறுக்க முடியாது. இந்தப் பார்வையை அவர் எல்லாத் தரப்புக்கும் தருகிறார். ஒரு தவறான புரிதலால் சிறுபான்மையினர் பக்கம் ஒரு சாய்வோடு நடந்து கொண்டார்என்று பாதிவாகியிருக்கு. கிறிஸ்தவ மிஷனரிகளோடு மிகக் கடுமையான வாதங்களை அவர் முன்வைத்திருக்கிறார். ஏன் மதமாற்றம் செய்கிறீர்கள்? நீங்கள் செய்யும் இந்த சேவையை மதமாற்றம் என்பது இல்லாமல் செய்தால் உங்களுக்கே அது மேன்மை இல்லையா? மிக மிகக் கடுமையாக கிறிஸ்தவ மிஷனரிகளோடு தொடர்ந்து விவாதம் செய்திருக்கிறார். ஆனால் அதேசமயம் அவர்களோடு மிகப் பெரிய நட்புறவில் இருந்ததும் அவர்தான். உரையாடல். தொடர்ந்து உரையாடல். தன்னுடைய நிலைப்பாடுகளையும் அவர் எங்கேயும் விட்டுக் கொடுத்துவிடவில்லை. தொடர்ந்து அதை வலியுறுத்தியபடியே தான் இருந்திருக்கிறார். ஏதாவது ஒரு புள்ளியில் ஒற்றுமையை அடைய இயலும் என்று அவர் நம்பினார். இரண்டு தரப்புகள் எப்படி இணைந்து பேசிக்கொள்ள முடியும் என்பதற்கு இன்றைக்கும் பொருத்தப்பாடு உடையவராக இருப்பவர் காந்திதான்.

சித்ரா : தனதுபல்வேறு செயல்பாடுகளுக்கு மத்தியிலும் காந்தி தொடர்ந்து பேசியும், எழுதியும் வந்திருக்கிறார். காந்தியின் எழுத்தை

நேரடியாக வாசிக்கும்போது நாம் இன்னும் அவரை அணுக்கமாக உணர முடிகிறது. அப்படி உங்களை ஈர்த்த விஷயம் என்னென்ன?

அரவிந்தன் : ராமசந்திர குஹா, காந்தி பயோகிராபி இரண்டு தொகுதிகள் போட்டிருக்கிறார். என்னைக் கேட்டால் லூயி பிஷர் பயோகிராபி D.G. Tendulkar-இன் எட்டு தொகுதிகள். இவைதான் காந்தியின் வாழ்க்கைக் குறித்த சித்திரங்களைத் தருகின்றன. D.G. Tendulkar, குஹாவும் கூட வாசிக்க எளிமையானது இல்லைதான். மகாத்மா காந்தி தொகுப்பு நூல்கள் இப்போது இணையத்திலேயே கிடைக்கின்றன. நேரடியாக பதிவிறக்கிக் நாம் மூலத்தையே பார்த்துவிடமுடியும். He is a complex man. ஆனால் அவரிடம் நேர்மையின்மை என்பது கிடையாது. தான் சொல்லவந்ததைத் தெளிவாக, மிகத் தெளிவாக சாதாரண மொழியிலேயே சொல்லிவிடுகிறார். காந்தி, நேருவின் மூல ஆதாரங்களைத்தேடிப் படிப்பதில் எனக்கு எப்போதும் விருப்பம். காந்தியாருக்கு எப்போது கடிதம் எழுதினாலும் தனிப்பட்ட முறையில் விசாரிப்பார். உடல்நிலை எப்படியிருக்கு? முந்தைய கடிதத்தில் குறிப்பிட்டாயே இந்தக் கடிதத்தில் ஏன் எழுதவில்லை என்று. இப்படி மனித உறவுக்கான குறிப்புகள் அவரது கடிதங்களில் தொடர்ந்து வந்து கொண்டேயிருக்கும். He is a good communicator. அவரளவு இதைச் செய்தவர்களில் இந்திய அளவில் அவர்தான் முதலாமவர். அவரளவு யாரும் இல்லை. அதற்குப் பிறகு நேரு.

சித்ரா : உலகத்தை அடுத்த கட்டத்திற்கு ...?

அரவிந்தன் : முதலில் நான் பரிந்துரை செய்வது நல்ல Biographics. லூயி பிஷர் உடையது. உடனே இதை வெளிநாட்டுக்காரர் போட்டார் என்று மறுத்துவிடக் கூடாது. பாரதிய வித்யாபவனே இதை வெளியிட்டிருக்கு. லூயி பிஷர் ஒரு வாரம் காந்தியோடு தங்கி இருந்து எழுதியது. அடிப்படையில் அவர் ஒரு கம்யூனிஸ்ட். ஸ்டாலின், லெனின் இவர்களிடமிருந்து காந்தியிடம் வந்தார். லூயி பிஷர் காந்தியைப் புரிந்து கேள்விகளால் அவரை ஆராய்கிறார். காந்தியிடம் குறை உண்டா? உண்டு. அடிப்படையில் அவர் ஒரு மனிதர். அப்படித்தான் தன்னைப் புரிந்துகொள்ள வேண்டும் என்று எதிர்பார்த்தார். மகாத்மா என்று அவர் தன்னை முன்னிறுத்தவில்லை. முதலில் காந்தியைப் புரிந்து கொள்ளுங்கள். என்ன குறை என்பதைக் கேளுங்கள். நான் கடந்த பத்து வருடங்களாகக் காந்தியைப் பற்றி எழுதியதில் பல அவதூறுகளுக்கு எதிராகத் திரும்பத் திரும்ப எழுதியிருக்கிறேன். எல்லாமே மறுக்கின்ற

பதிவுகளைத்தான் எழுதியுள்ளேன். அவர் மீது வைத்த நம்பிக்கை மோசம் போனதே இல்லை. ஒரு விமர்சனத்தைச் சொல்லும்போது அவதூறுதான் வந்திருக்கும். நான் தேடிப்போயிருக்கிறேன். மீண்டும் மீண்டும் தொடர்ந்து அக்னி பரீட்சை வைத்தாலும் காந்தியும் நேருவும் அதிலிருந்து புடம் போட்டத் தங்கமாகத்தான் வெளியில் வருகிறார்கள். இன்றுவரைக்கும் அவர்கள் என்னை ஏமாற்றியதில்லை.

சித்ரா : மிக்க நன்றி.

ஆசை

எழுத்தாளர்
பத்திரிகையாளர்.

சித்ரா : ஒவ்வொருவருக்கும் காந்தியை நோக்கி வருவதற்கான வழிகள் வேறுவேறாய் இருக்கும். சிலர் விமர்சனம் மூலமாகவும், சிலர் வெறுப்பு காரணமாகவும், அவரிடம் என்ன இருக்கிறது எனத் தெரிந்து கொள்ள முனைவதன் மூலமாகவும் வருவார்கள் அப்படி காந்தியைப் பற்றிய உங்கள் தேடல்; புரிதல் எங்கிருந்து ஆரம்பித்தது? எப்படி நீங்கள் அவர்பால் ஈர்க்கப்பட்டீர்கள்?

ஆசை : சிறுவயதில் பாடப்புத்தகங்கள் மூலம் எல்லோருக்கும் காந்தி அறிமுகமாவார். அப்போது அவர் சாதாரண காந்தி தாத்தா தான். அதைத்தாண்டி பெரிதாய் ஏதும் தெரியாது. பிற உயிர்களைக் கொல்லக்கூடாது, உண்மையையே பேச வேண்டும் என இப்படி ஒரு எளிமைப்படுத்தப்பட்ட காந்திதான் அறிமுகம் ஆகியிருந்தார். அதைத்தாண்டி பெரிய ஈர்ப்பு சிறுவயதில் இல்லை. கல்லூரி நாட்களிலும் பெரிய ஈர்ப்பு இருந்ததில்லை. நான் திராவிட இயக்கப் பின்னணியைச் சேர்ந்தவன். இயல்பாய் (இன்றுவரை) பெரியார் மீது ஈடுபாடு உண்டு. பின்னர்தான் காந்தியை வந்தடைகிறேன். அது எப்போதென்றால் கிரியா பதிப்பாசிரியர் திரு. கிரியா ராமகிருஷ்ணன் தனக்கும் காந்திக்கும் ஏற்பட்ட உறவைக் கூறினார். அவரும் என்னைப் போன்றே சிறுவயதில் காந்தி மீது பெரிய பற்றின்றி இருந்தாராம். காந்தி நூற்றாண்டு விழா 1969-ல் கொண்டாடியபோது தில்லியில் ஒரு புகைப்பட கண்காட்சிக்கு அவர் நண்பர் அவரை அழைத்துச் சென்றுள்ளார். பெரிய ஈடுபாடின்றியே உள்ளே சென்றுள்ளார். சென்ற பாதி வழியிலேயே கண்ணீர் தாரை தாரையாக வந்துவிட்டது என்று அவர் என்னிடம் பகிர்ந்து கொண்டார். எனக்கு இதுதான் ஆச்சரியமாக இருந்தது. காந்தி மீது அவ்வளவாக ஈடுபாடு இல்லாத ஒரு நபருக்கு கண்காட்சியில், பாதி வழியிலே கண்ணீர் தாரை தாரையாக வருகிறதென்றால் என்ன காரணம். அந்த ஆன்ம சக்தி என்னவாக இருந்திருக்கும் என்ற ஆர்வம் எனக்கு தோன்றியது. அடுத்த சில மாதங்களில் நண்பர், மறைந்த கலை விமர்சகர் தேனுகா, லூயி பிஷர் எழுதிய காந்தியைப் பற்றிய ஆங்கில புத்தகத்தை எனக்குத் தந்து படிக்கக் கூறினார். அந்நூலைப் படிக்கும்போது பல பக்கங்களில் அழுதுவிட்டேன். நான் படிக்கும்போது அழுத வெகுசில புத்தகங்களில் அதுவும் ஒன்று. இன்றுவரைத் திரும்பத்திரும்ப படிக்கிறேன். காந்தி பற்றி எத்தனை புத்தகங்கள் வந்தாலும், படித்தாலும் அந்த புத்தகம் தரும் உணர்வு வேறு. இப்படித்தான் காந்தியை நான் கண்டடைந்தேன். இது என் 29 வயதில் நடந்தது என நினைக்கிறேன். அடுத்து வந்த 10 வருடங்களில் அவரது உயரம் மேலே மேலே போய்க்கொண்டு இருக்கிறது என்றே எண்ணுகிறேன்.

சித்ரா : நீங்கள் நிறைய, காந்தியைப் பேசுதலில், காந்தியின் பல போராட்டங்களைப் பற்றி மிக உணர்ச்சிகரமான கட்டுரைகளை வடித்திருக்கிறீர்கள். காந்தியின் போராட்ட வழிமுறை என்பது மற்றவர்களைவிட மிக வித்தியாசமான ஒன்றாக அமைந்திருக்கிறது என்பதை வரலாற்றில் நாம் பார்க்க முடிகிறது. முதலில் மக்களுடைய மனதில் அதைப்பற்றிய புரிதலை ஏற்படுத்துவது, பின் அவர்களது மனசாட்சியை ஒன்றாக்குவது, பிறகு அந்தப் போராட்டத்தை நோக்கிய குவிமையத்தை உருவாக்கிவிட்டுப் போராட்ட களத்திற்குள் செல்வது போன்ற அழகான படிநிலைகள் சார்ந்த போராட்ட முறையினை அவர் கைக்கொண்டிருந்தார். இதில் எந்த எந்த வழிமுறைகள் எவ்வளவு மிகச் சிறப்பாகவும் தனித்துவமுடையதாகவும் இருப்பதாக நீங்கள் பார்க்கிறீர்கள் ?

ஆசை : காந்தி வடிவமைத்த போராட்ட முறையானது அதற்கு முன்னும் சரி பின்னும் சரி அப்படியான முறையை உலகத்தில் யாராலும் பார்க்கமுடியாது. அவர் அதற்கு சத்தியாகிரகம் என்ற பெயரைக் கண்டுபிடித்துக் கொடுத்தார். அதற்கு அவர் தோரோவில் இருந்து டால்ஸ்டாயில் இருந்து மேலும் பல இடங்களில் இருந்து Inspiration-ஆக எடுத்தாலும் 'சத்தியாகிரகம்' முழுக்க முழுக்க அவர் கண்டுபிடிப்புதான். அவர் யாரையும் எதிர்த்துப் போராடவில்லை. எதிரி என்று யாரையுமே முன்னே வைத்துப் போராடவில்லை. முதலும் முடிவுமாக தன்னை எதிர்த்துப் போராடுவது தான் அந்த சத்தியாகிரகம். 'தான்' என்பதே மிக பலமாக இருந்தால் ஒரு கட்டத்தில் அதையே எதிர்த்துப் போராட வேண்டியது வரும். உங்கள் ஈகோவை எதிர்த்துப் போராடுவதுதான் பெரிய போராட்டமாக இருக்கும். அதை எதிர்த்துப் போராட துவங்கிய பின் எதிரி (அ) எதிர் தரப்பினை எதிர்த்துப் போராடுவது பெரிய விசயமில்லை. சத்தியாகிரகத்தில் காந்தி செய்த பெரிய விடயம் அதுதான். அப்படி செய்ததால்தான் அவ்வளவு படைகளுடனும் ஆயுதங்களுடனும் ஆளும் வர்க்கம் வந்தாலும் துணிந்து அவ்வளவு மக்களும் உயிரை துச்சமாக நினைத்து நிற்கிறார்கள். வெறும் நிராயுதபாணிகளாக வந்து என்னை எடுத்துக் கொள்ளுங்கள் என்று சொல்வது போல நிற்க முடிகிறதல்லவா? அது அந்தப் போராட்ட வழிமுறையின் பெரிய பலம்.

சித்ரா : எதிர்தரப்பு என ஒன்று கிடையாது. எதிரி என்று ஒருவர் கிடையாது என்பதே அவருடைய வாழ்க்கைச் செய்தியாக இருந்தது. காந்தியின் பல போராட்டங்களில் தென்னாப்பிரிக்காவில் துவங்கி நம் விடுதலை அடையும் வரைக்குமான போராட்டங்களில் நீங்கள்

முக்கியமானதாகவும் உங்கள் மனதுக்கு நெருக்கமானதாகவும் நினைக்கின்ற போராட்டங்கள் பற்றி சொல்லுங்கள்.

ஆசை : நிறைய போராட்டங்களை அவர் நடத்தியிருக்கிறார். அதில் மூன்று போராட்டங்கள் என்னைக் கவர்ந்தவை. இந்தியா வந்த பிறகு சம்பரான் சத்தியாகிரகம்; அகமதாபாத் ஆலைத் தொழிலாளர்கள் போராட்டம்; உப்புச் சத்தியாகிரகம் இந்த மூன்றும் என்னை மிகவும் கவர்ந்த போராட்டங்கள்.

சித்ரா : நீங்கள் கூறிய அந்தப் போராட்ட வரிசையில் சம்பரான் போராட்டம் மிகமிக வரலாற்று முக்கியத்துவம் வாய்ந்த போராட்டம். காந்தியை உண்மையாகவே இந்தியாவிற்கு அடையாளம் காட்டிய போராட்டம். அது மிகவும் வரலாற்றில் பேசப்பட வேண்டிய போராட்டம். அதைப் பற்றிக் கொஞ்சம் விளக்கமாக சொல்லுங்கள்.

ஆசை : 1915-ல் தான் தென்னாப்பிரிக்காவில் இருந்து இந்தியா திரும்புகிறார். 20 வருடம் அங்கிருந்து விட்டு அவரும் ஒரு அந்நியர் மாதிரிதான் அப்பொழுது அப்படி வருகின்றபொழுது காந்தியின் குருக்களில் ஒருவரான கோகலே ‘‘நீங்கள் இந்தியாவில் ஒரு வருடத் திற்கு வாயை பொத்திவிட்டு கண்ணையும் காதையும் திறந்து வைத்து விட்டுப் பயணம் செல்லுங்கள். அப்பொழுதுதான் இந்தியாவைப் பற்றி தெரிந்துகொள்ள முடியும் கற்றுக்கொள்ள முடியும்’’ என்று சொல்லித்தான் அனுப்புகிறார். அப்படிச் செல்லும்போது இந்தியா முழுவதும் பயணம் செய்து நிறையக் கற்றுக்கொள்கிறார். எவ்வளவு ஏழ்மையாக இருக்கிறது நாடு என்பதைத் தெரிந்து கொள்கிறார். அப்படி வந்த சில நாட்களுக்குப் பின் பீகாரின் சம்பாரன் பகுதியைச் சார்ந்த விவசாயி ராஜ்குமார் சுக்லா (தென்னாப்பிரிக்காவில் காந்தி நடத்திய போராட்டங்கள் பற்றிப் படித்து அவர் மீது நல் அபிப்ராயம் கொண்டவர்) காந்தியைச் சந்திக்க அனுமதி கேட்டு வந்திருந்தார், சம்பாரன் பகுதியில் அவுரி விவசாயிகள் எதிர்கொள்ளக்கூடிய பிரச்சனைகளைப் பற்றி மிக உருக்கமாகச் சொல்கிறார். நில உரிமை யாளர்கள் எல்லாம் ஆங்கிலேயர்கள். அவர்கள் விவசாயிகளிடம் நிலங்களைக் கொடுத்து முழுவதுமாகப் பணப்பயிராக மாற்றி விட்டார்கள். ஏற்கனவே மிக வறுமையில் இருந்தார்கள். எக்கச்சக்கமான வரிவிதிப்பு, பறிமுதல் என மிகக் கொடுமை நிகழ்த்திக் கொண்டிருந்தனர். இதற்கு காந்தி வந்து ஏதாவது செய்யவேண்டும் என்று ராஜ்குமார் சுக்லா கூறுகிறார். இந்தியாவிற்குப் புதியவரான ‘‘நான் ஒரு இடத்திற்கு வந்து அங்குள்ள சூழ்நிலை என்ன என்று தெரியாமல் ஏதும் செய்ய முடியாது. நான் பார்க்கிறேன்’’ என்ற வாக்குறுதியைக்

கொடுத்துவிட்டு காந்தி சென்று விடுகிறார். மீண்டும் ஒரு நான்கு மாதங்கள் காந்தி செல்கிற இடத்திற்கெல்லாம் சென்று ராஜ்குமார் சுக்லா காந்தியைப் பார்க்கிறார். 1917 ஏப்ரலில் சம்பாரன் செல்கிறார் காந்தி. காந்தி இந்தியா வந்து அப்போது இரண்டு ஆண்டுகள்தான் ஆகியிருந்தது. ஆனால் ஒரு மீட்பர் தான் தங்களை நோக்கி வருகிறார் என்று சம்பாரனில் அநேக கூட்டம் கூடுகிறது. அவரை கை வண்டியில் இழுத்து செல்வதற்கெல்லாம் தயாராய் இருக்கிறார்கள். இவர் அது போன்று செய்யக்கூடாது என்று சொல்லிவிடுகிறார். பெருந்திரளாய் மக்கள் அவரைப் பார்க்க வந்திருக்கிறார்கள். அதன் பிறகு காந்தி அங்கிருப்பவர்களை ஒருங்கிணைக்கிறார். (குறிப்பாக வழக்கறிஞர் ராஜேந்திர பிரசாத் போன்றோரை எல்லாம்) போராட்டம் போராட்டம் என்று சொல்கிறோம், ஆனால் அங்கு போராட்டமே நடக்கவில்லை; ஆரம்பிக்கவுமில்லை. மக்களுக்கு ஆதரவாக வழக்கறிஞர் போன்றோரை ஒருங்கிணைக்கிறார். ஒரு கம்யூன் போன்று ஏற்படுத்துகிறார். அதற்கு முன் அந்த வழக்கறிஞர் வீடுகளில் வேலையாட்களை வைத்திருப்பர். கம்யூனில் வந்த பிறகு எல்லா வேலைகளையும் அவர்கள் தான் செய்ய வேண்டும். கழிப்பறையை சுத்தம் செய்வது (அதைத் தான் முதலில் சொல்லிக் கொடுப்பார்), தன் துணிகளைத் தானே துவைப்பது; சமைப்பது இப்படி எல்லாவற்றையும் ஒரு குழுவாகச் செய்யவேண்டும் என்று கூறினார். கஸ்தூர்பாயை அங்கு கூப்பிட்டுக் கொண்டார். அவர் ஆசிரமம் ஆரம்பித்து சிறிது நாட்கள்தான் ஆகிறது. அது இன்னும் நிலைகொள்ளவில்லை. அதற்குள்ளாகவே இன்னொரு பிரதேசத்தில் அங்குள்ள மக்களுக்காகப் போராடச் சென்று, அங்கு கஸ்தூர்பா அவர்களையும் அழைத்துக் கொள்கிறார். முதலில் அங்குள்ள நிலைமையை ஒவ்வொரு இடமாக சென்று பார்க்கிறார். பல்லாயிரம் மக்கள் இவரிடம் தங்கள் குறைகளைக் கூறுகின்றனர். பல நாட்கள் இப்படி பதிவு செய்வதிலேயே சென்றுவிடுகிறது. காந்தியோ நம்மிடம் பேசுவதே அவர்களுக்கு பெரிய ஆறுதலாக இருக்கும் என்பதற்காகவே இதனை மேற்கொண்டார். என்ன நடக்கிறது என்பதை பதிவு செய்யும் வேலைகள் நடக்கிறது. இதை போலீஸில் இருந்து சிபி சிஐடி போன்றோர் குறித்துக் கொண்டிருக்கின்றனர். காந்திக்கு அவர்கள்மேல் தனிப் பிரியம் இருக்கும். எதிர் தரப்பினரான நில உரிமையாளர்களிடம் இவர்கள் தரப்பினை விளக்குகிறார். விவசாயிகள் பிரச்சினை என்றவுடன் விவசாயிகள் சொன்னதை மட்டும் கேட்டுவிடவில்லை. முதலாளிகள் சொல்வதையும் கேட்கிறார். இவை நடக்கும்போதே இவரை இங்கிருந்து அகற்றவேண்டும் என்று முயற்சிகள் நடக்கின்றன. இவர்

ஏதும் செய்யவில்லை. என்ன நடக்கிறது என்று பதிவுதான் செய்கிறார். ஆனால் அவரை அகற்ற நீதிமன்ற ஆணையெல்லாம் வருகிறது. நீதிமன்றத்தில் ஆஜராக சொல்கின்றனர். இவரும் ஆஜர் ஆகிறார். நீதிபதி, ‘‘நீங்கள் உடனடியாக இந்தப் பிரதேசத்தை விட்டுப் போக வேண்டும், இல்லையென்றால் அபராதம் விதிக்கப்படும்’’ என்று கூறுகிறார். ‘‘என்னிடம் அபராதம் கட்ட பணமில்லை’’ என்கிறார். அவர்கள் இவரைத் தண்டிக்க நினைப்பர், ஆனால் இவர் எனக்கு என்ன வேண்டுமானாலும் தண்டனை கொடுங்கள், 6 வருடமோ 10 வருடமோ சிறையில் போடுங்கள் என்று சொல்லிவிடுவார். இவர் தான் கலவரம் செய்ய வரவில்லை. மக்கள் பிரச்சனையை அறிந்து சுமூகமாக தீர்க்கத்தான் வந்திருக்கிறேன் என்பதை புரியவைத்து அதற்கான வேலைகள் போய்க்கொண்டு இருக்கிறது என்பார். இதற்கிடையில் இன்னும் பல கூத்துகள் அப்போது நடந்தன. காந்தி மீது கோபப்பட்டு கலெக்டர் ஒருவர், கோபமாகக் கடிதம் ஒன்று எழுதி அதை காந்திக்கு அனுப்புகிறார். பின் அவசரப்பட்டு அனுப்பிவிட்டேன் எனக்கூறி வாபஸ் வாங்கிக் கொள்கிறேன் எனத் தகவல் அனுப்புகிறார். அதற்குள் கடிதம் காந்தியை வந்தடைகிறது. காந்தியைச் சுற்றியுள்ள இளைஞர்கள் அதை நகல் எடுத்து வைத்துவிட்டு திருப்பி அனுப்பிவிடுவோம் என கூறினார்கள். காந்தியோ அதை செய்யக்கூடாது அது தப்பு பிரித்துப் பார்க்காமல் அதை கலெக்டரிடம் அனுப்புங்கள் எனச் சொல்கிறார். இந்த மாதிரி முழுக்க எதிர்தரப்பை நம்புவது எதிர்தரப்புடன் ஐக்கியமாவது என்பது காந்தியிடம் எல்லா போராட்டங்களிலும் பார்க்கலாம். ஒரு உதாரணமாக, தொழிலாளர்களுக்கு சம்பள உயர்விற்காக போராட்டம் வருகிறதெனில் உடனே அதை மட்டும் நோக்கமாட்டார் காந்தி. அங்கு வந்து அவர்கள் வீட்டில் சுகாதாரம் எப்படி இருக்கிறது, அவர்களில் கல்வி எப்படி இருக்கிறது, தீண்டாமையை அவர்கள் அனுசரிக்கிறார்களா? இல்லையா? இஸ்லாமியர்களுடன் இணக்கமாக இருக்கிறார்களா? இல்லையா? என இப்படி எல்லாவற்றையும் சேர்த்துதான் காந்தி ஒரு போராட்டத்தை வடிவமைப்பார். அவுரி விவசாயிகள் பிரச்சனைக்காகத் தான் சம்பாரன் வந்தது. ஆனால் அங்கு பள்ளிக்கூடம் ஏற்படுத்துகிறார். பெண்ணடிமைத் தனம் எப்படி இருக்கிறது என்பதையெல்லாம் பார்த்துதான் ஒரு போராட்டத்தை காந்தி செய்வார். ஒரு விடயத்துக்காகப் போராடமல், இவை எல்லாவற்றையும் சேர்த்து செய்தால் தான் உண்மையான போராட்டத்தின்வெற்றி என்பார். ஒருவருடத்திற்கு மேல்அங்கு இருந்து விவசாயிகளின் பிரச்சனையை அரசிற்குக் கொண்டுபோய் உரிய

நிவாரணமும் வாங்கித் தந்து அங்கிருந்து வெளியே வரும்போது கூட இத்துடன் இதிலிருந்து தலைமுழுகிக் கொள்கிறேன் என்றில்லாமல் தொடர்ந்து அந்தப் பள்ளி நடப்பதற்கான ஏற்பாடுகளைச் செய்துவிட்டு தான் சம்பாரனில் இருந்து வருகிறார்

சித்ரா: சம்பாரன் பற்றி மிக விளக்கமாக அழகாகச் சொன்னீர்கள். எப்படி அவர் ஒரு வருடம் அங்கேயே இருந்து, அங்குள்ள நிலைமைகளை அறிந்து, போராட்டத்தை முன்னெடுத்தார் என்பதை அடுத்து காந்தி ஒரு அரசியல் போராட்டவாதியாக மட்டும்தான் சித்தரிக்கப்படுகிறாரே ஒழிய அவர் விவசாயிகளுக்காகவும் தொழிலாளர்களுக்காகவும் போராட்டங்களை முன்னெடுத்தவர் என்பது நிறையப் பேசப்படவில்லை. அந்த வகையில் அகமதாபாத்தில் மில் தொழிலாளர்களுக்காக அவர் முன்னெடுத்த போராட்டம் மிக மிக முக்கியத்துவமான ஒன்று. அதைப் பற்றி கொஞ்சம் விரிவாகச் சொல்லுங்கள்.

ஆசை : வழக்கமாக காந்தியை அவர் முதலாளித்துவத்திற்கு நெருக்கமானவர், முதலாளிகளுக்கு நெருக்கமானவர் என்ற தவறான பிரச்சாரம் அவர் காலத்திலிருந்தே இன்று வரைக்கும் உண்டு. ஆனால் அது உண்மை அல்ல. காந்தி ஏழைகளுக்கும் தொழிலாளர்களுக்கும் பக்கபலமாக இருந்தார். அதனால் முதலாளிகளை எதிரியாகவோ விரோதித்துக் கொண்டே இருந்ததில்லை. இரண்டு தரப்பிற்கும் உரியவராக தன்னால் இருக்கமுடியும் என்பதைக் காட்டினார். இந்த சம்பரான் போராட்டம் நடந்துகொண்டிருக்கும் போதே காந்திக்கு ஒரு கடிதம் வருகிறது. அந்த கடிதத்தை எழுதியவர் மிருதுளா சாராபாய். அவர் அம்பாலால் சாராபாய் என்ற ஆலை உரிமையாளரின் சகோதரி.இங்கு தொழிலாளர் போராட்டம் நடக்கிறது. இந்த போராட்டத்தில் நீங்கள் தொழிலாளர்களுக்கு உதவ வேண்டும் என்று கடிதம் எழுதுகிறார். அதாவது ஆலை உரிமையாளரின் சகோதரி தொழிலாளர்களுக்காக உதவ வேண்டி காந்தியைக் கூப்பிடுகிறார். காந்தி அந்த கடிதத்தைப் பார்க்கிறார். இதற்கு முன் அம்பாலால் சாராபாய் பற்றிய அறிமுகத்தைச் சொல்ல வேண்டும். காந்தி 1916ல் அவர் அப்போது தான் துவங்கியிருந்த ஆசிரமத்தை நடத்த மிக கஷ்டப்பட்டார். என்ன காரணம் என்றால் ஒரு தாழ்த்தப்பட்ட குடும்பத்தை ஆசிரமத்தில் அவர் இணைத்துக் கொண்டதால் அது வரை அவருக்கு கிடைத்த நிதியுதவி நின்றுவிட்டது. ஆசிரமத்திற்குள் இருந்தவர்களும் காந்தியின் அச்செயலை ஏற்றுக்கொள்ளவில்லை. இப்படிப்பட்ட சமயத்தில் ஒரு கார் அந்த ஆசிரமத்திற்கு வருகிறது.

அதிலிருந்த ஒருவர் அங்கு விளையாடிக் கொண்டிருந்த குழந்தையை அழைத்து காந்தியை கூப்பிட சொல்கிறார். காந்தி வந்தவுடன் காரிலிருந்த நபர் சொல்கிறார். இந்த ஆசிரமம் நடப்பதற்கு சிரமப்படுவதாக கேள்விப்பட்டேன். நான் நிதியுதவி செய்ய ஆசைப்படுகிறேன். செய்யலாமா என்று கேட்டார். 'தாராளமாக' என்று காந்தி சொல்கிறார். மறுநாள் 13000 ரூபாயைக் கொண்டுவந்து அதே மாதிரி வாசலில் வைத்தே ஆசிரமத்திற்குள் கூட வராமல் கொடுத்து விட்டுப் போய்விட்டார் (அந்தப் பணம் இப்போது பல லட்சத்தைத் தாண்டியத் தொகை) அப்படிக் கொடுத்த அம்பாலால் சாராபாய் தான் ஆலை உரிமையாளர்கள் சங்கத்தின் தலைவராக இருக்கிறார். தன் ஆசிரமத்திற்கு உதவி செய்த அவரை எதிர்த்து தான் காந்தி இப்போது போராடப் போகிறார். இதற்கு துணை அம்பாலாலின் சகோதரி. முதலில் போராட்ட களத்திற்குள் வந்த பிறகு எல்லா தொழிலாளர்களையும் வேலை நிறுத்தத்தில் ஈடுபட சொல்கிறார். அப்படி செய்தால் முதலாளிகள் இணங்கி வருவார்கள் என பார்க்கிறார்கள். அப்படியும் அவர்கள் இணங்கி வரவில்லை பஞ்சம் வந்த பிறகு நாங்கள் மிக சிரமப்படுகிறோம். எங்களுக்கு ஊதியமாக 35ரூபாய் வேண்டும் என்கிறார்கள். ஆலை உரிமையாளர்களோ 28 ரூபாயைத் தாண்டி எங்களால் தர முடியாது என்று சொல்கிறார்கள். இதற்கிடையில் பேச்சுவார்த்தைக்கு கூப்பிட்டுப் பார்க்கிறார். யாரும் வரவில்லை. வேறு வழியே இல்லை என்றபோது வேலைநிறுத்தம் நடைபெறுகிறது. போகப்போக காந்தி கூட்டத்திற்கு வரக்கூடிய தொழிலாளர்களின் எண்ணிக்கை குறைகிறது. முதலாளிகள் ஆசை வார்த்தைகளைக் காட்டி தொழிலாளர்களைத் தங்கள் பக்கம் ஈர்த்துக் கொண்டார்கள். அதுமட்டுமில்லாமல் பகலில் இங்கு போராட்டம் நடத்திவிட்டு மாலை காரில் காந்தியும் மிருதுளா சாராபாயும் அம்பாலால் வீட்டிற்கு சென்று அங்கு இரவு உணவு சாப்பிட்டுவிட்டு கிளம்பிவிடுவார்கள். இதை பார்த்துவிட்டு முதலாளிகளின் கைக்கூலி தான் காந்தி என்று சிலர் பேச ஆரம்பித்துவிடுகிறார்கள். போராட்ட களத்தில் இருக்கும்போது இதற்கு உரிய நியாயம் சொல்கிறார். அங்கு (இரவு உணவிற்கு) நண்பராகத்தான் போகின்றார். ஆனால் தன்னை சமரசம் செய்து கொள்ளவில்லை. இப்படிப் பேச்சு வந்ததால் காந்தி உண்ணாவிரதம் இருக்கத் துவங்குகிறார். அதன்பின்தான் காந்தி தரப்பு நியாயம்; சத்தியம் தொழிலாளர்களுக்குப் புரிய ஆரம்பிக்கிறது. வேலைக்கு சென்றவர்களெல்லாம் வேலையை விட்டு காந்தியுடன் போராட வந்துவிட்டனர். காந்தியின் உண்ணாவிரதம் ஆலை உரிமையாளர்களுக்குத் தார்மீக அழுத்தத்தைக் கொடுக்கிறது. இதனால்

பேச்சுவார்த்தைக்கு வருகிறார்கள். தொழிலாளர்கள் 35 ரூபாய் கேட்டனர். முதலாளிகள் 28 ரூபாய் தருவதாகக் கூறினார்கள். இரண்டிற்கும் நடுவில் காந்தி சமரசம் பேசி 32 ரூபாய்க்கு சம்மதிக்க வைக்கிறார். நாம் கேட்கலாம், ஏன் 35ரூபாய் கேட்டு வாங்கித் தந்திருக்கலாமே என்று? அது ஈகோ சம்பந்தப்பட்ட பிரச்சனையாக ஆகிவிடும். இரண்டு தரப்பு இருக்கும்போது ஒரு தரப்பு 2 பிடி விட்டு கொடுத்தால் தான் மறுதரப்பு 2 பிடி விட்டுக்கொடுக்கும். இல்லை நின்ற நிலையிலே இருப்பேன் என்றால் கடைசியில் எதுவும் கிடைக்காத மாதிரி சூழல் ஆகிவிடும். அதனால் காந்தியின் கொள்கை என்னவென்றால் நம் பக்கம் கொஞ்சம் விட்டு கொடுப்போமே என்பது. எனவே அவர் சமரசங்களின் நாயகர். தென்னாப்பிரிக்காவில் ஆரம்பித்து அவர் இறக்கும்வரை சில விடயங்களில் சமரசமே பண்ணமாட்டார். சிலவற்றில் சமரசத்திற்கு முக்கியத்துவம் கொடுப்பார். இப்படி நிறைவு பெற்றதுதான் ஆலைத் தொழிலாளர்களின் போராட்டம்.

சித்ரா : சம்பாரன் மற்றும் அகமதாபாத் போராட்டம் பற்றி விரிவாக கட்டுரை எழுதியுள்ளீர்கள். இப்போதும் அழகாக விளக்கமாகச் சொன்னீர்கள். இந்திய வரலாற்றில் மட்டுமல்லாமல் உலக வரலாற்றிலேயே இது போன்ற போராட்டத்தை இனி யாரும் பார்க்கவே முடியாது என்பது போல உணர்ச்சி வசப்பட்டு நிறைய பேர் அதைப் பற்றி கட்டுரை எழுதியிருக்கிறார்கள். பதிவு செய்துள்ளனர். அந்த வகையில் தண்டி யாத்திரை இந்தியாவிற்கு வேறுவிதமான ஒரு அடையாளத்தைக் கொடுத்த மிக மிக முக்கியமான ஒரு போராட்டம். உணர்ச்சிப் பிழம்பில்லாமல் நம்மால் அதைப் படிக்கக்கூட முடியாது என்பது மாதிரிதான். உப்பு மீதான வரியை எதிர்த்து காந்தி நடத்திய போராட்டம். அதைக் கொஞ்சம் விரிவாக சொல்லுங்கள்.

ஆசை : அது வரைக்கும் இந்திய சுதந்திர போராட்டம் ஏதோ இந்தியா விற்குள் நடக்கும் விவகாரமாகத்தான் இருந்தது. ஆனால் இந்த உப்புச் சத்தியாகிரகத்திற்குப் பின்பு உலகளாவிய ஒரு கரிசனம், அக்கறை இந்தியாவிற்கு கிடைக்க மிக முக்கியமான காரணம் இந்த தண்டி யாத்திரை. காந்தி என்ன கூறினார் என்றால் நீர் காற்று இதற்கு அடுத்து மனிதனுக்கு மிக அடிப்படைத் தேவையானது உப்பு. அந்த உப்பையே வைத்திருக்கவோ உற்பத்தி செய்யவோ விற்பனை செய்யவோ இந்தியர்களுக்கு உரிமை மறுக்கப்படுகிறது. அளவிற்கு அதிகமான வரி விதிக்கப்படுகிறது. இதை எதிர்த்து ஒரு பெரிய போராட்டம் நடக்கிறது. இது சிம்பாலிக் ஆகத்தான் இருக்கும். எந்த ஒன்று நடத்துவதென்றாலும் அவருக்கு அது ஒரு சாக்குதான். இதை வைத்துக்கொண்டு இன்னும் பெரிய காய்களை வீழ்த்து

வதற்குதான். உப்புச் சத்தியாகிரகம் என்பது இந்திய சிம்மாசனத்தில் அமர்ந்துள்ள பிரிட்டிஷ் அரசாங்கத்தை உலுக்குவதற்கான முயற்சியே. நிறைய நாள் அவருக்கு என்னசெய்வது என்று தெரியவில்லை. திடீரென ஒருநாள் அவரது இன்னர் வாய்ஸ் சொல்லியது உப்புச் சத்தியாகிரகம் நடத்தலாம் என்று. அவர் ஆசிரமத்தில் இருந்து கடல் ஒரு சில மைல்கள் தான், ஆனால் அவர் தேர்ந்தெடுத்தது தண்டி என்ற 248 கி.மீ தொலைவில் உள்ள கடற்கரையை. ஏனென்றால் இந்த நடையே ஒரு செய்தியாக உலகிற்கும் ஆங்கிலேய அரசிற்கும் போய் சேர வேண்டும். அப்படியெனில் ஒரு பெரிய நடையாக இருந்தால் தானே ஒரு காவிய முகம் அதற்குக் கிடைக்கும். அவர் நாடகம் செய்வதிலும் வித்தகர். அப்போது அவர் வயது 62. அவருக்கு மூட்டுவாதம் போன்ற சில பிரச்சினையெல்லாம் இருக்கிறது. இருந்தாலும் அந்த மனிதர் தளரவில்லை. கூடவே பின்னாடி குதிரை வரும். கடைசிவரை அந்த குதிரையில் ஏறவேயில்லை. ஒவ்வொரு கிராமமாகப் போய் அங்கு சுமுகமான சூழல்; தூய்மை பற்றி வலியுறுத்துவது; தீண்டாமை ஒழிப்பைப் பற்றி பேசுவது என ஒவ்வொரு கிராமத்திலும் இவ்வாறு பேசுவார். கிட்டத்தட்ட ஒரு மாதம் (24 நாட்கள்) கழித்து ஏப்ரல் 6 அன்று தண்டி வந்து சேருகிறார். உப்பு எடுக்கிறார். இதை சொல்கின்றபோது சாதாரண ஒரு கிழவர், 248 கி.மீ நடந்து வந்து உப்பு எடுத்தார் என்று சாதாரணமாகத் தெரியும். ஆனால் இதற்கு பிறகு நடந்தது தான் பெரிய அதிசயம். இதற்கடுத்து உப்பு அள்ளுவது இந்தியாவின் வெவ்வேறு மூலைகளில் நடக்கிறது. வேதாரண்யத்தில் ராஜாஜி தலைமையில் 100 பேர் உப்பு அள்ளுகின்றனர். இன்னும் சிறிது நாட்கள் கழித்து தாராசனா உப்பு ஆலையை நோக்கி சரோஜினி நாயுடு தலைமையில் தொண்டர்கள் போகிறார்கள். அங்கு வரிசையாகப் பட்டாலியன் நிற்கிறார்கள். ஒன்பது ஒன்பது பேராகப் போகின்றனர். முன்னே வரவர பட்டாலியன் லத்தியை வைத்துக்கொண்டு தயாராக இருக்கிறார்கள். ஓங்கி அடிக்கிறார்கள், மண்டையில் போடுகிறார்கள், மண்டை பிளந்து இரத்தம் வருகிறது. அப்படியே மயங்கி விழுகின்றனர். விழுந்தவுடன் ஆட்கள் அவர்களை அப்புறப்படுத்துகின்றனர். பின்னாடி 9 பேர் மறுபடியும் நெஞ்சைக் காட்டிக்கொண்டு வருகிறார்கள். முன் சென்றவர்கள் அடிப்பட்டு விழுகிறார்கள். கொஞ்சமேனும் உயிர் பயம் இல்லாமல் இவர்களும் செல்கிறார்கள் (காந்தி படத்தில் இந்த காட்சியை மிக அருமையாக எடுத்திருப்பார்கள்) இவ்வாறாகச் செல்வார்கள் அடிபடுவார்கள். கீழே விழுந்தவர்களை தூக்கிச் செல்வார்கள். இதனை நேரடியாக வெப் மில்லர் என்ற பத்திரிக்கையாளர் பார்த்து நியூயார்க் டைம்ஸில் கட்டுரை எழுதுகிறார். இந்த உப்புச் சத்தியாகிரகம் பற்றி மிக

உருக்கமாக ஒரு கட்டுரை எழுதிய பிறகு உலகத்தின் கரிசனம், பார்வை இந்தியா மேல் விழுவதற்கு அவர் மிக முக்கிய காரணமாக இருந்தார். அந்த, உயிர் மேலுள்ள பயத்தையே போக்குற அளவிற்கு ஏதோ ஒரு தார்மீக சக்தியை அந்தக் கிழவர் மக்களிடம் கொடுத்திருக்கிறார். காந்தி பயமில்லாமல் இருப்பது இருக்கட்டும். சத்தியாகிரகத்தில் இத்தனை வருட பயிற்சி இருக்கிறது. வெவ்வேறு நாடுகளுக்குச் சென்றுள்ளார். பல சிறைகளில் இருந்துள்ளார். ஆனால் இம்மக்களுக்கு என்ன பயிற்சி இருந்திருக்க முடியும்? என்ன அனுபவம் இருந்திருக்கும்? ஒரே ஒரு சொல், காந்தி என்ற மனிதரை நம்பி அவர்கள் வருகிறார்கள். அவ்வளவு தார்மீக சக்தியைக் கொடுக்கிறது. அதுதான் ஆச்சரியமான விடயம் உப்புச் சத்தியாகிரகத்தைத் பொறுத்தவரை.

சித்ரா : மிக அருமையாக எப்படி நீங்கள் காந்தியை நோக்கி வந்தீர்கள். 29 வயதில் துவங்கி இன்று வரை எப்படி அவருடன் பிரயாணம் செய்கிறீர்கள். அவருடைய போராட்டங்கள் எந்த அளவிற்கு முக்கியத்துவம் வாய்ந்தவை. அவர் எப்படி வேறுவேறு கோணத்தில் பார்க்கப்படவில்லை. ஓர் உணர்ச்சிகரமான மக்களுடைய ஆத்மசக்தியை மட்டுமே நம்பிய போராட்டங்களை அவர் எப்படி முன்னெடுத்தார் என்பதையும் விவசாயிகளுக்கான போராட்டம், ஆலைத் தொழிலாளர்களுக்கான போராட்டம் ,எளிய மனிதர்களுக்குரிய கருவியாக இருந்த உப்பை வைத்து ஒருவர் இவ்வளவு பெரிய அரசியலை செய்யமுடியுமா என்று உலகை வியக்க வைத்த போராட்டம் என இப்படிப் பல போராட்டங்களைப் பற்றியும் உங்களுடைய காந்தியைப் பேசுதலில் எழுதியது போலவே மிக அழகாகவும் விளக்கமாகவும் உணர்ச்சிப்பூர்வமாகவும் எங்களுடன் பகிர்ந்து கொண்டீர்கள். உங்களுக்கு நன்றி. காந்தி பற்றி தொடர்ந்து நீங்கள் பேச வேண்டும். எழுத வேண்டும்.

பி.ஏ. கிருஷ்ணன்

எழுத்தாளர்
விமர்சகர்

சித்ரா : காந்தியைப் பற்றி, கிட்டத்தட்ட 150 வருடங்கள் கழித்தும் தொடர்ந்து பேசக்கூடிய பொருத்தப்பாடு இருக்கின்றது என்பது ஒரு பக்கம் மகிழ்ச்சி அளித்தாலும் இன்னொரு பக்கம் அவரே அவரைப் பற்றி சொல்லுவார், 'என்னை தாண்டி நீங்கள் செல்ல வேண்டும்' என்று பல செய்திகளில் அவர் எழுதியிருக்கிறார். அதை நீங்கள் எப்படிப் பார்க்கின்றீர்கள்? இந்த இரண்டு முரண்களும் இருக்கின்றதல்லவா?

பி.ஏ.கிருஷ்ணன் : அதைப்பற்றி பேசுவதற்கு முன்னால் நம்முடைய விடுதலைப் போராட்டத்தின் பங்கு உலக வரலாற்றில் என்ன வென்பதையும் மனித குல வரலாற்றில் என்னவென்பதையும் பற்றி நாம் தெரிந்து கொள்ளவேண்டும். நம்முடைய விடுதலைப் போராட்டத்தினுடைய அடையாளமாக அறியப்படுபவர் காந்தி. எனவே அதைத் தெரிந்து கொண்டால் காந்தியினுடைய அடையாளமும் அதிலிருந்து தெரியவரும். 1945-க்கு முன்னால் அதாவது இரண்டாம் உலகப் போருக்கும் முன்னால் (League of nations-நாடுகளின் கூட்டமைப்பு) 'உலக நாடுகள் சங்கம்' என்று ஒரு அமைப்பு இருந்தது. உலக நாடுகள் எல்லாம் சேர்ந்த ஒரு அமைப்பு. அந்த அமைப்பிற்குள் அந்தக் காலகட்டத்தில் ஏறக்குறைய மொத்தம் 58 நாடுகள் இருந்தன.

இன்று பார்க்கும் பொழுது ஐக்கிய நாடுகள் சபையில் இன்றளவில் 193 நாடுகள் இருக்கின்றன, உலகத்தில் மொத்தம் 195 நாடுகள் இருக்கின்றன. 137 நாடுகள் எப்படி முளைத்தன என்ற கேள்வியைக் கேட்போமானால் இந்தியாவின் விடுதலைப் போராட்டத்தின் முக்கியத்துவம் நமக்குத் தெரியவரும். இந்தியாவின் விடுதலைப் போராட்டம் தான் உலகத்தின் எல்லா அடிமைப்பட்டிருந்த நாடுகளின் விடுதலை தாகத்தைத் தணிக்கும் காரணியாக இருந்தது. நமக்கே அது தெரியாது. அதைப் பற்றிச் சொல்லவும் மாட்டோம். நம்முடைய விடுதலைப் போராட்டம் பற்றி நமக்கே தெரியாமல் இருக்கின்றது. இதை ஒருவரும் கூறுவதில்லை. இந்த விடுதலைப் போராட்டம் எப்படி வந்தது என்று பார்க்கின்றபொழுது இரண்டு விஷயங்கள் இருக்கின்றன. முதலில் ஏன் காந்தி வந்தார் என்று கேட்டால் அனைவரும், முதலில் போராட்ட சிந்தனையானது மகாராஜாக்களிடமும் பணக்காரர்களிடமே இருந்தது அதை மக்களிடம் கொண்டு சேர்த்தவர் காந்திதான் என்பர். ஆனால் இதில், மக்களிடம் எப்படி கொண்டு சேர்த்தார் என்பதைப் பார்க்க வேண்டும். மக்களுக்கும் அவருக்கும் உள்ள தொடர்பு மந்திரத் தன்மையுடையது. அந்த ஈர்ப்பும் உலக வரலாற்றில் முதன் முதலில் நடந்த ஒன்றாகும். அந்தக் காலகட்டத்தில் நினைத்துப் பார்த்தால் யாரெல்லாம் தலைவர்களாக இருந்தனர்? லெனின், ஸ்டாலின், சர்ச்சில், ரூஸ்வெல்ட் முதலியவர்கள் இவர்கள் அனைவரும் ஒரு

அரசைச் சார்ந்தவர்களாகவோ நாட்டை ஆண்டு கொண்டிருப்பவர்களாகவோ இருந்தவர்கள். ஏதோஒரு பதவியில் இருந்தவர்களாவார்கள்.

காந்தி ஒருவர்தான் பதவியில் இல்லாமல் போராடிக் கொண்டும் இந்த நாட்டு மக்களின் மூலமாகவும் அந்தக் காலகட்டத்தில் உலகிலேயே மிகவும் நேசிக்கப்பட்ட ஒரே தலைவராக இருந்தார். அதற்கு முன்பான காலகட்டங்களில் இயேசுவைப் பற்றி அப்படி சொல்லலாம் மற்றும் பல தலைவர்களை பற்றிக் கூறலாம். ஆனால் நாம் கண்கூடாகப் பார்த்த வரைக்கும் உலக மக்களில் அதிகமானோரால் நேசிக்கப்பட்ட ஒரே ஒரு தலைவர் காந்திதான். அது அவரின் ஒரு சிறப்பாகும். இன்னொரு முக்கிய விஷயம் என்னவெனில் மற்ற எல்லா தலைவர்களும் எப்படி இருந்தாலும் காந்தியோடு கீழ் மட்டத்திலிருந்து போராடுகிற தலைவர்கள், காந்தியை ஆதரிப்பதாகக் கூறும் தலைவர்களைப் பற்றி பார்த்தால் மிகவும் ஆச்சரியமானதாக இருக்கும் மேலே வடமேற்கு மாகாணத்தில் கான் அப்துல் காபர் கான், பஞ்சாபில் பீம்சென் சச்சார், ராஜஸ்தானில் மோகன்லால் சுக்காடியா, மகாராஷ்டிரத்தில் பி.ஜி. கேர், கேரளாவில் ஈ.எம்.எஸ் நம்பூதிரிபாட், தமிழ்நாட்டில் ராஜாஜி, காமராஜர், ஆந்திரப் பிரதேசத்தில் பிரகாசம், ஒடிசாவில் பிஜு பட்நாயக், மேற்கு வங்காளத்தில் பி.சி.ராய், அசாமில் கோபிநாத் பர்தொலோய், மேற்கு வங்கத்தில் சுபாஷ் சந்திரபோஸ், குஜராத்தில் சர்தார் பட்டேல், பீகாரில் ஜே.பி.கிருபாளனி, ஐக்கிய மாகாணத்தில் நேரு, ஜெயபிரகாஷ் நாராயணன் என்று அடுக்கிக்கொண்டே போகலாம். இவர்கள் ஒவ்வொருவரும் உறுதியானவர்கள், இறகு போன்றவர்களல்ல. அனைவரும் தனித்தனியானவர்களல்ல. சுதந்திரப் போராட்டத்தில் பெண்களை அதிகமாகப் பங்குபெற வைத்ததில் காந்தியின் பங்களிப்பு அபாரமானது. அதனால் எந்த விதத்தில் பார்த்தாலும் காந்தியின் இந்தக் கூறுகள் மூன்றும் முக்கியமானவை. நான்காவதாக எல்லா நாடுகளின் தலைவர்களும் காந்தியை கவனித்துக் கொண்டிருந்தனர். ஒரு உதாரணமாக, சுபாஷ் சந்திரபோஸ் தப்பித்து ஜெர்மனி சென்றார், அங்கு ஜெர்மனியில் 1942 ஆம் வருடத்தில் நாஜி சோவியத் ஒப்பந்தம் நடந்த பொழுது வெளியுறவு மந்திரி பதவியிலிருந்து ஹிட்லரின் சாட்சிகளான (Joachim Von Ribbentrop) ஜோச்சிம் வன் ரிப்பன்ட்ராப் என்பவரிடம் சுபாஷ் சந்திரபோஸ் பேசும்பொழுது ரிப்பன்ட்ராபிடம், "காந்தியைத் தற்போது யாரும் கவனிக்கவில்லை" என்று சொன்னார். அதற்கு ரிப்பன்ட்ராப், "இல்லை காந்தி இன்னும் மிக அதிகமான ஆதரவாளர்களை வழிநடத்துபவராக இருக்கின்றார் அது எங்களுக்குத் தெரியும்" என்று சுபாஷ் சந்திரபோஸிடம் கூறுகிறார்.

காந்தியைப் பற்றிய இந்தப் புரிதல் உலகத்தில் உள்ள எல்லா தலைவர்களிடமும் இருந்தது. அதுவே சர்ச்சிலை, காந்தியைக் கண்டு எரிச்சல் பட வைத்தது. அதுவே சர்ச்சிலை ''ஏன் அவர் சாகவில்லை?'' என்று கேட்கும் அளவிற்குத் தூண்டியது. இந்த ஒரு ஈர்ப்பானது வேறு எந்த தலைவர்களுக்கும் இல்லை. இது காந்தியைத் தலைவராகச் செய்வதில் மிக முக்கிய பங்காற்றியது.

அடுத்ததாக காந்தியைச் சுற்றி வந்த பத்திரிக்கையாளர்களைப் போல வேறு எந்த தலைவர்களுக்கும் வந்ததில்லை லூயிஸ் ஃபிஷெர் (Louis Fischer), வின்சென்ட் சீன் (Vincent sheen) போன்ற மிகப்பெரிய ஆளுமைகளும், வில்லியம் சிரர் (William L Shirer) மார்கிராட் போர்க்வைட் (Margaret Bourke White), கார்ட்டர் பிரீசன் (Henry Carter Bressingham) போன்றவர்களும் காந்தியைப் பார்க்கவும் பேசவும் வந்தனர். இதற்கு முந்தைய இந்திய வரலாறு என்று பாம்புகளையும் மகாராஜாக்களையும் யானைகளையும் காட்டிக் கொண்டிருந்தனர். ஆனால் ஒரு மனிதரை, அரையாடை அணிந்த மனிதரை உலகம் அனைத்தும் முன்னிறுத்தி அவரை நினைக்க வைத்தது காந்தியின் ஒரு பெருமையாகும். இது போன்ற ஒரு ஆளுமை 1000 ஆண்டுகளுக்கு ஒருமுறை வருவது போன்ற ஒரு தனித்துவமான நிகழ்வே என்று நான் நினைக்கின்றேன். காந்தியைப் பற்றி நினைக்கும் பொழுது நாம் வியப்படைகிறோம். அவர் ஒரு சிறந்த ஆளுமை. அவரின் கொள்கைகளைத் தாண்டி அவர் எப்படித் தன் ஆளுமையினால் மக்களை ஈர்த்தார் என்பது கவனிக்கப்பட வேண்டியதாகும். சி.ஆர்.தாஸ், மோதிலால் நேரு போன்ற அவருக்கு முந்தைய தலைமுறை தலைவர்களும் அவரின் பின்னால் வந்தனர். அந்த மந்திரத்தன்மையானது காந்தி ஒருவரிடமே இருந்தது.

சித்ரா : உங்களின் தந்தை காந்தியைப் பற்றி பேசியதை எல்லாம் தொடர்ந்து எழுதி இருக்கிறீர்கள். காந்தி எந்த வயதில் உங்கள் மனதில் பதியத் தொடங்கினார்? அவருடைய கருத்துகளை பற்றிய எண்ணம் எப்பொழுது தோன்றியது?

பி.ஏ.கிருஷ்ணன் : அது காலத்தின் மத்தியில் மிகவும் அழுந்தியிருக்கும் நிகழ்வுகள் என்பதால் எந்த காலகட்டம் என்று சரியாகச் சொல்ல முடியாது. ஆனால் என்னுடைய குடும்பத்தில், தொடக்கத்தில் இருந்தே காந்தி என்ற அந்த ஆளுமை என் நினைவு தெரிந்த நாட்களில் இருந்தே என்னுடனே இருந்து வந்தார். என் வீட்டில், 1948 காந்தி இறந்த பொழுது அவரின் இரங்கல் கூட்டத்தில் என் தந்தை பேசிய புகைப்படம் இருந்தது. அந்த புகைப்படத்தைப் பார்க்கும்பொழுது

காந்தியின் ஞாபகம் வரும். ஆனால் அதற்கு முன்பு காந்தியின் அந்த மந்திரத்தன்மையான ஈர்ப்பு குறித்த ஒரு நிகழ்வைச் சொல்லவேண்டும். என்னுடைய தந்தைக்கு காந்தி எப்படி அறிமுகமானார் என்பது பற்றிய நிகழ்வு அது. ஏறத்தாழ 1921-22 காலங்களின் நடுவில் காந்தி தமிழ்நாட்டிற்கு வந்தபொழுது நாகர்கோவிலில் இருந்து ரயிலில் பயணம் செய்கிறார். அவ்வாறு அவர் பயணப்படும் பொழுது ரயில் நாங்குநேரி நிலையத்தில் நின்று செல்வதாக இருந்தது. அப்பொழுது காந்தியின் வருகையை ஒருங்கிணைப்பதற்கான தன்னார்வலராக எனது தந்தை இருந்தார். அப்போது சராசரியாக 27 வயதுடைய கால கட்டத்தில் என் தந்தை தன்னார்வலர்களின் தலைவராக இருந்தார். அக்கட்டத்தில் காந்தி வரும்பொழுது காப்பி தயாரிக்க பால் இல்லை என்ற சூழல் ஏற்பட்டது. காந்தியோடு வரும் தொண்டர்கள் காப்பி விரும்பிகள் ஆதலால் காப்பி இல்லையெனில் காந்தியை விட்டே சென்றுவிடுவர் என்று நினைக்கும் அளவிற்கு இருந்தனர் என்பதால் காபி கொடுத்தே ஆகவேண்டும் என்ற நிலைவந்தது. அதனால் என் தந்தை பால்காரனைத் தேடிக் கொண்டு வருவதற்குள் காய்ச்சலோடு இருந்த காந்தி உரையாற்றி முடித்துவிட்டார். ஐந்து ஆறு நிமிடங்களில் அவர்பேசி முடித்து விட்ட பிறகு என்ன செய்வது என்று தெரியாமல் என் தந்தைக்குக் கண்ணீர் வருகிறது. அச்சமயம் காந்தி, ''ஏற்பாடெல்லாம் நன்றாக உள்ளதே யார் ஏற்பாட்டாளர்?'' என்று கேட்டுவிட்டு சமையலறைக்கு வந்துவிட்டார். காந்தி என் தந்தையைத் தட்டிக் கொடுத்துப் பாராட்டி விட்டுச்சென்றார். என் தந்தை அதைப்பற்றி சொல்லும் பொழுது, ''நான் அவரை அப்பொழுதுதான் பார்த்தேன், அதன் பின் அவர் என்ன சொன்னாலும் அது எனக்கு மந்திரம்தான்'' என்று கூறுவார். இதுபோலவே நிறைய நிகழ்வுகளை கூறுகின்றனர். நான்சிறுவனாக இருந்த பொழுது எங்கள் வீட்டிற்கு வரும் நிறைய பேர் எப்படி காந்தியைப் பார்த்தோம். அங்கு பார்த்தோம், இங்கு பார்த்தோம் என்று கூறுகின்றனர். அதுபோலவே அவர் கொல்லப்பட்ட பொழுது எங்கு இருந்தோம் எப்படி அந்த செய்தி கிடைத்தது என்றும் நிறையவே சொல்லி இருக்கின்றனர். காந்தி ஒரு யுகபுருஷர் என்பதால் அவர் தொட்டது போன்று சிறு சிறு நிகழ்வுகளைக் கூட சொல்லுவர். காந்திக்கு நேர்எதிராக இருந்தவர்களும் அவரின் கொள்கைகளை மறுத்தவர்களும் கூட அவர் மீது மிகுந்த மரியாதை வைத்திருந்தனர். உதாரணமாகக் கம்யூனிஸ்ட் கட்சியைச் சேர்ந்த என்.டி வானமாமலை 1948 இல் காந்தி சுட்டுக் கொல்லப்பட்ட செய்தி தான் பாளையங்கோட்டையில் காப்பி அருந்தும் போது வந்து சேர்ந்தவுடன், ''எனக்கு ஒன்றும் விளங்கவில்லை கண்களில் இருந்து தாரைதாரையாக கண்ணீர்

வடிந்தது; என் தந்தை இறந்தபோது கூட அவ்வாறு அழுததில்லை'' என்று குறிப்பிடுகின்றார். அதுபோலவே மார்க்சிஸ்ட் கம்யூனிஸ்ட் கட்சியைச் சேர்ந்த பாலவிநாயகம் அவர்களும் கதை கதையாகக் கூறுவார். "காந்தியைப் பற்றி நான் தவறாகவே பேசியது கிடையாது. ஒரே ஒருமுறை பகத்சிங்கின் தூக்கு தண்டனை ரத்து ஆவதற்கு காந்தி பெரிய முயற்சி எடுக்கவில்லை என்பதற்காகக் கடுமையாகப் பேசினேன். பின்னர் அவர் அப்படி இல்லை என்று தெரியவந்தது. அவர் என்றும் எங்களின் மரியாதைக்குரிய தலைவராகத்தான் இருந்தார்'' என்று கூறுகிறார். இதுபோல நிறைய பேர் கூறி இருக்கின்றனர்.

சித்ரா : மிகவும் சிறிய வயதிலிருந்தே காந்தி உங்களின் மனதில் அவரின் கொள்கைகள் தெரியாத போதே ஒரு யுகப்புருசராக அமர்ந்து விட்டார் என்றே சொல்ல வேண்டும்.

பி.ஏ.கிருஷ்ணன் : மிகவும் முக்கியமான கூறு என்னவெனில் உயர் ஜாதியில் இருப்பவர்களுக்கும் பணக்காரர்களுக்கும், தன்னைவிட கீழானவர் என்று நினைத்து, தான் செய்வது தவறு என்று தெரியாத அளவிற்கு இயல்பாகவே அவர்களை மோசமாக நடத்தும் செயலினை அம் மனநிலையை தவறு என்று தோன்ற வைத்தது காந்தியின் ஆளுமையே ஆகும். சிறு வயதிலிருந்தே வீட்டில் வேலை செய்பவர்களுக்கு ஏன் காப்பி கொடுக்கக் கூடாது? ஏன் நல்ல துணி கொடுக்க கூடாது? என்று கொடுத்தாலும் கொடுக்காவிட்டாலும் அந்தக் கேள்வியைக் கேட்க வைப்பது என்பது காந்தியின் தாக்கத்தினாலேயே ஆகும். சிறுவயதிலிருந்தே அந்த எண்ணத்தைத் தூண்டி, கேள்வியைக் கேட்க வைப்பது காந்தியின் ஆளுமையே ஆகும். குறிப்பாக என்னை பொறுத்தவரை அதுவே நடந்தது.

சித்ரா : நீங்கள் சொல்வதன்படி பார்க்கின்ற பொழுது முக்கியமான பிரச்சினைகளில் மனசாட்சியைத் தூண்டியவராக காந்தியை நாம் பார்க்க முடியும் என்று சொல்லலாம் அல்லவா?

பி.ஏ.கிருஷ்ணன் : உடனே, யாரும் மாறிவிட மாட்டார்கள். அனைவரும் புரட்சிகரமானவர்கள் அல்ல. சிறிது சிறிதாகத் தான் மனிதர்களும் மாறுவார்கள்; சமுதாயமும் அப்படியே மாறும். அந்த மாற்றத்தினுடைய காரணியாக, சக்தியாக காந்தி விளங்கினார். நமது நாட்டைப் பொறுத்தவரையில் 'அவரே அந்த சக்தி' என்று நான் கருதுகிறேன்.

சித்ரா : 1915 இல் இருந்து இந்தியா வந்த வரைக்கும் காந்தி மிகுந்த செயலூக்கம் கொண்டவராகவே செயல்பட்டிருக்கிறார். ஒரு

புத்தகத்தின் தலைப்பில் காந்தியை (Political Saint and unarmed prophet) பொலிட்டிக்கல் செயின்ட் அண்டு அன் ஆர்ம்டு ப்ராப்பெட் என்று தனஞ்செய் கீர் என்ற எழுத்தாளர் குறிப்பிடுகிறார். காந்தியை ஒரு புனிதராகவும் கூற இயலாது; ஒரு தீர்க்கதரிசியாகவும் குறிப்பிட முடியாது, ஏனெனில் அவர் தொடர்ந்து மக்களோடு இயங்கிவராக செயலூக்கம் மிக்கவராக இருந்திருக்கிறார். காந்தியின் இந்தக் கூறுகளை நீங்கள் எப்படிக் காண்கிறீர்கள்?

பி.ஏ.கிருஷ்ணன் : காந்தி மீண்டும் மீண்டும் கூறுகிறார், தன்னுடைய வாழ்க்கை தான் தனது செய்தி என்று. அப்படி அவரின் வாழ்வில் இருந்தது என்னவென்றால், அவர் ஒருபோதும் சும்மா இருந்ததில்லை எதையாவது செய்துகொண்டும் சிந்தித்துக் கொண்டுமே இருப்பார். தொடக்கத்தில் இருந்து இறுதி வரையிலும் அவர் செயல்பாட்டிலேயே கருத்தாக இருந்தார். சுதந்திரப் போராட்டத்தின் முக்கிய கட்டங்களாகிய ஒத்துழையாமை இயக்கம், உப்பு சத்தியாகிரகம், வெள்ளையனே வெளியேறு இயக்கம் போன்ற மைல்கல்லான இயக்கங்கள் அன்றி அவற்றின் இடைப்பட்ட காலங்களில் என்ன செய்தார் என்று ஆராய்ந்தால் இந்த இடைப்பட்ட நாட்கள் அனைத்திலும் காந்தி மக்களிடம் சென்று அவர்களின் பிரச்சனைகளைக் கேட்டறிந்து அதற்குத் தீர்வு காண்பது பற்றியே சிந்தித்தபடி இருந்திருக்கின்றார். அந்த முப்பது வருடங்களும் அதையே செய்துகொண்டிருந்தார். சிறையில் இருந்த நாட்களைத் தவிர அவ்வாறே இயங்கினார். இன்னொரு முக்கிய விடயமாக நாம் மறந்துவிட்ட விஷயமாக இருப்பது என்னவென்றால் காந்தி ஒருவர்தான், கழிவறை பற்றியும் உணவை குறித்தும் சுத்தத்தைப் பற்றியும் பேசியவர். அவர் ஒருவர் தான் மக்களின் அடிப்படை பிரச்சனைகளைப் பற்றி முதலில் இருந்தே சிந்தித்து அதைப் பற்றிப் பேசியவராவார். அவ்வாறு காட்டக்கூடியதாக வேறு எந்த தலைவரும் கிடையாது. எனவே செயலூக்கம் என்பதன் உருவமே காந்திதான். அவ்வாறு செயல்பாட்டின் உருவகமாகவே உள்ள ஒருவரை செயல்படாதவர் என்று எவ்வாறு கூறுகிறார்கள் என்று தெரியவில்லை. இவ்வாறு கூறுபவர்கள் மற்றொன்றையும் மறந்து விடுகிறார்கள், அதாவது போர் என்று எடுத்துக் கொண்டாலுமே அது தொடர்ச்சியாக நடந்து கொண்டே இருப்பதில்லை, இரண்டாம் உலக யுத்தமே தொடர்ந்து நடந்து கொண்டே இருக்கவில்லை, போர்ப்படை என்றால் அதற்கு ஓய்வும் தேவை அதுபோலவே அகிம்சை யுத்தமும். சிறிது சிறிதாக நகர்ந்து கொண்டே செல்லும் தன்மையுடையது. அந்த நகர்வின் வேகம் நமக்குப் புரிவதில்லை. ஒருவேளை அது வேகமாக நகர்ந்திருப்பின் இடறி விழுந்தே இருக்கும்.

சித்ரா : அது மிகவும் சரியானதாகும். நீங்கள் கூறுவது போல் சிந்தித்தால் காந்தி தீவிர அரசியலில் இந்தியாவில் இயங்க ஆரம்பித்ததில் இருந்து நாம் விடுதலை அடைந்த நாளுக்குள் அவர் சாதித்தது ஏராளமாகும். அதில் சந்தேகமே இல்லை. அவர் சாதித்தவை மட்டுமின்றி அவருக்குள் ஏற்பட்ட மாற்றங்களும் ஏராளமானதாகும் இவ்விரண்டும் நிகழ்ந்திருக்கின்றது. 1932-1942 என்ற அந்த காலகட்டங்களில் அவர் தீவிரமான அரசியலில் செயல்படாத காலகட்டத்தில் முக்கியமான நிர்மாணத் திட்டங்களை முன்னெடுத்திருக்கிறார். கல்வி சார்ந்தும் தீண்டாமை ஒழிப்பு சார்ந்தும் நிறைய செய்திருக்கிறார். அந்த நிர்மாணத் திட்டத்தின் முக்கியத்துவத்தை நீங்கள் எப்படிக் காண்கிறீர்கள்?

பி.ஏ.கிருஷ்ணன் : நிர்மாணத் திட்டங்கள் என்று பார்த்தால் 18 கூறுகள் இருக்கும். அதில் முக்கியமான முதல் கூறானது மத நல்லிணக்கம் என்பதே ஆகும். இந்தியா போன்ற ஒரு தேசத்தை நிர்மாணம் செய்யவேண்டும் என்றால் முதலில் வேண்டியது மதநல்லிணக்கம் என்பதாகும். அந்த சமயத்தில் பாகிஸ்தான் வங்காளதேசம் பிரிந்து செல்லவில்லை. இன்றும் மத நல்லிணக்கம் தேவை என்பது உண்மை. ஏனெனில் இன்று நம் நாட்டில் பல மதத்தினைச் சேர்ந்தவர்கள் இருக்கின்றனர். எனவே 18 கூறுகளில் முதல் கூறே மதநல்லிணக்கம் என்ற முக்கிய கூறாகும். அந்தப் பதினெட்டு கூறுகளும் மக்களைச் சார்ந்ததாகவே இருக்கிறது. அரசு நடத்துவதற்கு காந்தியின் உதவி நமக்குத் தேவையாக இருந்திருக்காது. ஏனெனில் காந்திக்கும் அதற்கும் சம்பந்தமே இல்லை. அவர் அடிப்படையிலேயே அரசுக்கு எதிரான அரசின்மையை விரும்பக்கூடியவர் ஆவார். எனவே அதிகாரத்திலிருந்து விலகியும் அதனிடம் பதில் கேட்டும் செயலாற்றும் காந்தியிடம் அரசு சார்ந்த விஷயங்களில் அவரை எதிர்பார்ப்பது முடியாததாகும். அரசின் திட்டமிடல் குறித்து அவரிடம் கேட்டறிய முடியாது. அவர் மக்களுக்கு எது தேவை என்று அரசின் முன் எடுத்துக் கூறுபவர். அனைத்துத் திட்டங்களும் அவ்வாறே இருக்கின்றது. ஒருவர் என்னவெல்லாம் செய்ய வேண்டும், பெண்களுக்கு என்ன செய்யவேண்டும், என்பதெல்லாம் 18 கூறுகளில் அடங்கும். கிராம சுகாதாரத்தைப் பற்றியும் பொருளாதாரத்தைப் பற்றியும் கைவினைக் கலை பற்றியும் சில கூறுகள் அதில் அடங்கும். தொழிலாளர்களைப் பற்றியும் தொழு நோயாளிகளை ஒதுக்கக் கூடாது என்றும் அவர்களைப் பாதுகாக்க வேண்டும் என்பது போன்ற கடமையினைப் பற்றியான கூறுகளையும் அதுபோன்ற அனைத்தையும் பற்றியும் அவர் சிந்தித்திருக்கிறார். அதில் எந்தவித ஐயமும் இல்லை. அவர் இறப்பதற்கு முந்தைய நாளில் ஒரு கடிதம் எழுதுகிறார், பாகிஸ்தானில் இருந்து வரும் ஒரு தலித் குறித்து

அவரை அழைத்து வர பம்பாய்க்குக் கடிதம் எழுதுகிறார். இப்படி கடினமான சூழலிலும் தனிமனிதனைக் குறித்து அக்கறையுடன் செயல்பட்டிருக்கிறார். கடையனுக்கும் கவலைப்படும் அந்த மனம் அவருக்கே இருந்தது.

சித்ரா: காந்தியின்பெரும்பாலானதிட்டங்களில்அவரின்பொருளாதாரக் கொள்கை மிக முக்கியமான இடம் வகிக்கின்றது. அவர் தொடர்ந்து பொருளாதாரத்தைப் பற்றி பேசியும் விவாதித்தும் இருக்கிறார் முக்கியமாக சார்லி சாப்ளினுடன் நடந்த உரையாடலில் காந்தி, 'நான் பெரும் உற்பத்தியை விரும்பவில்லை பெரும்பான்மையான உற்பத்தியாளர்களை விரும்புகிறேன்' (*I don't want a mass production, I want production by masses*) என்று கூறியதாக பலர் குறிப்பிட்டுருக்கின்றனர் அவரின் பொருளாதாரக் கொள்கையில் அப்படிப் பார்க்கப்பட்டது சரியாகப் பொருந்தி வருவதாக நீங்கள் கருதுகிறீர்களா?

பி.ஏ.கிருஷ்ணன் : அவரை விமர்சனம் செய்வது சரிதான் என்று நினைக்கின்றேன். காந்தியின் பொருளாதாரக் கொள்கையானது விரிவுபடுத்த முடியாதது. எனவே விரிவுபடுத்தும் பொழுது சிக்கல்கள் எழும். ஏனெனில் நாம் என்ன நினைத்தாலும் உலகம் இயங்கிக் கொண்டே தான் இருக்கின்றது. அது நகர்ந்து கொண்டே இருப்பதால் நாம் ஒரே இடத்தில் நிற்க முடியாது. இப்படிப்பட்டச் சூழலில் காந்தியின் அடிப்படைக் கொள்கைகளான, அதிகாரம் கீழிருந்தே வரவேண்டும்; கிராமத்தில் இருப்பவர்கள் சொல்வதைக் கேட்டு அறிய வேண்டும் என்பதை ஒருவரும் மறுதலிக்க முடியாது. ஏனெனில் அது மிகவும் முக்கியமான கூறாகும். அதுவே ஜனநாயகமாகும் பரவலாக்கப்பட்ட அதிகாரமும் ஆகும். மாநில சுய ஆட்சி என்று சொன்னாலும் இன்றளவில் மாநில சுயாட்சி என்பது தானே வைத்துக் கொண்டு கீழே தர இயலாது என்றும் கூறும் நிலை இருக்கின்றது. பஞ்சாயத்து தேர்தல் நீண்ட காலகட்டத்தின் பின்னர்தான் நடக்கின்றது. எனவே காந்தியின் கொள்கையான கிராமப்புறத்தின் விதியைக் கூடியவரையில் அம்மக்களே நிர்ணயிக்க வேண்டும் என்பது மிக மிகச் சிறந்த கொள்கையாகும். அடிப்படையான கொள்கையாகவே அது இருத்தல் வேண்டும். அதைக் கொண்டுவராமல் மேல் மட்டத்திலேயே அதிகாரமானது நின்று விட்டது. ஏனெனில் காந்தியின் முக்கியக் கொள்கையான அதை நாம் மறந்து விட்டோம். இந்தியாவின் முன்னேற்றத்திற்குத் தடங்கலாகும் காரணமாகவே அதை செயல்படுத்தாது நின்றுவிட்டோம். ஆனால் பரவலான அதிகாரம் கீழ்நிலை வரை ஒன்றுசேர வேண்டும் என்பது சந்தேகம்

இன்றி முக்கிய கூறாகும். இது ஏன் நடக்கவில்லை என்பதற்கு பல வரலாற்றுக் காரணங்கள் இருக்கின்றது. உதாரணமாக சோவியத் யூனியனில் மேலிருந்து கீழான அதிகாரப் பகிர்வு இருந்தது. அதை எதிர்த்து காந்தி கீழிருந்து தொடங்க வலியுறுத்தினார். இது காந்தியின் தீர்க்கதரிசனமே ஆகும். ஏனெனில் இந்தியாவில் அப்படி நடக்காது, இந்தியர்களில் கீழ் உள்ளவர்கள் சொல்வதையும் கேட்டறிவதே அவர்களை அரசாங்கத்துடன் ஒத்துழைக்கச் செய்யும் என்பதை கூறினார். இரண்டாவதாக இன்று இருக்கும் நமது சுற்றுச்சூழல் பிரச்சனைகள் நிறைந்த சூழலில் காந்தி அன்றே சொன்ன கொள்கையான தேவைக்கு மட்டுமே சுற்றுச்சூழலைப் பயன்படுத்த வேண்டும் என்றும் ஆசைக்குப் பயன்படுத்தக் கூடாது என்றும் கூறிய கொள்கை முக்கியமாக விளங்குகிறது. தொடக்கத்தில் இருந்தே அவர் அதில் மிகவும் தெளிவாக இருந்திருக்கிறார். அவர் அறிவியலுக்கு எதிராக அதிகமாக கருத்து கொண்டிருக்கவில்லை. தான் தொழில்நுட்பத்திற்கு எதிரானவன் என்று நிறைய முறை பதிவு செய்திருக்கிறார். ஆனால் பொருளாதாரத்தைக் குறித்த அதிக புரிதல் இல்லை என்பது எனது தாழ்மையான கருத்தாகும்

சித்ரா : நீங்கள் இந்தப் பொருளாதாரக் கொள்கை குறித்துக் கூறுவதைப் பார்க்கும் பொழுது கொலம்பியா பல்கலைக்கழகத்தில், ஒரே பேராசிரியர் கீழ்தான் அம்பேத்கரும் ஜே.சி.குமரப்பாவும் படித் திருக்கின்றனர். ஆனால் இந்தியா வந்த பிறகு அம்பேத்கரின் பொருளாதாரக் கொள்கை வேறு மாதிரியாகவும், ஜே.சி குமரப்பா முழுக்க முழுக்க காந்தியின் பொருளாதாரக் கொள்கைகளை செயல்படுத்துபவராகவும் இருந்திருக்கிறார் என்பது வரலாற்றில் ஒரு நகை-முரணாகவே பார்க்கப்படுகின்றது. அதை நீங்கள் எப்படிப் பார்க்கின்றீர்கள்?

பி எ கிருஷ்ணன் : நான் முன்பே சொன்னது போலத்தான். விரிவுபடுத்த முடியாததே பிரச்சனை. அவரின் பார்வை மிகவும் நன்றாகவே, கிராமங்களிலேயே அனைத்தும் நடக்க வேண்டும்; அவர்களே தங்களின் தேவைக்கு உற்பத்தி செய்ய வேண்டும் என்பது ஒரு லட்சியவாதப் பார்வையாகவே இருக்கின்றது. அப்படி நடந்தால் அனைவருக்கும் மகிழ்ச்சியே ஆனால் அப்படி நடக்காது நடக்கவும் முடியாது என்பதே உண்மை. உண்மைக்கு முரணாகவே அதை வைத்துப் பார்க்க முடியும். அதற்காக அது வேண்டாம் என்று கூறவில்லை அது ஒரு லட்சியம், அதை நோக்கி நாம் எப்போது செல்ல முடியும் என்பதே பதில். இப்போதுள்ள தொழில்நுட்ப வளர்ச்சியில் இது சாத்தியமாகலாம்

என்று நினைக்கின்றேன். ஏனெனில் நாம் உலகத்தோடு இணைந்தும் விலகியும் இருக்க முடியும். முன்பு போல அல்லாது இந்த அறையில் இருந்து கொண்டே அனைத்தும் தெரிந்து கொள்ளலாம். இப்போது, அறிவியல் அந்த சாத்தியத்தைக் கொடுத்திருக்கின்றது என்பதால் அது சாத்தியமாகலாம்.

சித்ரா : மிகவும் முக்கியமான கூறு இது அதாவது தொழில்நுட்பத்தில் இருந்து பின்னோக்கி பார்க்கப்பட்ட காந்தியின் கொள்கைகளை தொழில்நுட்பத்தின் உதவியுடன் சாத்தியப்படுத்த முடியும்.

பி. ஏ. கிருஷ்ணன் : நிச்சயமாக சாதிக்கலாம் சந்தேகம் இன்றி, கிராமங்களிலும் அனைத்து இடங்களிலும் அதன் சாத்தியப்பாடு இருக்கின்றது.

சித்ரா : காந்தி மருத்துவத்தைக் குறித்து பல தகவல்களையும் விமர்சனங் களையும் கூறி இருக்கின்றார். நீங்களும் தொடர்ந்து அதை மறுத்தும் சாடியும் எழுதி இருக்கிறீர்கள் என்பது உங்கள் கட்டுரைகளில் பார்க்க முடிகின்றது. மருத்துவம் சார்ந்த காந்தியின் கொள்கைகள் என்னவாக இருந்திருக்கின்றது. அது பின்பற்றத் தகுந்ததாக நீங்கள் சிந்திக்கிறீர்களா?

பி. ஏ. கிருஷ்ணன் : அது காந்தியின் பல விருப்பங்களில் ஒன்றே ஆகும். அந்த விருப்பத்தில் எனக்கும் கொஞ்சம் நம்பிக்கை இல்லை. ஆனால் காந்திக்கு நம்பிக்கை இருந்தது. அது பற்றிய முயற்சிகளில் ஈடுபட்டிருக்கிறார். ஆனால் அது அனைவருக்கும் சாத்தியமான ஒன்று என்று எனக்குத் தோன்றவில்லை. அது அறிவியல் பூர்வமாக நிரூபிக்கப் பட்டதில்லை. எனவே அதை காந்தி கூறினாலும், இயேசு கிறிஸ்து கூறினாலும் நான் நம்ப இயலாது.

சித்ரா: ஒரு சுவாரசியமான நிகழ்வைப்பற்றி படித்தேன், எகிப்திலிருந்து வந்த பத்திரிக்கையாளர் காந்தி ஆந்திராவில் இருந்து சுற்றுப்பயணம் செய்து கொண்டு வந்து களைப்பாகத் தூங்குகிறார் என்று சொன்னபோதும் தான் ஒரு கேள்விக்கு உடனே விடை கேட்டாக வேண்டும் என்று கூறுகிறார். ரயிலில் அவரிடமே சென்று தன் கேள்வியைக் கேட்கிறார். அதற்கு காந்தியும் விடை சொல்கிறார். இது போன்ற பல சம்பவங்கள் அன்றைக்கிருந்த சர்வதேச பத்திரிக்கையாளர்கள், தங்களின் பல பதில்களுக்கு காந்தியிடம் விடை எதிர்பார்த்து வந்திருக்கின்றனர், அதற்கு அவரும் சர்வதேச பிரச்சனைகளின் புரிதலோடு பதில் கூறுபவராக இருந்திருக்கின்றார். இதை ஒரு ஆச்சரியமான அரசியல் தலைவர் சார்ந்த விஷயமாக நாங்கள் பார்க்கிறோம். அதை நீங்கள் எப்படி விளக்குவீர்கள்?

பி.ஏ.கிருஷ்ணன் : உலகத்தில் நடப்பவை அவருக்கு நிச்சயம் தெரிந்திருக்கும். உலக அளவில் தன்னைப் பற்றி என்ன நினைக்கிறார்கள் என்ற புரிதலும் அவருக்கு இருந்திருக்கின்றது. உதாரணமாக லூயிஸ் ஃபிஷர் என்பவரிடம் பேசும் பொழுது, ஸ்டாலின் வலிமையான உலகத் தலைவராக இருந்த காலகட்டத்தில் கம்யூனிசத்திற்கும் காந்தியத் திற்கும் உள்ள வேறுபாடுகள் குறித்த பேச்சு எழுகின்றது. அப்பொழுது காந்தி கூறுகிறார், 'நீங்கள் என்னிடம் கேட்டால் நானும் கம்யூனிஸ்ட் தான்' ஆனால் லூயிஸ் பிஷர் கூறுகிறார், 'இல்லை நிச்சயமாக நீங்கள் கம்யூனிஸ்ட் இல்லை' இந்திய விடுதலை என்பது உலக விடுதலைக்கு ஒரு முன்னோடியாக இருக்கும் என்ற சிந்தனை காந்தியிடம் இருந்தது. காந்தி ரூஸ்வெல்டிற்கு எழுதிய கடிதத்தில் இந்தியாவிற்கு விடுதலை கிடைத்ததென்றால் நாளை அவ்விடுதலையானது அமெரிக்காவில் உள்ள ஆப்பிரிக்க அமெரிக்கர்கள் விடுதலைக்குப் போராட ஒரு தூண்டுகோலாக இருக்கும் என்று தான் நிச்சயமாக நம்புவதாகக் குறிப்பிடுகின்றார். அதனால் உலக வரலாறு குறித்த புரிதல் காந்திக்கு இருந்தது. நேருவைப் போல் பரந்த படிப்பறிவு உலக வரலாற்றைப் பற்றி காந்திக்கு இருந்ததில்லை எனினும் அந்தந்த காலகட்டத்தில் அதைக் கேட்டறியும் கூர்மை மிகுந்தவராக காந்தி இருந்தார். என்ன நடக்கிறது என்பது அவருக்கு தெளிவாகத் தெரியும். ஆனால் சில சமயங்களில் அவரின் செயல்கள் வேறுபட்டதாக இருந்தது. முசோலினியை காந்தி சந்தித்து இருக்கிறார். நேரு சந்திக்க மறுத்தாலும் காந்தி சென்று சந்தித்தார். ஆனால் பின் நாட்களில் தான் ஏன் சந்தித்தேன் என்று பல காரணங்கள் கூறினார். ஹிட்லருக்கும் கடிதம் எழுதினார். சிறிது சிந்தித்தார் என்றால் அப்படி அவர் எழுதியிருக்க மாட்டார், அந்தக் கடிதம் காந்தியிடம் ஒரு கரும்புள்ளியாகவே நான் கருதுகிறேன் ஹிட்லர் பல கொலைகளைச் செய்வார் என்பது அக்காலகட்டத்தில் ஒருவருக்கும் தெரியாது 60 லட்சம் யூதர்கள் கொல்லப்படுவார்கள் என்று அச்சமயத்தில் காந்தி நினைத்தே பார்த்திருக்க மாட்டார். ஆனால் நாசிசம் கோர வடிவம் என்ற புரிதல் மற்றவர்களுக்கு இருந்தது. ஆனால் காந்தி எல்லோரும் அவரைப் போலவே இருப்பார்கள் என்று நினைத்ததால் அக்கடிதத்தை எழுதினார்.

சித்ரா : இன்னொரு முக்கியமான விஷயம் யாருக்காகவெல்லாம் காந்தி உழைத்தாரோ, சிறுபான்மையினருக்காக மற்றும் யாருக்காகவெல்லாம் உழைத்தாரோ அவர்களெல்லாம் காந்தியை மறுக்கும் நிலையை இன்றளவில் நாம் காண முடிகின்றது. பல அவதூறுகளும் அவர் மேல் சொல்லப்படுகின்றது. அவர் செய்த வேலைகளுக்காகவே அவர் அவதூறுகளைச் சுமப்பவராக இன்றும் இருக்கிறார். எனவே

நீங்கள் இவ்விடத்தில் எப்படி அந்த அவதூறுகளையும் காந்தியின் செயல்களையும் பார்க்கிறீர்கள்?

பி.ஏ.கிருஷ்ணன் : காந்தியை எதிர்த்துப் பேசியவர்கள் யாரெல்லாம் என்று நாம் பட்டியல் இடுவோம். டாக்டர் அம்பேத்கர், சவார்க்கர், பெரியார், ஜின்னா என நான்கு பேரை வைத்துப் பார்ப்போம். அவர்கள் இன்று எந்த விதத்தில் அணுகப்பட்டாலும் அன்று அவர்கள் ஒரு குழு சார்ந்த அரசியலையே பிரதிநிதித்துவப்படுத்தினார்கள்.

அம்பேத்கர் இன்று தலித் பிரதிநிதியாக பார்க்கப்பட்டாலும் அன்று மகர்களின் பிரதிநிதியாகவே பார்க்கப்பட்டார். ஜின்னா இஸ்லாமியர்களின் பிரதிநிதியாக அறியப்பட்டார், பெரியார் தமிழ்நாட்டின் இடைநிலைச் சாதிகளின் பிரதிநிதியாகவே அந்தக் காலகட்டத்தில் அறியப்பட்டார். அந்தக் காலகட்டத்தில் தலித்து களைப் பற்றி பேசியது யார் என்று பார்க்க வேண்டும். பூனா ஒப்பந்தத் தின் பொழுது காங்கிரசின் கருத்துகள் குறித்துப் படித்துப் பார்த்தால் 'இவர் எதற்கு இதை இப்பொழுது எடுத்துக் கொண்டு அலைகிறார், இது ஒரு பெரிய பிரச்சனை இல்லையே' என்ற கருத்துகள் உலாவி இருக்கின்றது. நம்பூதிரிபாட்டினுடைய புத்தகத்தில் அது குறித்து இருக்கின்றது. காங்கிரசார் யாரும்இதை ஒரு பிரச்சினையாகவே கருதவில்லை. அதைப்பற்றி புரிந்து கொள்ளவில்லை. ஆனால் காந்தி சரியாக அந்தப் பிரச்சனையைப் பிடித்துக் கொண்டார். இப்படி தலித்து கள் தனித்து இருந்தால் சரியாக இருக்காது, தனியாக இருப்பது என்று எடுத்துக் கொண்டாலுமே தனியாக நினைத்ததால்தான் பாகிஸ்தான் பிரிந்தது. அப்படி தனி வாக்காளர்கள் (வகுப்பினர்) இல்லாது இருந்தால் பாகிஸ்தான் பிரியும் வாய்ப்பு குறைவாக இருந்திருக்கும். திரும்பத் திரும்ப அதையே காந்தி கூறினார். 'நீ இந்துவாக இருந்தால், தலித்தாக இருந்தாலும் இந்துவாகவே இருக்க வேண்டும்'. 90 சதவீதம் தலித் மக்கள் தங்களை இந்துவாகவே நம்புகின்றனர். எத்தனை கூறினாலும் வெளி மதங்களுக்குச் செல்லவில்லை. மகாராஷ்டிரத்திலே சிலர் புத்த மதத்தைத் தழுவினர். தலித் மக்களும் தங்களை இந்து வாகவே நம்பினர். காந்தி அவர்களுக்காகவே பேசினார். தலித்தின் நிலைப்பாட்டில் இருந்து விமர்சனம் வைக்கலாம், ஆனால் நான் என்னுடைய நிலைப்பாட்டிலேயே பார்க்க முடியும். அந்த இடத் திலிருந்து நான் பார்க்கும் பொழுது காந்தி கூறியிருக்கிறார், 'நான் தலித் இல்லை அடுத்த ஜென்மத்தில் தலித்தாகவே பிறக்க வேண்டும்' என்று. எனவே அவர் என்ன கூறினாலும் அது தலித்தின் நிலைப்பாடு இல்லை. எனவே அவர் என்ன கூறினாலும் அவரை நம்மால் விமர்சிக்க முடியும். தலித்துகள் அவரை விமர்சிப்பது என்பது அவர்களின் உரிமை.

சித்ரா : காந்தியின் மீது வைக்கப்படக்கூடிய இன்னொரு முக்கியமான இன்றளவில் மிகவும் முக்கியமாக வைக்கப்படும் குற்றச்சாட்டு என்னவெனில் காந்தி இந்து என்ற சமயம் சார்ந்த சொல்லாடலை அரசியலில் புகுத்தியதில் அவர் முக்கியமானவராக இருக்கின்றார் அதுவே பல பிரச்சினைகளுக்குப் பின்னாளில் காரணமாக இருந்தது என்று பின்னாளில் ஒரு குற்றச்சாட்டு அவர் மீது வைக்கப்படுகின்றது. அதை நீங்கள் எப்படி எடுத்துக் கொள்கிறீர்கள்? காந்தியின் அந்த வழிமுறையை எப்படி நீங்கள் நினைக்கிறீர்கள்?

பி.ஏ.கிருஷ்ணன் : இந்தியாவினுடைய பெரும்பாலான மக்களுடைய சமயம் இந்து சமயம். சிலர் இந்து மதமே புதிதாக கண்டுபிடிக்கப்பட்டதாக சொல்கிறார்கள். எனவே அது புதிதாகக் கண்டுபிடிக்கப்பட்டதோ அல்லது பழையதோ தெரியாது, காந்தி காலத்தில் பெரும்பாலான மக்கள் தங்களை இந்துக்களாகவே கருதிக் கொண்டிருந்தனர். எனவே காந்தி ‘‘மதம்’’ என்று குறிப்பிட முடியாது ‘‘இந்து மதம்’’ என்றே குறிப்பிட முடியும். வேறு வழி காந்திக்கு கிடையாது. காந்தி எல்லோருடைய பிரதிநிதி எனில் அதில் இந்துக்களும் அடங்குவர் என்பது உண்மை. எனவே மதத்தின் பெயரைச் சொல்லக்கூடாது என்பது சரியான வாதமாக எனக்குத் தெரியவில்லை. இரண்டாவதாக இந்து என்ற வார்த்தையை காந்தி சொன்னார் என்பதைத் தாண்டி என்ன சொன்னார் என்று கவனிக்க வேண்டும். ராமராஜ்யம் என்றால் என்னவென்றும், இந்து எப்படி இருக்க வேண்டும் என்று கூறியதைப் பார்க்க வேண்டும். எனவே அந்தச் சொல்லை மட்டுமே பிடித்துக் கொண்டு விமர்சிக்க கூடாது. காந்தியின் பல கொள்கைகள் கிறிஸ்தவத்துடன் ஒத்து போவதாக நிறைய பேர் கூறுவார்கள். எனவே ஒருபுறம் அப்படிக் கூறிவிட்டு இன்னொரு புறம் இந்து மதத்தைத் தூக்கிப் பிடித்தார் என்று சொல்ல முடியாது.

சித்ரா : காந்தியினுடைய எழுத்துகளைப் பற்றி நீங்கள் பரவலாகப் பல சமயங்களில் பேசி இருக்கிறீர்கள். மிகவும் முக்கியமாக, காந்தி எல்லாவற்றையும் பற்றியும் மிகவும் தெளிவாக அலங்கார நடை இன்றி பதிவு செய்திருக்கிறார். நன்கு ஆவணப்படுத்தப்பட்ட எழுத்துகள் என்றே காந்தியின் எழுத்துகளை நாம் சொல்லலாம். இன்று எடுத்துப் படிக்கும்பொழுது ஆச்சரியமாக இருக்கும். அவர் பேசாத விஷயமே இல்லை என்று தோன்றும். காந்தியின் எழுத்துகளைப் பற்றி உங்களுடைய பார்வை என்னவாக இருக்கும்?

பி.எ.கிருஷ்ணன் : எனக்கு மிகவும் ஆச்சரியமாக இருக்கும். ஒரு குழாயைத் திறந்து விட்டால் தண்ணீர் எப்படி கொட்டுமோ அதுபோல

காந்திக்கு வார்த்தைகள் வந்து கொண்டே இருக்கின்றன. எனக்கு எப்போதாவது தான் தண்ணீர் போல் வார்த்தைகள் வரும். ஆனால் காந்திக்கு அப்படி இல்லை, அது அவருக்கு ஒரு பரிசு. அதிலும் அவரின் எழுத்துகளில் அறுபது சதவிகிதம் இன்றும் கிடைக்கக்கூடியதாகத் தேறி இருக்கும். இரண்டாவதாகத் தெளிவு என்பது அவர் எழுத்தில் இருந்தது. அவருக்குப் புரியாததை அவர் எழுத மாட்டார். தனக்குத் தெளிவாகத் தெரிந்ததையே அவர் எழுதுவார். நம்முடைய எழுத்தாளர் பலருக்கும் அதுவே பிரச்சனை. அவர்கள் எழுதுவது அவர்களுக்கே புரியாது. படிப்பவர்களுக்கும் புரியக்கூடாது என்ற மன உறுதியோடு எழுதுபவர்களே நம்முடைய எழுத்தாளர்களில் பலர். அவர்களும் காந்தியைப் படிக்க வேண்டும் என்ற தாழ்மையான வேண்டுகோளை வைக்கின்றேன்.

சித்ரா : வரலாற்றில் பல முக்கோணங்கள் சுவாரசியம் மிகுந்ததாக இருக்கும். இதில் இந்திய வரலாற்றைப் பொறுத்த வரைக்கும் 'காந்தி-நேரு-பட்டேல்' இந்த முக்கோண உறவு என்பது மிகவும் பிரசித்தி பெற்றது. பல சொல்லாடல்களை இது உருவாக்கி இருக்கின்றது. அந்த உறவு நிலை எப்படி இருந்தது?

பி.ஏ.கிருஷ்ணன் : காந்தி மிகத் தெளிவாக இருந்தார், படேல் தனக்குப் பிறகு தன்னுடைய பிரதிநிதியாக இருப்பார் என்று அவர் நினைக்கவில்லை. அதற்குக் காரணம் இரண்டு. அது என்னவெனில் படேலின் உடல்நிலை. மற்றும் உலகளவில் படேல் அதிகம் அறியப்படாதவர், நேருவே இந்தியாவின் பிம்பமாக இருந்தார். அப்பொழுது இளைஞராக இருந்தார். எனவே இளைஞர்களின் ஆதர்சமாக அவர் விளங்கினார். காந்தியைப் போல் இந்தியா முழுவதும் மிகப் புகழ்பெற்ற தலைவராக இருந்தார் என்றால் அது நேரு தான். சுபாஷ் சந்திர போஸை விட அந்தக் காலகட்டத்தில் நேருவிற்கே மக்கள் செல்வாக்கு நிறைய இருந்தது என்பது மறுக்க முடியாத உண்மை. 1946 தேர்தலிலும் நேருவே பிரச்சாரம் செய்தார். படேலே ஒரு கூட்டத்திற்குச் சென்றபோது இவ்வளவு கூட்டம் வருகிறது என்றால் அது தனக்காக வரவில்லை நேருக்காக வருகிறது என்று கூறி இருக்கிறார். படேல் ஒரு அமைப்பை நிர்வகிக்கும் திறமை உடையவர். ஆனால் மக்களிடம் செல்வது அவர்களிடம் பேசுவது, அவர்களின் பிரச்சனைகளை எடுத்துச் சொல்வதையெல்லாம் நேருவே செய்யத் தகுதியான சரியான தலைவர் என்று காந்தி நினைத்தார். அதனால் தான் காந்தி நேருவை முன்னிறுத் தினார்.

படேலும் இறுதி வரையிலும் காந்தியின் விசுவாசமான போராளியாகவே இருந்திருக்கிறார். அப்பழுக்கற்ற ஒரு போராளியாக இருந்தார் என்றால்

அது படேலையே கூற வேண்டும். நேருக்கு கூட நிறைய சுய சந்தேகங்கள் இருந்தன. 'காந்தியை நாம் பின்பற்றுவது சரியாக இருக்குமோ' என்ற சந்தேகம் இருந்தது. ஆனால் படேலுக்கு அந்த சந்தேகம் இருந்ததே இல்லை. காந்தி என்ன சொன்னாலும் அதை கண்ணை மூடிக்கொண்டு பின்பற்றுபவர்தான் படேல். காந்தியின் உறவு பற்றி முக்கியமான விஷயம் ஒன்று கூற வேண்டும். படேலின் பிறந்தநாள் வருகிறது, காரசாரமான அரசியல் பேசப்பட்ட பின் படேல் சென்று விடுகிறார், அவர் சென்றவுடன் காந்தி ஒரு கடிதம் எழுதுகிறார், அந்த கடிதத்தில், "இன்று உன்னுடைய பிறந்தநாள் அதைக் கூட நான் மறந்துவிட்டேன் அவ்வளவு மோசமான நிலைக்கு நாம் வந்து விட்டோம்" என்று வருத்தப்பட்டு எழுதுகிறார். நேருவிற்கு இது நிச்சயம் நடக்காது. ஏனெனில் நேருவின் பிறந்த நாள் அனைவருக்கும் தெரிந்திருக்கும் ஆனால் படேல் பின்னிருப்பவர். நவம்பர் 14 நேருவின் பிறந்தநாள் என்று அனைவரும் அறிவர். எனவே காந்தி வாழ்த்து கூறிவிடுவார். அப்படி அவர் வாழ்த்துக் கூறவில்லை எனில் நேரு சிறு பிள்ளைபோல் கோபித்துக் கொள்வார் என்று காந்திக்கு தெரியும். ஆனால் படேல் அப்படிக் கோபித்துக் கொள்ள மாட்டார் என்பதும் காந்திக்குத் தெரியும்.

அந்தத் தன்மையைச் சரியாக மதிப்பிட்டு வைத்திருக்கிறார் காந்தி. படேல், நேருவுக்குள் என்னதான் தகராறு வந்தாலும் காந்தியிடம் சென்று, தான் பதவி விலகுவதாக கூறினாலும், பதவி விலகுவது என்றால் தானாகவே விலகலாம் ஆனால் காந்தியிடம் ஏன் அவர் செல்கிறார் என்றால் அவர் கூறினால் சரியாக இருக்கும் என்று அந்த ஒரு நம்பிக்கை கடைசி வரையிலும் நேருவுக்கும் படேலுக்கும் இருந்து வந்தது. என்ன கருத்து வேறுபாடு இருந்தாலும் காந்தி கூறுவது தான் சரியாக இருக்கும், அவர் சொல்வதைக் கேட்க வேண்டும் என்பது நேருவுக்கும் படேலுக்கும் ஒரு நிலைப்பாடாக இருந்து வந்திருக்கின்றது. காந்தி இறந்த பிறகு அவர்கள் இணைந்தே செயல் பட்டனர். படேல் தான் பிரதமரின் விசுவாசமான ஊழியன் என்று திரும்பத் திரும்பக் கூறி இருக்கிறார்.

படேல் மீது நேருவிற்கும் மிகப்பெரிய மரியாதை இருந்தது. படேலுக்கு நேருவிடம் பல கருத்து வேறுபாடுகள் இருந்தாலும் அவரிடம் மாறாத அன்பு இருந்தது. காந்தியின் சீடர்கள் என்பதில் அதுவே முக்கியமான விஷயம். வெறுப்பு என்பது காந்தியின் அணுக்கமான தொண்டர்களுக்கு இருக்கவே இருக்காது. படேல், ராஜாஜி, கிருபாளானி, ஆசாத் என்று யாரை எடுத்துக் கொண்டாலும்

வெறுப்பு என்பது நிச்சயமாக இருக்கவே இருக்காது. பயங்கரமான விவாதங்களும் கோபங்களும் எழும் ஆனால் வெறுப்பு என்பது இருக்காது. வெறுப்பு என்பதை பசை வர துடைத்தவர் காந்தியே ஆவார். காந்தியின் சீடர்கள் அப்படித் தீவிரமாக பசையறத் துடைக்கவில்லையெனினும் அப்படிச் செய்ய வேண்டும் என்று நினைத்தனர். ஆனால் அவர்கள் காந்தியைப் போல் மகாத்மா இல்லை என்பதால் அவர்களுக்கு அது சாத்தியப்படவில்லை. சுபாஷ் சந்திரபோஸ் சண்டையிட்டு எதிர்த்துச் சென்றாலும் காந்தியை தேசத் தந்தை என்றே குறிப்பிடுகின்றார். வெற்றி, காந்திக்கு சமர்ப்பிக்கப்பட்டதாகவே குறிப்பிடுகின்றார். தன் படையணிகளுக்கே, 'காந்தி படையணி', 'நேரு படையணி', 'ஆசாத் படையணி' என்று அவர் பெயர் வைத்திருந்தார். அதனால் எங்கிருந்தாலும் இந்த அன்பும் தோழமையும் காந்தியின் மந்திரமே ஆகும்.

சித்ரா : நீங்கள் கூறியது ஒரு அழகான விஷயம். எப்போதுமே காந்தி எதிர்தரப்பில், எதிர் தரப்பாக நினைக்காமலேயே அதைச் சாத்தியப்படுத்தி இருந்தார். இந்த அரசியல் சார்ந்த விழுமியங்களை அவரே கட்டமைத்தும் கடைபிடிக்க வேண்டும் என்ற கோட்பாட்டை உறுதியாகச் செயல்படுத்தியவராக காந்தியையே நாம் காணமுடிகிறது. இன்றளவும் அவரையே நாம் காண முடிகிறது. அவர் எப்படி சாத்தியப்படுத்தினார்?

பி.ஏ.கிருஷ்ணன் : நிச்சயமாக காந்தி செய்தார். அதற்கு முன்பும் கோகலேவிடமிருந்து அந்தப் பண்பை கற்றுக்கொண்டார். எப்படி உரையாட வேண்டும் என்ற பண்பை காந்தி கற்றுக் கொண்டாலும் காந்தி அவருடைய காலகட்டத்தில் அதை விரிவு படுத்தினார். நமது துரதிஷ்டம் என்னவென்றால் காங்கிரஸ் கட்சியில் இருந்தவர்கள் அதைப் பின்பற்ற மறந்து விட்டனர். 1937 தேர்தலின்போதே நிறைய சண்டையிட்டனர். அதை மறந்துவிட்டனர். சுபாஷுடன் சண்டை நடக்கும் பொழுது காந்தியே அந்த நிலையிலிருந்து இறங்கி விட்டார் என்று நான் நினைக்கின்றேன். நேரு கூட அவ்வாறு இறங்கவில்லை, காந்தி இன்னும் கொஞ்சம் மகாத்மாவாக இருந்திருக்கலாம் என்பது எனது கருத்து. அவ்வளவு பெரிய ஆளுமைக்கு ஒரு சிறிய சறுக்கல் நிகழ்ந்தது என்றே நான் நினைக்கின்றேன். ஆனால் நேருவின் துரதிஷ்டம், போஸ் நேருவைச் சாடினார். நேருவினாலேயே இவ்வாறு நடந்ததென்று சாடினார். ஆனால் நேரு காந்தியிடம் நீங்கள் விரும்பினால் சுபாஷ் சந்திரபோசையை முன்னிறுத்துங்கள் என்று எழுதுகிறார். காந்தி அதற்கு பதில் கூறாமலேயே இருந்திருக்கிறார். அவ்வாறு நிகழ முக்கிய அரசியல் காரணங்கள் இருந்தன. போஸ்

செல்லும் வழி சரியில்லை என்று காந்தி தெளிவாகவே அறிந்திருந்தார். வரலாறும் அதையே உறுதிப்படுத்துகின்றது. அவர் காங்கிரஸ் கட்சியின் கொள்கைக்கு நேர் மாறாக இருந்தார் என்பது தெளிவாகத் தெரிந்தது. எனவே காந்தி அரசியல் காரணங்களுக்காக சுபாஷை ஆதரிக்கவில்லை எனினும் அதை இன்னும் பெருந்தன்மையோடு அரசியல் விழுமியங்களுக்கு உட்பட்டு செய்திருக்கலாம் என்பதே என் கருத்தும் பார்வையும் ஆகும்.

சித்ரா : இன்றைய காலகட்டத்திலும் இந்தியாவில் பல பிரச்சினைகள் முன்னெழுந்து வரும் பொழுது காந்தி முக்கியமானவராக விவாதிக்கப் படுகிறார். அதனால் காந்தியத்தின் தேவை தொடர்ந்து இந்தியாவின் பல விஷயங்களில் தேவைப்படுகின்றது என்று கருதும் பொழுது அடுத்து வரக்கூடிய காலகட்டங்களில் இந்தியா எப்படி தன்னை காந்தியத்துடன் சுவிகரித்துக் கொள்ள முடியும் என்று நீங்கள் நினைக்கிறீர்கள்?

பி.ஏ. கிருஷ்ணன் : காந்தி, என்றும் நாளையின் குரலாகவே பேசுகிறார். அதனால் அவர் காலாவதியாகவே மாட்டார். மனித குலம் இருக்கும் வரையிலும் காந்தியின் குரல் கேட்டுக் கொண்டே தான் இருக்கும். மனித குலம் இருக்கும் வரையிலும் பிரச்சனைகள் வந்து கொண்டே தான் இருக்கும். மக்கள் போராடிக் கொண்டேதான் இருப்பர். போராடுவதென்றால் எப்படிப் போராட வேண்டும் என்ற பதில் எழுந்து கொண்டே தான் இருக்கும். எப்படிப் போராட வேண்டும் என்ற பதில் எழும்போதெல்லாம் காந்திய வழி என்ற ஒன்று இருக்கின்றது என்பதை அனைவரும் அறிந்துணர்வர். அப்படி இருக்கும்பொழுது காந்தி மனித குலம் இருக்கும் வரைக்கும் நினைக்கப்படுவார் என்பதுதான் உண்மை.

சித்ரா : மிக அருமையாகக் காந்தியைப் பற்றிய பரவலான பார்வையையும் அவரிடமே இருந்த சில இடர்பாடுகளையும் எங்கெல்லாம் காந்தி உயர்ந்து நிற்கிறார் எங்கெல்லாம் காந்தியத்திலிருந்து அவரே இறங்கினார் என்பது பற்றியும் எப்பொழுதுமே இந்தியா மட்டுமின்றி உலகம் முழுவதும் விடுதலை கோரக்கூடிய மக்கள், போராடும் பொழுதெல்லாம் காந்தியம் என்ற தத்துவம் உயிர்ப்போடு இருக்கும் என்பது பற்றியும் பகிர்ந்து கொண்டதற்கு நன்றி.

பி.ஏ.கிருஷ்ணன் : மிகவும் நன்றி.

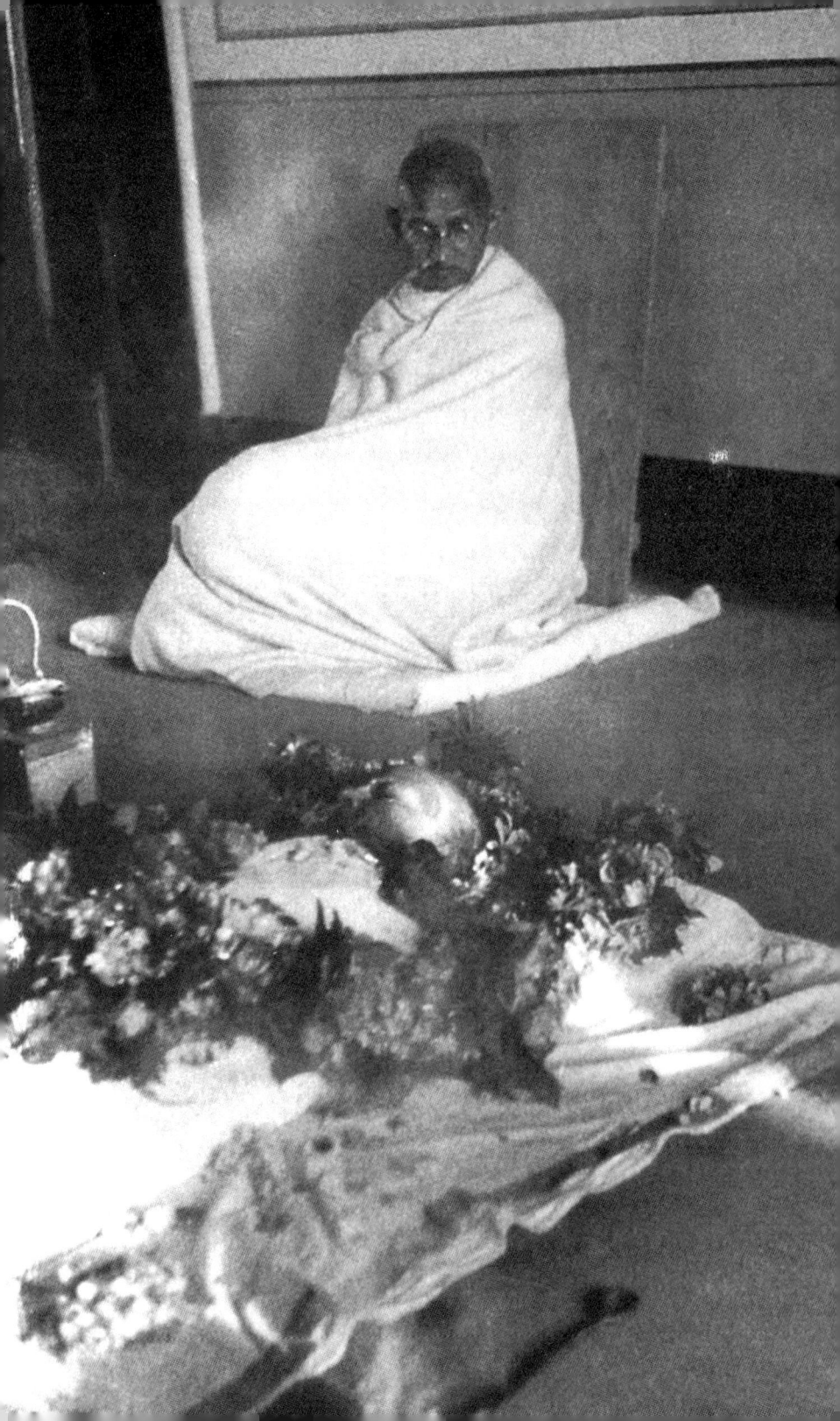

கிருஷ்ணம்மாள் ஜெகந்நாதன்

'செயல்தான் மனிதர்களை முன்னேற்றும்', எனவே செயல் புரிக என்றார் மகாத்மா காந்தி. 'ஊருக்கு உழைத்தல் யோகம்', என்றார் மகாகவி சுப்பிரமணிய பாரதி. 'வாடிய பயிரை கண்டபோதெல்லாம் வாடினேன்' என்றார் வள்ளலார். மேல் சொன்ன மகான்களின் வார்த்தைகள் அனைத்தையும் ஒன்று சேர்த்து ஒரு உருவமாகச் செய்தால் நாம் காண்பது காந்திய செயற்பாட்டாளர் கிருஷ்ணம்மாள் ஜெகநாதன் அவர்கள். தளராத ஊக்கமும் செயல் திறனும் மானுடர் மீதான நம்பிக்கையும் கொண்ட இவர் பேசுவதை கேட்பது அற்புதமான அனுபவம். விடுதலைப் போராட்ட கால கட்டத்தின் வாழும் சாட்சி இவர். சௌந்திரம் ராமச்சந்திரன், வினோபாவே போன்ற காந்தியச் சிந்தனையாளர்களோடு இணைந்து பணிபுரிந்திருக்கிறார். காந்தியக் கொள்கை களால் ஈர்க்கப்பட்ட கிருஷ்ணம்மாள் நிலமற்ற ஏழை விவசாயிகளுக்கு நிலங்களைப் பெற்றுத்தர வாழ்நாளை அர்ப்பணித்தவர். LAFTI அமைப்பை தோற்றுவித்து அடித் தட்டு மக்களின் வறிய நிலையைப் போக்க இன்றும் போராடி வருபவர் கிருஷ்ணம்மாள். இறால் பண்ணைகளுக்கு எதிரான போராட்டம், கீழ்வெண்மணிப் போராட்டம் என்று தான் மேற்கொண்ட போராட்டங்களில் காந்திய வழியில் வெற்றியைத் தேடித் தந்தவர். அடித்தட்டு மக்களின் மேம்பாட்டுக்காக உழைத்தமைக்காக ரைட் லைவ்லிஹூட் அவார்ட் (THE RIGHT LIVELIHOOD AWARD) என்று அழைக்கப்படும் மாற்று நோபல் பரிசு இவருக்கு வழங்கப் பட்டுள்ளது. கடந்த ஆண்டு இவரின் சேவையைப் பாராட்டி இந்திய அரசு பத்மபூஷன் விருதை வழங்கி கௌரவித்துள்ளது.

மக்களின் நலனே முதன்மையானதாக வாழ்ந்த தலைமுறையின் நித்திய சாட்சி கிருஷ்ணம்மாள் ஜெகந்நாதன். இன்னமும் மங்காத நினைவுகளை இவர் நம்மோடு பகிர்ந்து கொள்கிறார்.

சித்ரா : உங்களது வாழ்க்கை மிகுதியான போராட்டம் நிறைந்தாக உங்களது போராட்ட வழிமுறைகளில் முழுவதுமாக காந்தியடிகள் வெளிப்படுகிறார், காந்தியடிகள் எவ்வாறு உங்களது வாழ்வில் வந்தார்?

கிருஷ்ணம்மாள் ஜெகந்நாதன் : காந்தியடிகளை நேரில் சந்தித்த பின்பு தான் அவரைப் பற்றிய நன்மதிப்பீடு உருவாகியது.

1946 பிப்ரவரி மாதம் 22 ஆம் தேதி அன்று ஹரிஜன் வெல்பர் பண்ட் சேகரிக்க அவர் மதுரைக்கு வந்தார். நான் அப்பொழுது அமெரிக்கன் கல்லூரியில் படித்துக் கொண்டிருந்தேன். காந்தியடிகளைச் சந்திப்பதற்கு முன் அவரின் மகிமையை நான் அறிந்திருக்கவில்லை.

காந்தியடிகள் மதுரை வருகிறார் என்று அறிந்த மக்கள் அனைவரும் ஒரு பெரிய திருவிழாவைக் காணவருவதுபோல் வண்டி கட்டிக்கொண்டு குடும்பம் குடும்பமாக வந்து தங்கி இருந்தனர். இக்கூட்டத்தின் நடுவே காந்தியடிகளைக் காணுவது என்பது அரிதான காரியம். அன்று அவரை சந்திக்கலாம் என்ற நம்பிக்கையே இல்லை. நான் படிக்கின்ற காலத்தில் ‘காந்தியன் ஸ்டடிஸ்’ என்ற ஒரு ஸ்தாபனம் இருந்தது. அவ்வகுப்பில் பெண்கள் குழு ஒன்று இருந்தது, காந்திய வேலைகள் செய்யக்கூடிய காந்தியவாதிகளை அழைத்துக்கொண்டு வந்து உரையாட வைப்பேன். அப்பொழுது டாக்டர் சௌந்தரம் அம்மாள் அடையாறில் ஒரு வைத்தியசாலை வைத்து வேலை பார்த்துக் கொண்டிருந்தார்கள்.

அன்றுதான் காந்திஜி அவர்கள் வருகிறார் என்பதை அறிந்த சௌந்தரம்மாள் அவர்கள் அதிகாலையிலேயே எங்களது விடுதிக்கு வந்து விட்டார்கள்.

ஊரெல்லாம் திருவிழாக்கோலமாகக் காட்சி அளிக்கிறது ஆனால் நீங்கள் வெளியில் கூட வரவில்லை உடனடியாக ஐந்து நிமிடங்களில் கிளம்பி வர வேண்டும். வைத்தியநாதன் ஐயா வீட்டில் பெரும் கூட்டம் நடக்கிறது காந்தியடிகளை எந்த நிறுத்தத்திலிருந்து கூட்டிக் கொண்டு வரலாம் என்ற ஆலோசனைக் கூட்டம் நடைபெறுகிறது என்றார்.

காந்தியடிகளைக் காண எங்கு பார்த்தாலும் ஜனசமுத்திரம் போல மக்கள் கூடியிருந்தனர். அவர் மேடையில் ஏற கால் எடுத்து வைத்தால் நூறு கைகள் அவர் பாதத்தைத் தொடுகின்றன. மேடையில் கனு காந்தியும் ஆபா காந்தியும் சேர்ந்து ரகுபதி ராகவ பாடலைப் பாடினார்கள். அப்பொழுது கூட்டத்தினரைப் பார்த்து ராஜாஜி எழுந்து அமைதி காக்கும்படி கூறினார், சிறிது நேர உரையின் பின் அனைவரும் புறப்பட்டு சென்று விட்டனர். அன்று இரவு காந்தியுடன் வந்த அனைவரும் சிவகங்கை ராஜாவுடைய அரண்மனையில் (இன்றைய மீனாட்சி

கல்லூரி) தங்கி விட்டு மறுநாள் மீனாட்சி அம்மன் கோவிலுக்குச் சென்றனர். தரிசனத்தின் போது சரியான கூட்டம். கூட்ட நெரிசலின் போது காந்தி அவர்களின் கையைத் தெரியாமல் பிடித்துக் கொண்டேன். காந்தியடிகளின் அருகே நிற்பது சற்று தயக்கமாகவே இருந்தது. மீனாட்சி அம்மன் கோயில் தரிசனத்தை முடித்துவிட்டு அனைவரும் சிவகங்கை அரண்மனையில் காத்துக் கொண்டிருக்கின்றனர். அங்கே சுசிலா நய்யார் காந்தி அவர்களுக்கு உண்ண உணவு கொடுத்துக் கொண்டிருந்தார். காந்தியடிகளுக்குத் தேவையான பொருட்களை எல்லாம் சுசிலா நய்யார் என்னிடம் வந்து கூறுவார் . நான் டிவிஎஸ் அவர்களின் வீட்டில் சென்று வாங்கி வந்து கொடுப்பேன். அவர்கள் நான் சென்று வர எனக்கென்று தனியே ஒரு நான்கு சக்கர வாகனத்தை கொடுத்திருந்தார்கள். மறுநாள் பழனிக்குச் செல்லும் வழியில் வழிநெடுகப் பெரிய கூட்டம் இன்று காந்திகிராமம் இருக்கும் அம்பாத்துறையில் ரயிலை மறித்து கொண்டு விடவே இல்லை அதில் இலக்குமையா என்பவர் மிகத் தீவிரமாக ஈடுபட்டிருந்தார். அவர்தான் காந்திகிராமத்துக்குக் கொஞ்சம் நிலமும் கொடுத்தார். அம்பாத்துறையில் இருந்து மலையடிவாரம் வரையிலும் கூட்டம் அலைமோதியது சன்னதியில் உட்கார்ந்து இருக்கும்போது சௌந்தரம் அம்மாள் என்னிடம் கூறினார்கள் அந்தக் கூட்டத்தில் யாரோ ஒருவர் திருப்புகழ் பாட ஆரம்பித்து விட்டார்கள், அதனால் நீ பாடு என்று கூறினார். 'மாற்ற அறியாத செழும் பசும் பொன்னே', என்ற திருப்புகழ் பாடலை பாட ஆரம்பித்து விட்டேன். ஆனால் எனக்கு 11 வயதில் இருந்து அருட்பா படிப்பது தான் ஆர்வம் அதிகம். ராமலிங்க சுவாமிகளின் அருட்பா படிக்காமல் இருக்கவே முடியாது. இதில் ஒரு முக்கிய கருத்து 'எல்லாம் செயல் கூடும்', நாம் முன்னின்று எந்த ஒரு காரியத்தையும் எடுத்தால் அது கண்டிப்பாக செயல் கூடும் என்ற எண்ணம் அதில் இருந்து தோன்றியது. நாம் எடுத்த இந்தப் பிறவியானது ஏழை எளியோரின் கண்ணீரைத் துடைக்கவும் அதற்காக நம் இருப்பு இருக்க வேண்டும் என்ற எண்ணம் என் மனதில் அன்றே பதிந்து விட்டது.

சித்ரா : நீங்கள் கூறும் போது நிறைய ஆளுமைகள் பற்றிக் குறிப்பிட்டு இருந்தீர்கள் அதில் டாக்டர் சௌந்தரம் ராமச்சந்திரன் அவர்களோடு நீங்கள் ஆற்றிய பணிகள் மற்றும் அவர்களைப் பற்றிய சிறு தகவல்களைப் பகிருங்கள்.

கிருஷ்ணம்மாள் ஜெகந்நாதன்: நான் எப்பொழுதும் சௌந்தரம் அம்மா உடனே இருப்பேன் இரவு பத்து மணி வரை என் போன்ற பெண்களுக்கு வைத்தியசாலையை வைத்திருப்பார்கள் அதில் பத்திலிருந்து 20

பேருக்கு மேல் மிகவும் வறுமையில் உள்ள பெண்கள் இருப்பார்கள். அதில் நானும் ஏ.எஸ். பொன்னம்மாள் (எம்.எல்.ஏ.,) அவர்களும் சேர்ந்து இருந்தோம். என் போன்ற 20 பேர் அங்கு இருந்தோம். நான் சேர்ந்த மறுநாளே அம்மா அவர்கள் என்னுடன் அன்போடு பழகியிருந்தார். அம்மா இரவு 10 மணிக்கு எல்லாம் வீணை வாசிப்பார்கள் அதை முடித்தவுடன் அவரது நான்கு சக்கர வாகனம் அவருக்காக காத்துக் கொண்டிருக்கும் அதன் அருகில் ஒரு காவலர் இருப்பார். நான் கிராமத்தில் இருந்து வந்ததனால் காவலரைப் பார்த்து பயப்படுவேன் ஆனால் அம்மா அவர்கள் எதற்காக அச்சப்பட வேண்டும் அவர்கள் நமது பாதுகாப்பிற்காக வந்துள்ளனர் என்று எடுத்துக் கூறுவார்கள். நான் அறிந்தவரை முதன் முதலாக மதுரையில் நான்கு சக்கர வாகனம் ஓட்டிய ஒரு பெண் என்றால் சௌந்தரம் அம்மாள் அவர்கள்தான். அந்த வாகனத்தில் அம்மா, நான் மற்றும் பாது காப்பிற்காக ஒரு காவலர், என அம்மா அவர்கள் இரவு இரண்டு மூன்று மணி வரை ஊரெல்லாம் சுற்றி திரிந்து இளம் விதவைகள், வாழ்வை இழந்த பெண்கள் ஆகிய அனைவரையும் அழைத்துக் கொண்டு வந்து விடுதியில் சேர்த்து மறுவாழ்வு கொடுப்பார்கள்.

சித்ரா : மதுரையில் மிகவும் புகழ்பெற்ற காந்தியவாதியான வைத்தியநாதரைத் தாங்கள் சந்தித்ததுண்டா? அவரது காந்திய வழிமுறையைப் பற்றி தாங்கள் கூறுங்கள்?

கிருஷ்ணம்மாள் ஜெகந்நாதன் : வைத்தியநாதன் ஐயா அவர்கள்தான் எங்களது விடுதியில் ஆங்கில பாடம் சொல்லித் தருவார். எங்கள் மீது மிகவும் அன்பாக இருப்பார் அவர்கள் 40 குழந்தைகளை வைத்து மீனாட்சி விடுதியை நடத்திக் கொண்டிருந்தார்.

சித்ரா : வைத்தியநாதன் ஐயா அவர்களின் வீட்டுக்கு நீங்கள் சென்றது உண்டா?

கிருஷ்ணம்மாள் ஜெகந்நாதன் : அவர் வீட்டுக்குச் சென்று உணவு உண்டிருக்கிறோம்.

சித்ரா : வைத்தியநாதையர் ஐயா அவர்களின் வீட்டிற்கு நிறைய ஆளுமைகள் வந்திருக்கின்றனர் அது பற்றி கூறுங்கள்?

கிருஷ்ணம்மாள் ஜெகந்நாதன் : வைத்தியநாதையர் அவர்கள் ஐயா கக்கனை தனது சொந்த மகனைப் போன்று வைத்திருந்தார். இந்த மாதிரியான மனிதர்களை இப்போது பார்க்க முடிவதில்லை.

சித்ரா : காந்திகிராம் பல்கலைக்கழகம் ஆரம்பித்தது பற்றி கூறுங்கள்?

கிருஷ்ணம்மாள் ஜெகந்நாதன் : முதன் முதலில் ஆரம்பித்தது இளம் விதவைகளுக்கான விடுதி நான் விடுதி ஆரம்பித்ததிலிருந்து

அம்மாவுடன் இருக்கிறேன். அம்மா அவர்களுக்கு ஓய்வே கிடையாது. ஓரிடத்தில் இருக்க மாட்டார்கள் ஓடிக்கொண்டே இருப்பார்கள் அவசரமாகதான்உணவுகூட உண்ணுவார்கள்சாப்பிட்டுவிட்டுமீண்டும் பணிக்குச் சென்று விடுவார்கள். கல்லூரி ஆரம்பிக்கும் தருவாயில் நான் பூமிதான இயக்கத்திற்குச் சென்று விட்டேன். 1951ல் நான் சென்னையில் படித்துக் கொண்டிருந்தேன் படிப்பு முடிந்ததும் வேலைவாய்ப்புக்காக காமராஜரிடமிருந்து ஒரு விண்ணப்பம் வந்திருந்தது. நான் அந்த வேலையைப் பற்றி சிந்தித்துக் கொண்டிருக்கும் போது கையில் வைத்திருந்த விண்ணப்பப் படிவம் கிழிந்துவிட்டது அதை தூக்கிப் போட்டு விட்டேன். மறுநாள் காலை சான்றிதழ் அனைத்தையும் வெளியே போட்டுவிட்டேன் எனக்குள்ளே ஏதாவது செய்தாக வேண்டும் என்ற எண்ணம் உண்டாயிற்று. ஆனால் நான் தங்கி இருந்த விடுதிக் காப்பாளர் அனைவரும் வீட்டிற்குச் செல்ல வேண்டும் என்ற ஆசையுடன் இருக்கின்றனர் ஆனால் உனக்கு அந்த ஆசையே இல்லையா? இங்கேயே தங்கிவிடலாம் என்று இருக்கிறாயா? என்று கேட்டார். நான் 15 நாட்கள் அவகாசம் கேட்டேன். 15 நாட்களும் விடுதியிலே தங்கி பிரார்த்தனை செய்துகொண்டு அங்கே இருந்தேன். பின்பு சமையல்காரர்களுக்கு உதவி செய்தல் காய்கறிகளை நறுக்கிக் கொடுத்தல் போன்ற உதவிகளை மேற்கொண்டேன். அருட் பெருஞ்ஜோதியைப் படித்துக் கொண்டிருக்கும் போது வினோபாவே நடை பயணம் மேற்கொள்கிறார் அவரது ஆசிரமத்தில் இருந்து தெலுங்கானா நோக்கி நடை பயணத்தைத் தொடங்க இருக்கிறார் என்ற செய்தி வந்தது. அங்கே நிலச்சுவான்தாரர்களுக்கு எதிராகப் புரட்சி நடந்து கொண்டிருந்தது. அதை முடித்துவிட்டு காசி மற்றும் அதன் பின் பாட்னாவிற்குப் போவதற்கு அவர் தயாராக இருந்தார்.

சித்ரா : நீங்கள் ஒரு முன்னோடித் திட்டமான போராட்டங்களை வழிநடத்தியுள்ளீர்கள் இன்று சுற்றுச்சூழல் சார்ந்து விழிப்புணர்வு அதிகமாக இருக்கிறது இருப்பினும் அன்றைக்கு இறால் பண்ணை அமைப்பது மூலம் நிலம் எவ்வாறு மாசுபடும் என்பதைப் பற்றியும் அதற்கான போராட்டத்தை முன்னெடுத்து வெற்றியும் கண்டுள்ளீர்கள் அதைப் பற்றி கூறுங்கள்?

கிருஷ்ணம்மாள் ஜெகந்நாதன் : சீர்காழி அருகில் உள்ள நிலங்களில் கடல் நீர் பாய்ச்சுவதை அறிந்த எங்களது தம்பா என்ற ஊழியர் வந்து தகவல் கூறினார். அவர் கூறிய தகவலின் அடிப்படையில் ஜெகநாதன் ஜி மற்றும் 10 பேர் கொண்ட குழு அந்த இடத்தைப் பார்வையிட சென்றனர். கிடைத்த தகவலின் படி அங்கே உள்ளவர்கள் உப்பு நீரை விளைநிலங்களில் பாய்ச்சிக்

கொண்டிருந்தனர் இவ்வாறு செய்வதன் மூலம் இரண்டு அல்லது மூன்று வருடங்களில் அந்த இடம் கல் போன்று மாறிவிடும் ஆகையால் இவ்வாறு செய்யக்கூடாது என்று போராட்டத்தில் ஈடுபட்டனர். போராட்டத்தில் மூவாயிரம் கிராம மக்கள் ஒன்று கூடி மறியலில் ஈடுபட்டனர். அதில் சிலரைக் கைது செய்து கடலூரில் உள்ள சிறையில் அடைத்தனர் பதுங்கியிருந்த மற்ற ஊழியர்களையும் கண்டுபிடித்து சிறையில் அடைத்தனர். நம் நாட்டின் சுதந்திரத்திற்காகக் காந்தி அவர்கள் அறிவித்த நாள் ஆகஸ்ட9 அந்த நாளை முன்னிட்டு ஒரு 3000 மக்களைச் சேர்த்துப் போராட்டம் நடத்த வேண்டும் என்று ஜெகந்நாதன் ஜி அழைப்பு விடுத்திருந்தார். இந்த போராட்டம் நாகப்பட்டினத்திற்கும் பூம்புகார்க்கும் இடையே உள்ள கடற்கரையில் நடைபெற வேண்டும் என்று திட்டமிட்டு இருந்தனர்.

அதுவரை காவல் துறையின் கைகளில் அகப்படாமல் ஜெகந்நாதன் மீனவர்கள் குடிசையில் தலைமறைவாய் இருந்தார். சரியாக ஆகஸ்டு ஒன்பதாம் தேதி காலை 8 மணிக்கு நிலச்சுவான்தாரர்கள் தண்ணீர் பாய்ச்சுவதைத் தடுப்பதற்காகக் காத்திருந்தனர். அனைவரும் 8:00 மணிக்கு கூடிவிட வேண்டும் என்று திட்டம் தீட்டப்பட்டு இருந்தது மக்கள் யாரும் போராட்டத்திற்கு வரப்போவதில்லை என்ற நம்பிக்கையில் காவலர்கள் ஓரிடத்தில் அமர்ந்து தேநீர் குடித்துக் கொண்டிருந்தனர் ஆனால் மக்கள் திடீரென்று வந்து போராட்டத்தில் ஈடுபட்டனர் 3000 பேர் கைது செய்யப்பட்டு கடலூர் சிறையில் அடைக் கப்பட்டிருந்தனர். சிறைக்குச் செல்வதற்கு மதியம் 2 மணி ஆகி விட்டது அனைவரும் மதிய வெயிலில் சென்றதால் தாகம்,களைப்பு ஏற்பட்டது அப்போது குடிக்க தண்ணீர் ஏதேனும் இருக்குமா என்று தேடிய பொழுது அங்கே மோர் பானைகள் வைக்கப்பட்டிருந்தன முதலில் குடித்த மூன்று பேர் அங்கேயே மயங்கி இறந்து விட்டனர். அந்தப் பானைகளில் மருந்து கலக்கப்பட்டு இருந்தது அப்போதுதான் தெரியவந்தது. ஆனால் அப்போது அந்த மூவர் இறந்த வழக்கை எங்களால் நடத்த முடியாத சூழ்நிலை ஏற்பட்டு விட்டது. அப்போது ஜெகந்நாதன் அவர்கள் கூறினார் இந்த முறை 3000 பேர் சரண் அடைந்து விட்டோம். நான் நாளை பெண்கள் சரணடைய வேண்டும் அது 5000 பேராக இருக்க வேண்டும் என்று முழங்கினார்.

எங்கள் குழுவில் ஜோதி என்ற பெண்ணின் தலைமையில் 5000 பேர் சரண் அடைந்தனர். இதை அறிந்த இறால் பண்ணையாளர்கள் பூம்புகாரில் இருந்து வேளாங்கண்ணி வரை மற்றும் காஞ்சிபுரத்தில் இருந்தும் மக்கள் அனைவரும் ஒன்று சேர்ந்தனர். சில வெளிநாட்டு முதலாளிகளும் ஒன்று கூடி எங்களை எதிர்த்தனர்.இதனால் கைது

செய்யப்பட்ட நாங்கள் வெளியில் வர முடியாத சூழ்நிலை ஏற்பட்டது. ஜெகந்நாதன் ஜி எங்களை வெளியில் எடுக்க பல முயற்சிகளை மேற்கொண்டார். அதன்பின் டெல்லிக்குச் சென்று வழக்கு தொடுத்தார். பின்பு வழக்கு பதிவு செய்யப்பட்டு நடத்தப்படும் போது எங்களுக்கு ஆதரவாக வழக்கை நடத்த இரண்டு வக்கீல்கள் மட்டுமே இருந்தனர்.

ஆனால் அவர்கள் பக்கம் வாதாட கல்கத்தாவில் இருந்து குஜராத் வரை ஆயிரம் வக்கீல்கள் அவர்களுக்குப் பக்கபலமாக இருந்தனர். இதை அறிந்த எனது கணவர் நம்மால் இந்த இந்த வழக்கில் வெற்றி பெற முடியாது எனவே நான் காந்தியின் சமாதியில் சாகும் வரை உண்ணாமல் இருக்கப் போகிறேன் என்று கூறிவிட்டார். காந்தியின் சமாதி அருகில் நான் எனது கணவர் மற்றும் எங்களோடு காந்தி என்ற ஒரு பையன் ஆகியோர் உண்ணாவிரதம் இருக்க ஆரம்பித்தோம். அப்போது நான் அந்தப் பையனிடம் வெயிலின் தாக்கம் அதிகமாக இருக்கிறது அனல் காற்று வேறு வீசுகிறது இரவு குளிராக வேறு இருக்கிறது அதனால் காந்தி விடுதியில் சென்று தங்கிக் கொள் என்று நான் கூறினேன் நான் மட்டும் அவருக்குத் துணையாக இருக்கிறேன் என்று. அவரது கட்டிலில் காலைப் பிடித்துக் கொண்டு இரவு முழுவதும் உட்கார்ந்து இருந்தேன். அடுத்த நாள் சென்னையிலிருந்து சிலர் காந்தியின் சமாதியைக் காண வந்திருந்தனர் எங்களைக் கண்டவுடன் நாங்கள் தமிழ்நாட்டைச் சேர்ந்தவர் என்பதை அடையாளம் கண்டறிந்தனர். அவர்கள் எங்கள் நிலையைக் கண்டு ஏதாவது உதவி செய்ய எண்ணினர் ஆனால் அவர்கள் எங்களிடத்தில் ஒன்றும் இல்லை என்று கூறி கையில் 42 ரூபாய் பணத்தை வைத்துக் கொள் என்று கொடுத்துவிட்டுச் சென்றனர்.

நாங்கள் அங்கே இருந்தோம் இரவில் என் கணவர் தூங்கி விட்டார் ஆனால் எனக்கு தூக்கம் வரவில்லை. ஏனென்றால் அவர் வயதானவர் அது மட்டும் இன்றி அவர் உடல்நிலையை நினைத்து அச்சமாக இருந்தது. பின்பு டாக்டர் அருண் என்பவர் அந்த இடத்திற்கு வந்திருந்தார். அவர் முன்னாள் பாராளுமன்ற உறுப்பினராக இருந்தவர் அது மட்டும் இன்றி காந்திகிராமத்தில் கல்வி முதல்வராகவும் பணியாற்றியவர். அவர் மேனகா காந்தியை அழைத்து வந்தார்கள் அவர்கள் எங்களுக்காக வழக்கை நடத்துவதாக உறுதியளித்தனர் உண்ணாவிரதத்தை முடிக்கும்படி கேட்டுக்கொண்டார். பின்பு அவர்கள் எங்களை ஊருக்கு அனுப்பி வைத்தார்கள். ரயில் பயணத்தில் வந்து கொண்டிருக்கும்போது எங்கள் மூவருக்குமே உணவு ஏதுமில்லை என் கணவர் களைப்பில் தூங்கிவிட்டார் நானும் அந்தப் பையனும் உட்கார்ந்திருந்தோம் போபாலுக்குச் செல்லக்கூடிய சக பயணி

ஒருவர் எங்கள் நிலையைக் கண்டு தண்ணீர் கூட அருந்தாமல் வந்து கொண்டிருக்கிறீர்களே என்று வருத்தப்பட்டார் அவர் அவரது வீட்டிற்கு தொலைபேசி மூலம் அழைப்பு விடுத்து உணவு கொண்டு வரச் சொல்லி இருப்பதாகவும் உணவுக் கூடையை எங்களிடம் கொடுத்து அதை வைத்துக் கொள்ளுங்கள் என்று கூறினார். அந்த உணவினை சாப்பிட்டு அதை வைத்துக் கொண்டே வந்து சேர்ந்தோம். இதேபோன்று பல்வேறு பிரச்சனைகள் எங்களுக்கு ஏற்பட்டது நாங்கள் மீண்டும் மீண்டும் போராடிக் கொண்டிருந்தோம். ஏனென்றால் கிராமத்து மக்களுக்கு இப்போதுதான் நிலம் சொந்தமாகக் கிடைத்திருந்தது ஆனால் அந்த நிலத்தை இவர்கள் இறால் பண்ணை என்ற பெயரில் அழித்துக் கொண்டிருக்கிறார்கள். நாங்கள் மாவட்ட ஆட்சியர் தலைமை அலுவலகத்திற்கு தினமும் தொலைபேசியில் அழைப்பு விடுத்தும், பாத யாத்திரையாக நடந்தும், நேரடியாகச் சென்றும் போராட்டம் நடத்திக் கொண்டிருந்தோம். இவ்வாறு செய்த பொழுது இறுதியில் அரசாங்கத்திடமிருந்து இறால் பண்ணைப் பணியை நிறுத்தப் போகிறோம் என்று அறிவிப்பு வந்தது. அந்த அறிவிப்பு கொஞ்ச காலம் மட்டுமே நீடித்தது ஆனால் இப்பொழுது அனைவரும் இறால் பண்ணை தொடங்க ஆரம்பித்து விட்டனர். இன்று குரல் கொடுக்க ஆட்கள் இல்லை. என்னால் போராட்டத்தில் ஈடுபட உடல் வலிமை இல்லை, எங்களால் மக்களுக்கு விழிப்புணர்வு கொடுக்க முடியவில்லை. மக்கள் யாவருக்கும் அதைப் பற்றிய சிந்தனையும் விழிப்புணர்வும் இல்லை.

சித்ரா : காந்திய வழிமுறை, போராட்டம், சிறைவாசம் போன்ற பிரச்சனை களைத் தவிர்த்து ஒரு தாயாகவும் இரண்டு குழந்தைகளை வளர்த்துள் ளீர்கள் ஒரு தாயாக உங்களது பிரச்சனை அதிகமாக இருந்திருக்கும். அதையெல்லாம் நீங்கள் எவ்வாறு கடந்து வந்தீர்கள் அதற்கான பலமும் தைரியமும் எங்கிருந்து வந்தது?

கிருஷ்ணம்மாள் ஜெகந்நாதன் : நாங்கள் பல்வேறு பிரச்சனைகளை சந்திக்க வேண்டி இருந்தது. எங்கள் ஊரில் உள்ள பெண்கள் நிலச்சுவான்தாரர்கள் வீட்டிற்கு விடியற்காலை 5:30 மணிக்குச் சென்று இருக்க வேண்டும். அங்கு அவர்கள் மாட்டுச்சாணங்களை எடுத்துவிட்டு, சுத்தம் செய்து அனைத்து வேலைகளையும் முடித்திருக்க வேண்டும் அவ்வாறு செல்லும் போது வீட்டில் உள்ள குழந்தைகளை கயிறுகளால் கட்டி கயிறு மறுமுனையை குடிசையின் ஒரு ஓரத்தில் கட்டிவிட்டு சென்று விடுவார்கள். ஏனென்றால் அங்கு ஆறுகள், குளங்கள் போன்ற நீர்நிலைகள் அதிகமாகக் காணப்படும். குழந்தைகளின் பாதுகாப்பு

கருதி இவ்வாறு அவர்கள் செய்வார்கள். நான் அங்கு சென்று குழந்தைகளின் கட்டுகளை அவிழ்த்து அவர்களுக்கு உணவு கொடுத்து பாடம் சொல்லிக் கொடுத்து அவர்களைப் பாதுகாப்பாகப் பார்த்துக் கொள்வேன், இதன் தொடர்ச்சியாக இரு விடுதிகளை ஆண்களுக்கும் பெண்களுக்கும் நடத்தி கொண்டிருந்தேன், இங்கு படித்த பிள்ளைகள் நன்றாக படித்து வேலைக்கு வந்திருக்கிறார்கள் இதுபோன்று செய்வதன் மூலம் என்னுடைய கவலைகளை நான் மறந்திருக்கிறேன். எனது மகன் நான் சேர்த்துவிட்ட விடுதிகளில் இருக்க மாட்டேன் என்று அடம்பிடித்தான். எட்டு வயது வரை எங்களோடு கிராமம் கிராமமாக வந்து கொண்டிருந்தான். நாங்கள் ஒரு முறை கோயம்புத்தூரில் உள்ள இராமகிருஷ்ணா வித்யாலயத்திற்கு சென்றிருந்தோம் அங்கே உள்ள அனைவரும் கூறினார்கள் படிக்கும் பையனை வைத்துக் கொண்டு ஊர் ஊராக சுற்றுகிறீர்களே என்றனர் அங்கு பணியாற்றிய தலைமை ஆசிரியர் எனது மகனை தாம் பொறுப்பேற்றுப் பார்த்துக் கொள்வதாகவும், படிக்க வைப்பதாகவும் உறுதி கூறினார். அவரது முயற்சியில் எனது மகன் 10 ஆம் வகுப்பு தேர்ச்சி பெற்றான் பின்பு அவர் மருத்துவக் கல்லூரியில் சேர்த்துவிட்டார்.

எனது பெண் பிள்ளையும் எல்லா விடயங்களிலும் ஆர்வமாக இருப்பாள் அனைத்துப் போட்டிகளிலும் அவளே வெற்றி பெறுவாள் அதற்கு உறுதுணையாக தலைமை ஆசிரியையும் மற்றும் அவரது நான்கு ஆசிரியர்களும் உறுதியாக இருந்தார்கள் உதாரணத்திற்கு அவள் ஒரு இட்லி சாப்பிடும் போட்டியில் கலந்து கொண்டு அதிகமாக உண்டதால் வாந்தி மற்றும் வலிப்பு போன்ற உடல் உபாதைகள் ஏற்பட்டு விட்டது. நான் அப்பொழுது திருநெல்வேலியில் ஒரு போராட்டத்தில் ஈடுபட்டுக் கொண்டிருந்தேன் எனக்கு அழைப்பு வந்தவுடன் அவளைப் பார்க்க சென்றிருந்தேன். அவள் மருத்துவ மனையில் வலிப்பினால் மிகவும் அவதியுற்று இருந்தாள். அவளின் அருகே செல்ல பயமாகவும், கவலையாகவும் இருந்தது.

சித்ரா : பிள்ளைகளை விட்டு போராட்டங்களுக்கு செல்கிறோம் என்ற வருத்தம் உங்களுக்கு இருந்ததா?

கிருஷ்ணம்மாள் ஜெகந்நாதன் : ம், ஆனால் எனக்கு இங்கே போராட்டங்களில் அதைவிட கடினமாக இருந்தது, அதனால் அவர்களை என் பக்கத்தில் வைத்துப் பார்த்துக்கொள்ள முடியாது. படிக்கும் இடங்களிலாவது உணவு கொடுக்க அவர்களுக்கு ஆட்கள் இருப்பார்கள். இங்கே அது முடியாது. அவர்களின் பள்ளிகளில் இரண்டாம் ஞாயிற்றுக்கிழமைகளில் பெற்றோர்கள் பார்க்க அனுமதி

உண்டு. ஆனால் என்னால் போக இயலாது நேரம் கிடைக்கும்போது அந்தப் பள்ளிக்குச் சென்று சுற்றிப் பார்த்து வருவேன், அதுமட்டுமின்றி அந்தப் பள்ளியைப் பார்த்து கைகூப்பி வணங்கிவிட்டு வருவேன்.

சித்ரா: மிக முக்கியமான வரலாற்று நிகழ்வுகளையும் அதனோடு சம்பந்தப்பட்ட ஆளுமைகளையும் பற்றியும் கிருஷ்ணம்மாள் ஜெகநாதன் அவர்கள் நம்மோடு பகிர்ந்து கொண்டார்கள். அதோடு மட்டுமல்லாமல் காந்தியடிகள் கற்றுக் கொடுத்த மிக முக்கிய மந்திரமான செய் அல்லது செத்துமடி என்ற ஒரே ஒரு மந்திரத்தை தாரமாக கொண்டு எப்படி அவர்கள் தங்களது போராட்டங்களில் எல்லாம் முன் நின்று மனம் சோராமல் வெற்றி கண்டார்கள் என்பதை நம்மிடம் விரிவாகப் பகிர்ந்து கொண்டார்கள். மகாத்மா காந்தி எப்படி எனது வாழ்க்கையே எனது செய்தி என்று கூறினாரோ அதேபோல் கிருஷ்ணம்மாள் ஜெகநாதன் அவர்கள் வாழ்க்கையும் நமக்கு ஒரு செய்தியாகவே இருக்கிறது, நன்றி.

சமஸ்

எழுத்தாளர்
பத்திரிகையாளர்.

சித்ரா : காந்தி ஒரு பத்திரிக்கையாளர், காந்தியைப் பல்வேறு விதமாக அணுகுவோர் உள்ளனர். காந்தியைப் பற்றி தொடர்ந்து நீங்கள் எழுதி வருகிறீர்கள். பரவலான வாசிப்பை அளித்துள்ள உங்கள் வாழ்க்கையில் எப்படி காந்தி நுழைந்தார் ?

சமஸ் : திட்டவட்டமாக காந்தி இப்படித்தான்; இந்நாள் தான் நுழைந்தார் என்று எனக்குச் சொல்லத் தெரியவில்லை. சிறு வயதில் பல இந்தியக் குழந்தைகளுக்கு காந்தி எப்படி கதை வழியாக வந்தாரோ, அப்படி தான் எனக்கும். எனது பெரியம்மா (ஆசிரியை) எனக்கு இரவு உணவு ஊட்டும் போது நிறைய நன்னெறிக் கதைகள் சொல்வது வழக்கம். அதன் வழியே காந்தி வந்தார். உடல்நலமில்லா என் தாத்தாவிற்குக் கால் பிடித்து விடும்போது, காந்தி தன் தந்தைக்கு இரவு முழுவதும் கால் பிடித்ததை நினைவூட்டியுள்ளார். இப்படியான சிறுசிறு விடயங்கள் மூலம் காந்தி உள்ளே வருகிறார். மிக நன்றாக உள்நுழைந்தது சத்திய சோதனையின் வழியேதான். போட்டிகளில் பங்கேற்று வெல்லும் போது இப்படியான நூல்கள் கிடைக்கும். சத்திய சோதனை ஒரு நல்ல நாவலைப் போல் இருந்தது. பெரிய தாக்கத்தையெல்லாம் உண்டு பண்ணவில்லை. காந்தியைப் பற்றி சற்று கூடுதலாக தெரிந்தது. பல அரசியல் கலப்பு உள்ள குடும்ப சூழ்நிலையில் வளர்ந்தவன் நான். என் தாத்தா ஒரு பெரியாரியர், திராவிட பாரம்பரியம் கொண்ட குடும்பம். அதே சமயம் இன்னொரு பக்கம் ராணுவ வழியில் (பணியிலும்) சுபாஷ் சந்திர போஸின் பாரம்பரியம் கொண்டது. அப்படியான சூழ்நிலையில் காந்தி என்ற பெயர் வெவ்வேறு விதமாக வளர்ந்து கொண்டிருக்கும். ஒரு பக்கம் பார்க்கும் போது காந்தி மீது எதிர்மறை விமர்சனம் தோன்றும். சுபாஷ் சந்திர போஸ் வழியில் இருப்பவர்கள் இந்திய வரலாற்றை வேறு விதமாகச் சொல்வார்கள். திராவிட ரீதியில் வேறுவிதமாக இருக்கும். என் தாத்தா எதையும் பொதுவான இடத்தில் வைத்துப் பார்க்கும் பண்புள்ளவர். பெரியாரியராய் இருந்தாலும் காந்தி மீது மதிப்பு கொண்டவர். சுபாஷின் உயர்ந்த பண்புகளையும் பேசக் கூடியவர். சிறுவயது முதலே எனக்கு அரசியல் ஆர்வம் உண்டு. கல்லூரிப் படிப்பை முடிப்பதற்கு முன்னரே எல்லா அரசியல் கட்சி களையும் சுற்றி வந்துவிட்டேன். இந்தக் காலகட்டம் நெடுகிலும் காந்தி என்ற மனிதர் மதிப்புசார்ந்து வெவ்வேறு விதத்தில் வந்து கொண்டிருக்கிறார். அடிப்படையில் நான் எனக்குப் பொருந்தாத காரியத்தைப் பேசக்கூடாது என்று நினைப்பேன். என்னுடைய முந்தைய பதிவுகளில் இருக்கும் தவறுகளைத் தவறான தரவுகளை நீக்கவே முயற்சிப்பேன். இதன்வகையில் ஒரு பெரிய கேள்வி வந்தது. உள்ளபடியே அரசியல் நோக்கிச் செல்லும் எவரும் பல சமரசங்களுக்கு

உட்பட்டுதான் ஒரு பெரிய சனநாயக இயக்கத்தில் இருக்க முடியும். அப்போது ஏன் இத்தனை முரண்பாடு வருகிறது. அதில் எனக்கு ஆழமாகத் தோன்றிய விடயம் என்னவென்றால் சித்தாந்தங்களைக் காட்டிலும் மக்கள் நலனே பெரிது. மக்கள் நலனிற்காகத் தான் எல்லா சித்தாந்தங்களும் அமைக்கப்படுகிறது என்றாலும் நாளடைவில் அது பின்னுக்குத் தள்ளப்படுகிறது. நாம் யார் பக்கம் நிற்க வேண்டுமெனில், மக்கள் பக்கம் தான் என்று எழுத்து சார்ந்து இயங்கினால் போதும் என கல்லூரி வாழ்க்கையின் இறுதியில் முடிவுக்கு வந்தேன். இந்த இடத்திற்கு வரும்போது காந்தி முழுவதுமாக உள்ளே வந்துவிட்டார். விமர்சனத்தின் வழியாக அறிந்தேன். ஆரம்பத்தில் நல்ல செய்திகள் வருகிறது. இடையே விமர்சனங்கள் வருகிறது. இவை இரண்டும் நம்மை ஒரு போக்கிற்குக் கொண்டு செல்லும்போது காந்திக்கான தரப்பாய் சத்திய சோதனை உள்ளே வருகிறது. அதன் பிறகு நிறைய இடங்களில் நமக்கு அடைக்கலம் யார் என பார்த்தால் காந்தி அடைக்கலமாக இருக்கிறார் என்பதைப் பின்னர் உணரும்போது என்னை காந்தியனாக உணர ஆரம்பித்தேன். இதுதான் காந்தியை வந்தடைந்த இடம்.

சித்ரா : தென்னாப்பிரிக்காவில் துவங்கி இந்தியா வரைக்கும் காந்தி 4 பத்திரிகைகள் நடத்தியுள்ளார்; தென்னாப்பிரிக்காவில், 'இந்தியன் ஒப்பீனியன்', 'இந்தியாவில் ஹரிஜன்', 'யங் இந்தியா' போன்ற பத்திரிகைகளையும் 4 மொழிகளில் கூட நடத்தியிருக்கிறார். ஒரு பத்திரிகையாளராக காந்தியை எப்படி பார்க்கிறீர்கள் ?

சமஸ் : *அவரை ஒரு சிறந்த communicator என்று சொல்லலாம். பெரிய எழுத்தாளர் பெரிய ஊடகவியலாளர் மிகப்பெரிய உரையாடல்காரர் என்பதுதான் முக்கியமான விடயம். ஆச்சரியமான விடயம் என்னவென்றால் காந்திக்கு பிரிட்டன் போகும் வரை (19 வயது வரை) பத்திரிக்கை படிக்கும் பழக்கம் கிடையாது. அங்கே சென்றபின் தான் படிக்கிறார். ஆனால் படிக்க ஆரம்பித்த வேகத்திலேயே எழுத வேண்டும் என்ற உத்வேகமும் அவருக்கு வருகிறது. அங்கேயே தனது சைவ உணவுப் பழக்கம், உணவு கலாச்சாரம் சம்பந்தமான கட்டுரைகளை எழுதத் துவங்குகிறார். ஆனால் உண்மையான பத்திரிக்கையாளராக அவர் திசை திருப்பப்பட்ட காலகட்டம் என்பது தென்னாப்பிரிக்காவிற்குச் சென்ற பின்தான். தென்னாப்பிரிக்கா போகும் வரைக்குமான காந்தி ஒரு தனிமனிதர். தனக்காகவும் தான் சார்ந்த விசயங்களுக்கும் செயல்படுபவராக இருக்கிறார். தென்னாப்பிரிக்கா சென்றபின் அங்கு முதன்முறையாக அடக்குமுறையை, அநீதியை, புறக்கணிப்பை, ஒடுக்குமுறையை எல்லாம் எதிர்கொள்ளும்போது*

தான் அவர் தன்னுடைய வாழ்க்கையை எதற்காக மாற்றிக்கொள்ள வேண்டும் என்ற மாற்றத்தை நோக்கித் தள்ளப்படுகிறார். அதற்கு அவர் தேர்ந்தெடுத்த பாதைதான் உரையாடல். அந்த உரையாடலுக்கான சிறந்த வழியாக எழுத்தை எடுத்துக்கொள்கிறார். ஒரு பத்திரிக்கை யாளராக காந்தியிடம் நான் பார்க்கக்கூடிய மூன்று விடயங்கள், தென்னாப்பிரிக்காவின் 'இந்தியன் ஒப்பீனியன்' நடத்தும் போது பெரிய அலுவலகம் கிடையாது, ஏராளமான பணியாளர்கள் கிடையாது. அவரே எழுதுபவராக, அச்சுக் கோர்ப்பவராக, பத்திரிகைகளை அஞ்சலுக்கு அனுப்புபவராக, கட்டுக்களைத் தூக்குபவராக இருக்கிறார். எந்திரத்தில் பழுது நீக்குபவராக இருக்கிறார். இந்த எல்லா பணிகளையுமே பார்க்கிறார். இந்த பண்பென்பது ஏதோ வசதி குறைவான காலகட்டத்தினால் வந்தது என்று சொல்லமுடியாது. மிகவும் பிற்பாடு ரயில் பயணங்களில் இருக்கும்பொழுது கூட அவர் கட்டுரை எழுதுவது, *dictate* செய்வ தெல்லாம் இருந்திருக்கிறது.

ஒரு சமயம் ரயிலில் போகும் பொழுது அருகில் இருந்த தட்டச்சு செய்பவரிடம் தட்டச்சு செய்யச் சொல்கிறார். அதில் ஏராளமான பிழைகள் வருகிறது. அது ரயிலின் வேகம் குலுக்கல் இதெல்லாம் சம்பந்தப்பட்டது. ஆனால் பணிகளில் கவனமாக இருக்கவேண்டும் என்று அவரிடம் கூறிவிட்டு அதை வாங்கி அவர் தட்டச்சு செய்கிறார். பிழைகள் இல்லாமல் கவனம் இருந்தால் நாம் எந்த இடத்திலும் பணியாற்ற முடியும் என்று சொல்லிவிட்டு கூடுதலாக ஒன்று சொல்கிறார், என்னவென்றால் ஒரு பதிப்பாசிரியர் என்பவர் அந்த பத்திரிக்கையை வாசகனிடம் சேர்க்கும் வரைக்குமான எல்லா பணிகளையும் அறிந்திருக்க வேண்டும். அதுதான் அவருக்கான நல்ல பண்பு. இது எந்தவொரு தொழிலுக்கும் உள்ள தார்ப்பரியமாக கருத முடியும். எனக்கு ஒரு பத்திரிக்கையாளனாக அது நெருக்கமானது.

சித்ரா : காந்தி எழுத எடுத்துக்கொண்ட விடயங்கள் மிகமிக முக்கியமானது என்று நினைக்கிறேன். அவர் சார்ந்திருந்தது ஒரு அரசியல் இயக்கம் எனினும் அதை மட்டுமல்லாமல் பல விடயங்களையும் அவர் பத்திரிக்கைகளில் எழுதியுள்ளார். தனிமனித மேம்பாடு சார்ந்தும் சமூக மேம்பாடு சார்ந்தும் அரசியல் புரிதல் சார்ந்தும் நிறைய விடயங்களைப் பத்திரிக்கைகளில் தொடர்ந்து எழுதிக்கொண்டு இருந்தார். ஒரு பத்திரிக்கையாளராக அவருடைய எழுத்துக்களை எவ்வாறு பார்க்கிறீர்கள்?

சமஸ் : காந்தி சமூகம்; அரசியல், பொருளாதாரம், ஆன்மீகம் என எந்த விடயத்தையும் ஒதுக்கவேயில்லை. எல்லா விடயங்களையும்

அவர் உரையாடிக்கொண்டே இருக்கிறார். பாலியல் கேள்வி உட்பட எல்லாவற்றிற்கும் பதிலளிக்கிறார். மிக முக்கியமான அம்சம், ஒரு பதிப்பாசிரியர் என்ற நிலையிலே *(editorship)* எல்லா பொறுப்புகளையும் எடுத்துக்கொள்ளும்போது அந்த இடத்திலிருந்து நீங்கள் எடுத்துக்கொள்ளக்கூடிய முக்கியமான கல்வி என்னவென்றால் உங்களுக்குட்பட்ட உலகினுடைய முழுமையான பரிமாணத்தை அறிதல் (உங்களைச் சுற்றி பத்து பேர் உள்ளனர், பத்து வேலைகள் உள்ளன. அந்த பத்து வேலைகளிலும் ஒரு சமத்தன்மையை உணர்வது) காந்தி சென்று தட்டச்சு வேலை செய்வதோ கழிப்பறை கழுவுவதோ என்றால் முதலில் அந்தப் பணி மேல் உங்களுக்கு அலட்சியமோ இழிவானதன்மையோ குறைத்து மதிப்பிடுதலோ இல்லாமல் இருத்தல். சமமாகக் கருதுவது, பின் இதன் ஒவ்வொரு இடத்திலும் இருக்கக்கூடிய பிரச்சனைகளையும்; அனுகூலங்களையும் அறிந்திருப்பது. மிக முக்கிய அம்சம், இதழியல்; ஊடகம் என்பது அவரை பொறுத்தவரை சேவைக்கான தளம். அதற்காக அதிலிருந்து பணம் சம்பாதிக்கக் கூடாது என்று சொல்லவில்லை. இன்னும் சொல்லப்போனால் தென்னாப்பிரிக்காவில் இருக்கும்போது கொஞ்சம் நஷ்டத்தில் அவரது பத்திரிக்கை நடந்தாலும் கூட அவருடைய செலவிற்கு (ஜீவனத் திற்கு) கொஞ்சம் பணம் தரக்கூடிய தொழிலாகவும் பத்திரிக்கையை நடத்தியிருக்கிறார். அதில் என்ன அம்சம் என்றால், இதழியலை சேவை என்கிறார். இதழியலுக்கான வரையறையாக எதைச் சொல்கிறார் என்பது முக்கியம். இதழியலுக்கான வரையறாக அவர் சொல்வது திருப்பத் திரும்ப அவர் எல்லா இடத்திலும் வலியுறுத்தக் கூடிய ‘உண்மை’. உண்மை பாத்திரமாக இருக்க வேண்டும். உண்மைதான் ஒரு பத்திரிக்கையாளனின் அடிப்படை அம்சம். அதில் மூன்றுவிதமானகடமைகளைஅவர்சொல்கிறார். முதலாவது, வெகுசன மக்களுடைய உணர்ச்சிகளை, அவர்களுடைய உணர்வுகளைப் பிரதிபலிக்கக்கூடியதாக ஊடகத்தைக் கொண்டுவருவது. இரண்டாவது, வெகுசன மக்களுக்கு எந்த உணர்வு தேவையோ அதைச் சுட்டிக்காட்டி எழுதவும் தயங்கக்கூடாது. இதில் இன்னொரு தாத்பரியமும் அவர் சொல்வதுண்டு உங்களுக்குத் தேவையான (அல்லது) தேவையில்லாத எதையும் நீங்கள் அவர்களிடம் கொண்டுபோகக் கூடாது. எது உண்மையோ அதைத்தான் கொடுக்க வேண்டும். இங்கு 1000 உண்மைகள் உள்ளன. ஒவ்வொரு தரப்பிற்கும் ஒவ்வொரு உண்மை இருக்கிறது. அப்படியெனில் எது முழுமையான உண்மை? இந்த முழுமையான உண்மையை நோக்கிப் பயணிக்க வேண்டுமெனில், இந்த அத்தனை பாத்திரங்களிலும் உங்களைப் பொருத்திப்பார்க்கக்

கூடிய; நெருக்கமாக்கிக் கொள்ளக்கூடிய; மேலே கீழே வைத்து பார்க்காமல், ஒரு சமத்தன்மையைப் பெறவேண்டும். அந்தத் தன்மை என்பது வாழ்க்கை பாடத்திலிருந்து வருவது. ஒரு பதிப்பாசிரியராக எல்லாவற்றையும் தெரிந்துகொள்வது எங்கிருந்து வந்தது என்றால் காந்தியிடம் இருந்துதான். எல்லா தரப்புகளின் வழியாகவும் அந்த உண்மை அறியப்படும். அதுதான் எல்லா தரப்புகளுக்கான உண்மை. அந்த உண்மையிலிருந்து எது பரிபூரண உண்மை என்பது எந்த காலகட்டத்திலும் அடையக்கூடியதல்ல. அதில் முயற்சி செய்து சிரமம் கொண்டு கூடுதலாகக் கொஞ்சம் தெரிந்துகொள்ள முயற்சி செய்வோம். அந்த பிரயாணத்தை வாழ்க்கையின் இறுதிவரை தொடர்கிறார். காந்தியிடம் இருந்து ஒரு பத்திரிக்கையாளனாக நான் எடுத்துக்கொண்ட மிகமுக்கியமான விடயம் இது. இரண்டாவது அவருடைய மொழி. அவர், 'எந்த விதத்திலும் நீங்கள் எல்லாவிதமான குறைகளையும் சுட்டிக்காட்டுங்கள். அது பிரச்சனையில்லை. ஆனால் கோபத்தைக் காட்டாதீர்கள், உங்களுடைய மொழியை மிக கண்ணியமாக நிதானமாக பயன்படுத்துங்கள்' என்று சொல்கிறார். அது மிக முக்கியமானது. பத்திரிக்கையாளராக அவரது விழுமியங்கள் பிராதானமானவை. அடுத்தது அவருடைய அர்ப்பணிப்பு. அதாவது, வாழ்க்கையில் ஒவ்வொரு கட்டத்திலும் வாசிக்க வாசிக்க; சந்திக்க சந்திக்க; பிரயாணிக்க பிரயாணிக்க உங்கள் மொழி பலருக்கு சிக்கலானதாய் மாறிவிடும். ஆனால் காந்தியின் மொழி ஆச்சரியமூட்டும் வகையில் எளிமையானதாகவே இருந்திருக்கிறது. அதற்கு காரணம் என்னவென்றால், எங்கேயோ தன்னுடைய அகந்தையைத் தூக்கி யெறிதல், தான் ஒரு ஆண் என்பதைக் காட்டிக்கொள்ள அல்ல, ஒரு சாமானியர்க்கு என் எழுத்து புரியுமா? ஒரு சாமானியர்க்கு, தான் நினைக்கக்கூடிய ஒன்றைக் கொண்டுபோய் சேர்த்திட முடியுமா? அது இருமுனைகளில் இருந்தும் விளையக்கூடியது தான். ஒவ்வொரு வாசகனும் மேலெழும்பி வரவேண்டும். தானும் கீழே செல்ல வேண்டும்.

சித்ரா : காந்தியினுடைய மொழி சார்ந்து நீங்கள் சொன்ன விடயங்கள் குறிப்பிடத்தகுந்தவை. ஒரு பத்திரிக்கையாளர் கடைபிடிக்க வேண்டிய விடயங்களாக மொழியைப் பார்க்கும் விதத்தினை அழகாகக் கூறினீர்கள். காந்தி பத்திரிக்கை நடத்துவதை ஒரு தொழிலாகவோ சேவையாகவோ மட்டும் பார்க்காமல் ஒரு அரசியல் இயக்கமாகவே அதை நடத்தினார். இன்றைய காலத்தில் அதில் பலவிவாதக் கருத்து களைப் பார்க்க முடியும்என்றாலும் கூட மக்களை ஒருங்கிணைக்கக் கூடிய மிகச்சிறந்த ஒரு அரசியல் இயக்கமாக அவர் பத்திரிக்கையை

நடத்தினார் என்று நாம் வரலாற்றில் பார்க்க முடிகிறது. அதை எவ்வாறு நீங்கள் உணருகிறீர்கள் ?

சமஸ் : அது வெற்றிகரமான இயக்கம் என்பதில் இரண்டு கருத்துகள் இருக்க முடியும் என்று எனக்கு தோன்றவில்லை. ஏனெனில் 'ஹரிஜன்' பத்திரிகை பல கிராமங்களில் கிடைத்திருக்கிறது. ஒரு பத்திரிக்கை அந்தக் காலகட்டத்தில் ஒட்டுமொத்த இந்தியாவிலும் பயணித் துள்ளது. எண்ணிக்கை குறைவாக இருக்கலாம். ஆனால் அன்றைய விகிதாசாரத்தில் அது பெரிய தாக்கத்தை ஏற்படுத்தியது. உரையாடல் வழியாகத்தான் அதை இயக்கமாக மாற்றுகிறார். முக்கியமான அம்சம் என்னவென்றால் அவர் தொடர்ந்து உரையாடிக் கொண்டேயிருக்கிறார். அவருடைய எழுத்தென்பதே அது கட்டுரையாக இருந்தாலும், வாச கர்களின் கேள்விக்கான பதில்களாக இருந்தாலும், மறுகேள்வி எழுப்புவதாக இருந்தாலும் சரி, அடிப்படையில் அது அவர் தன்னிடமே உரையாடிக்கொண்டது. தன்னுடைய உரையாடலை தொடர்ந்து சமூகத்தில் உரையாடலாக மாற்றியது அது எவ்வளவு பெரிய இயக்கம் என்பதற்கும், அதற்கு ஏன் அவர் எவ்வளவு அக்கறை காட்டினார் என்பதற்கும் ஏன் கவனம் கொடுக்க வேண்டுமென்றால், கற்பிப்பதை அவர் ஜனநாயத்தின் மிக முக்கியமான பணியாகக் கருது கிறார். கற்பித்தல் தொடர்ந்து இயங்க, எழுதுதல் என்ற பணி தொடர்ந்து நடக்கவேண்டும். தன்னை கற்பிப்பவராகக் கருதுகிறார். ஒரு பக்கம் தன்னை மாணவராகக் கருதுகிறார். இன்னொரு பக்கம் தன்னை ஆசிரியராகவும் கருதுகிறார். இரண்டையும் ஒரு சேரச் செய்கிறார். வாழ்நாள் முழுவதும் கற்பிப்பவராகவும் கற்றுக்கொள்பவராகவும் இருப்பதற்கான வாய்ப்பு பத்திரிக்கையாளர்களுக்கு அதிகம். இந்தப் பணியைத்தான் தன் பணியாக எடுத்துக்கொள்கிறார். ஏனைய தலைவர்களுடன் ஒப்பிடும்போது ஒரு மாறுபாட்டை காந்தியிடம் பார்க்கமுடியும். பல தலைவர்கள் ஒரு காலகட்டம் வரை பத்திரிக்கையில் காட்டக்கூடிய ஆர்வம், இயக்கத்தை பெரியதாய் வளர்த்த பின் அதில் அவர்களின் நேரடி விளைவு குறைவதை பார்க்க முடியும். ஆனால் காந்தியிடம் அதைப் பார்க்க முடியாது. தொடர்ந்து எழுதிக்கொண்டே இருப்பார். எல்லா காலகட்டங்களிலும் அவர் தொடர்ந்து எழுதிக் கொண்டே இருந்தார். அவர் தோய்ந்து விட்டார்;வேறொரு பணியைக் கையில் எடுத்துக்கொண்டதால் தொடர்ந்து எழுதாமல் விட்டுவிட்டார் என்றெல்லாம் இல்லை. தொடர்ந்து எழுதிக்கொண்டும் பேசிக்கொண்டும் இருந்தார். காரணம் என்னவெனில் சனநாயகத்தின் உயிர்மூச்சுடன் சம்பந்தப்பட்டதாக

இதை அவர் கருதுகிறார். அதனால்தான் அந்த இயக்கம் தொடர்ந்து கொண்டு இருந்தது.

சித்ரா : அந்தக் காலத்தில் எல்லா தரப்பு விடயங்களையும் அவர் எழுதியிருப்பது ஆச்சரியம்தான். நிறைய சுவாரசியமானத் தகவல்களை உள்ளடக்கியதாகத் தான் அந்தப் பத்திரிகைகள் உள்ளன. அதில் நீங்கள் படித்த வரைக்கும் ஒரு பத்திரிகையாளராக இதையெல்லாம் செய்திருக்கிறாரே என்று வியப்பை ஏற்படுத்திய விடயங்கள் சில இருந்திருக்கும். அதை எவ்வாறு பார்க்கீறீர்கள் சமஸ்?

சமஸ் : அவர் செய்த உள்ளார்ந்த விடயங்களில் நான் முக்கியமானதாக கருதுவது, அதனை எவ்வளவு சனநாயகப்பூர்வமாகச் செய்துள்ளார் என்பதுதான் (ஆச்சரியமூட்டுவது கூட). அவர் செய்த எத்தனையோ விடயங்களைக் குறிப்பிடாமல் நான் அந்த சனநாயகத் தன்மையை குறிப்பிடுவது விந்தையாக இருக்கலாம். சுதந்திர இந்தியாவின் 70 ஆண்டுகளுக்குப் பிந்திய ஒரு காலகட்டத்தில் இருக்கிறோம். எந்த அளவிற்கு இன்றைய ஊடகங்களில் சனநாயகத் தன்மையை நம்மால் கடைப்பிடிக்க முடிகிறது. வெளியிலிருந்து கிடைக்கக் கூடிய சுதந்திரவெளி என்று நினைப்பதை எந்த அளவிற்கு முழு சனநாயகத்தன்மையோடு வைத்திருக்கிறோம்? உதாரணமாக இங்கிருக்கும் அரசாங்கத்தின் மிக்க பிரியத்திற்குரிய கொள்கைகளைப் பேசக்கூடிய பத்திரிகையின் தரப்பாய் நாம் இருக்கும் பட்சத்தில் கூட எந்த அளவிற்கு மாற்றுத் தரப்பினருக்கு இடமளிக்கிறார்கள். நம்மிடம் வெவ்வேறு ஊடகங்கள்; வெவ்வேறு பத்திரிகைகள் இருந்தாலும் அதில் உரையாடல் எப்படி நடக்கிறது? உதாரணமாக உங்களிடம் ஒரு பத்திரிகை இருக்கிறது. என்னிடம் ஒன்று இருக்கிறது. நான் உங்களுக்கும் நீங்கள் எனக்கும் என பதிலளிக்கிறோம். ஆனால் இது இரண்டும் தனித்தனியே நடக்கின்றது. காந்தியுடைய பத்திரிகைகளில் முக்கிய அம்சம் என்னவென்றால் உரையாடல்கள் உள்ளே நடக்கின்றன. அம்பேத்கர் உள்ளே எழுதுகிறார். அம்பேத் கரியர்கள் உள்ளே எழுதுகின்றனர். காந்தி மீதுள்ள கடுமையான விமர்சனங்கள் எல்லாமே அவருடைய பத்திரிகைகள் வழியாக வருகிறது. அவருடைய பதில்கள் எல்லாம் அனைவரையும் திருப்தி படுத்தியதா? நியாயப்படுத்தியதா? என்பதெல்லாம் அடுத்த விடயம். ஆனால் அனைத்திற்கும் அதில் இடமிருந்தது என்பதுதான் முக்கியம். தென்னாப்பிரிக்காவில் ஒரு இளம் வழக்கறிஞராக தன்னுடைய வாழ்க்கையின் ஆரம்ப நிலையிலே இருக்கக்கூடிய ஒருவர் பராமரித்த சனநாயகம் ஆச்சரியம் இல்லாமல் இருக்கலாம். ஆனால் ஒரு நாட்டின்

தேசத்தந்தையாக சுதந்திரத்தை நோக்கிய கால கட்டங்களின் அதே சனநாயகத்தைப் பராமரிக்கக் கூடியவராக காந்தி இருக்கிறார் என்பது தான் மிகப்பெரிய ஒன்று. நாம் பேசக்கூடிய சனநாயகத் தன்மையை எந்த அளவிற்கு நாம் உள்ளே பராமரிக்கிறோம். நமது பத்திரிக்கையை. இயக்கத்தை வைத்திருக்கிறோம் என்பது தான் முக்கியமானது. அது தான் அவரிடம் கற்க வேண்டிய கல்வி; கடைப்பிடிக்க வேண்டிய மிகப்பெரிய பாடம்.

சித்ரா : இன்றைக்கு காந்தியத்தின் தேவை பல தளங்களில் மிக முக்கியமானதாக உணரப்படக்கூடிய ஒரு சூழலில் நாம் வாழ்ந்து கொண்டு இருக்கிறோம். சூழலியல் சார்ந்த பிரச்சனையாக இருந்தாலும் சரி, சமூகம் சார்ந்த பிரச்சனையாக இருந்தாலும் சரி காந்தியத்தில் நாம் தீர்வு காண முடியும் என்பதையே தொடர்ந்து நீங்களும் எழுதிக்கொண்டிருக்கிறீர்கள். இதனை அடுத்த கட்டத்திற்கு, ஒரு கருத்தியல் ரீதியாக காந்தியை உள்வாங்கும் தன்மையை எடுத்துக் கொண்டு செல்ல, அதை எப்படி செயல்படுத்தலாம் என்று நீங்கள் நினைக்கிறீர்கள் ?

சமஸ் : காந்தி எல்லா காலகட்டத்திற்குமானவர். சொல்லப்போனால் உலகத்தலைவர்களிலே புரிந்துகொள்வதற்கு மிகவும் சிரமமானவர் காந்தி என்பது என்னுடைய கருத்து. நாம் அவரை அவ்வளவு சீக்கிரம் புரிந்துகொள்ள முடியாது. வெவ்வேறு காலத்தில் காந்தியைப் பார்க்கும்போது அவர் செய்த செயல்களில் சிலவற்றில் சரியான முடிவு எடுத்திருப்பதாகவும், சிலவற்றில் தவறான முடிவு எடுத்திருப்பதாகவும் ஒவ்வொரு கட்டத்திலும் நினைக்கிறோம். அதுவே பின்னர் நோக்கும்போது அவர் தவறாகச் செய்தார் என்று நாம் நினைத்தோமல்லவா அது எல்லாம் சரியாகத்தான் (முடிவு) மாறுகிறது. சரியானவை குறைவதல்ல, நம்முடைய மதிப்பீடுகள் தான் மாறுகின்றதே தவிர அவருடைய முடிவுகள் மாறவில்லை. இரண்டாவது, நேரு அவரை மிக அற்புதமதாக ஒரு இடத்தில் புரிந்துகொண்டு வெளிப்படுத்துவார். 'காந்தி முடிவுகள் எடுப்பதில் மிக அற்புதமான மனிதர். ஆனால் அதற்கு அவர் சொல்லக்கூடிய விளக்கங்கள் நம்மை திருப்திப்படுத்துவதற்கு ஒரு சாக்கு. சரியாக சொல்லப்போனால் அவர் மக்களை மோப்பம் பிடிக்கக்கூடியவர். அவரிடம் விசேசமான ஒரு மோப்பசக்தி இருக்கிறது. அதனால்தான் இந்த முடிவுகளை எடுக்கிறார் என்று நான் சொல்வேன்' என்று நேரு சொல்வார். அது மிக ஆத்மார்த்தமான வார்த்தை. தன் அபாரமான உள்ளுணர்வால் எடுக்கக்கூடிய முடிவுகள் அவை. நாம் எந்த

அளவிற்கு இயற்கையோடும் உண்மையோடும் உள்ளுணர்வோடும் நெருக்கமாகிறோமோ அந்த இடத்திலிருந்துதான் நாம் அவரைப் புரிந்து கொள்ள முடியும். நாம் இன்று எதிர்கொள்ளும் எல்லா விடயத் திற்குமான தேவை காந்தியத்திற்கான தேவை. பலர் கேட்பர், உங்கள் பத்திரிக்கைகளில் (காந்தியப் பார்வை கொண்டவை) காந்தியை மையமாக வைத்து எப்படி முடிவெடுப்பீர்கள்? என்று. அது, அவர் கொடுத்திருக்கக்கூடிய அளவீடு; மதிப்பீடு; அணுகுமுறை என்பது மிகமிக எளிமையானது. எப்போதெல்லாம் முடிவெடுப்பதில் சந்தேகம் வருகிறதோ அப்போதெல்லாம் கண்களை மூடுங்கள், உங்கள் வாழ்க்கையில் நீங்கள் சந்தித்ததிலேயே ஆக ஏழையான ஒரு மனிதருடைய முகத்தை உங்கள் நினைவிற்குக் கொண்டுவாருங்கள், இப்போது நீங்கள் எடுக்கக்கூடிய முடிவு சரியானதா? இந்த முடிவு அவருடைய நிலையிலிருந்து அவரை விடுவிக்குமா? இன்னும் சொல்லப்போனால் அவரைப்போன்ற கோடிக்காண மக்களுடைய வறுமையை(பொருளாதாரவறுமைமட்டுமல்லஆன்மவறுமையையும் சேர்த்துக் கொள்வார்) அதிலிருந்து அவர்களை விடுவிக்குமா? இந்த கேள்வியைக் கேட்டுக்கொள்ளுங்கள். உங்களுக்கான பதில் கிடைத்து விடும். இதை, 'நான் உங்களுக்கு ஒரு மந்திர தாயத்து தருகிறேன்' என்று சொல்லியே சொல்லுவார். இந்தத் தாயத்து நாம் பேசக்கூடிய எல்லாவற்றிற்கும் பொருந்தும். ஒரு இதழியனாக (மக்களின் பிரதிநிதி) அவன் உலகத்தின் அனைத்துப் பிரச்சனைகளோடும் சேர்ந்த ஒரு மனிதன், சாமானியன், அவனுக்கு அளவீடு எதுவென்றால் இந்தத் தாயத்து. இதை வைத்து அனைத்தையும் சுற்றிவந்துவிட முடியும்.

சித்ரா : ஒரு பத்திரிக்கை ஆரம்பித்து அதன் எல்லாத் துறைகளிலும் காந்தி பங்கெடுத்த விதம் ஏனென்றால் அது லாபகரமானதா இல்லையா என்று பாராமல் அவர் மக்கள் சேவைக்கான ஒரு அமைப்பாக பத்திரிக்கையை பார்த்ததும் அதில் எல்லாத் தரப்பினரின் குரலும் ஒலிக்கக்கூடிய சனநாயகத் தன்மை உடைய பத்திரிக்கையை அவர் நடத்தினார் என்பதையும் மிக அழகாகவும் தெளிவாகவும் எடுத்துரைத்ததற்கு நன்றி - வணக்கம்.

CHICAGO

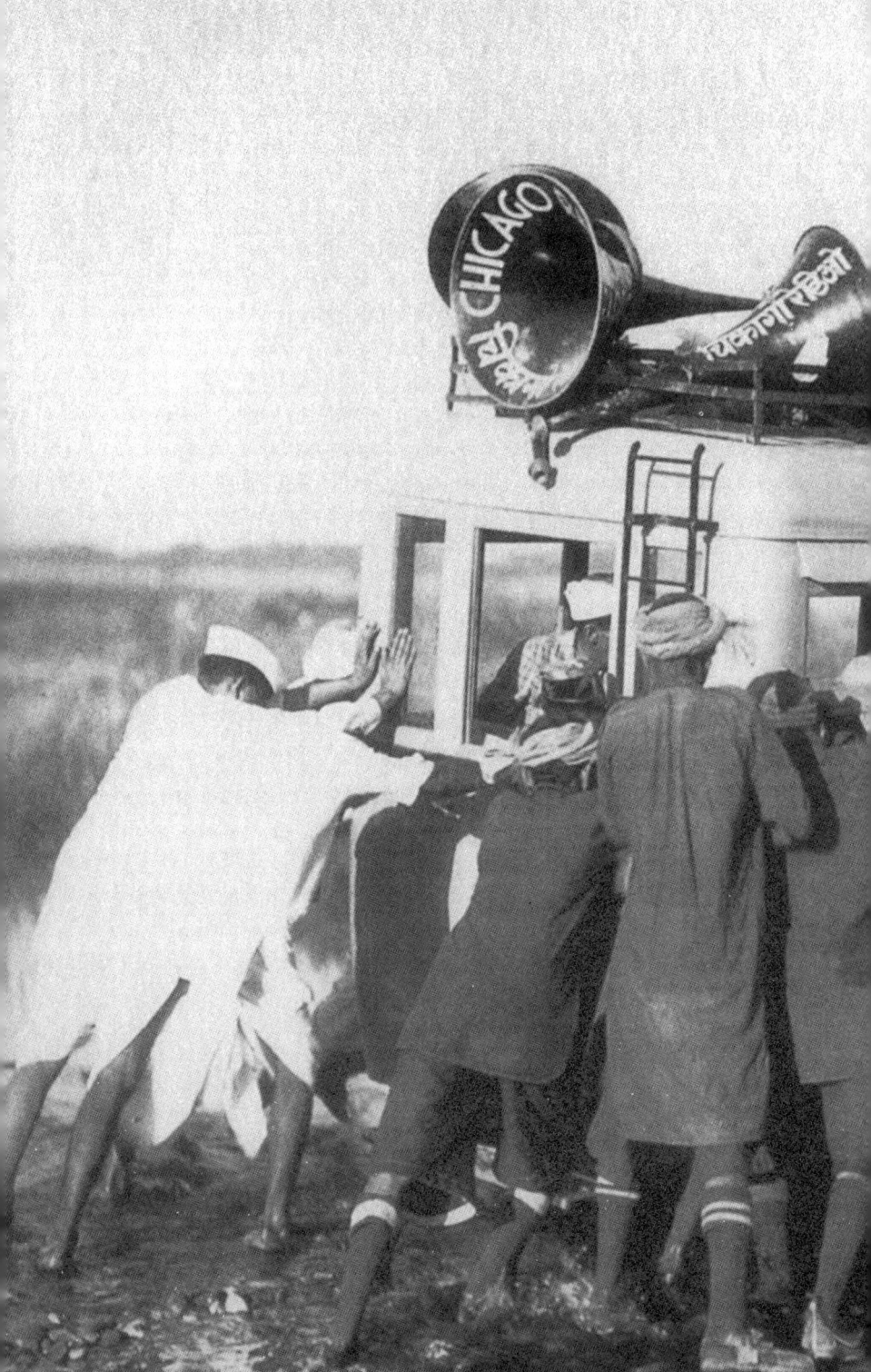

தொல். திருமாவளவன்
மக்களவை உறுப்பினர்
விடுதலை சிறுத்தைகள் கட்சி தலைவர்

சித்ரா : உங்களுடைய ஏராளமான பணிகளுக்கு நடுவிலும்கூட நீங்கள் இந்த நேர்காணலுக்கு ஒப்புக்கொண்டது மிகவும் மகிழ்வான ஒரு விசயம். தொடர்ந்து உங்களுடைய செயல்பாடுகளிலே நாங்கள் ஒருவகையான காந்தியத்தைப் பார்க்கிறோம். அதனால் இதைப்பற்றி பேசுவதற்கு நீங்கள் மிகப்பொருத்தமான நபராக இருப்பீர்கள் என்பது எங்களுடைய நம்பிக்கை. உங்களுடைய அனுபவங்கள் சார்ந்து காந்தியத்தினுடைய பல தத்துவங்களை, பல கூறுபாடுகளை நீங்கள் எப்படி பார்க்கிறீர்கள் என்பதை எங்களோடு பகிர்ந்துகொள்ள வேண்டுமென கேட்டுக்கொள்கிறோம். முக்கியமாக முதலில் ஒரு கேள்வி என்னவென்றால், காந்தியத்தில் உங்களைக் கவர்ந்த அம்சம் எது?

திருமா : அடிப்படையில் நான் ஒரு அம்பேத்கரியவாதியாக பொது வாழ்கையில் அடியெடுத்து வைத்தவன். அம்பேத்கர் பார்வையிலிருந்து காந்தியைப் பார்க்கிறபோது நிறைய முரண்கள் உண்டு. புரட்சியாளர் அம்பேத்கர் அவர்களுக்கும், அண்ணல் காந்தியடிகளுக்கும் ஒரே நோக்கம் என்றாலும்கூட கொள்கை அடிப்படையிலே மாறுபாடுகள் உண்டு. ஒரே நோக்கம் என்கிறபோது, ஏழை எளியவர்கள் நலம் பெறவேண்டும் என்கிற அந்த பார்வை. புரட்சியாளர் அம்பேத்கர் அவர்கள் சாதி ஒழிப்புக்காகத் தன்னை ஒப்படைத்துக் கொண்டவர். காந்தியடிகள் தீண்டாமை ஒழிய வேண்டும் என்கிற கருத்தை முன்னிறுத்தியவர்.

தொடக்கக் காலத்தில் அம்பேத்கர் அவர்களை அறிந்துகொண்டதை விட காந்தியை அறிந்துகொண்டது அதிகம். ஏனென்றால், புரட்சியாளர் அம்பேத்கர் அவர்களைவிட அதிக அளவில் பேசப்படக்கூடியவர் அல்லது பாடப் புத்தகங்களில் இடம்பெற்றிருப்பவர் காந்திதான். அதேபோல, அகில இந்திய அளவிலே ஒடுக்கப்பட்ட மக்களும் கூட காந்தியை தேசத்தந்தையாக அல்லது தங்களின் மீட்பராக ஏற்றுக்கொண்டு காங்கிரசு கட்சியிலே தங்களை இணைத்துக்கொண்டு பணியாற்றி வந்திருக்கிறார்கள். ஆகவே அதிக அளவிலே காந்தியைப் பற்றி அறிந்து கொள்வதற்கும், அவருடைய கொள்கைகளைத் தெரிந்து கொள்வதற்கும் என் மாணவப்பருவத்தில் வாய்ப்பு கிட்டியது.

அவரை ‘அகிம்சாமூர்த்தி’ என்றுதான் பள்ளி ஆசிரியர்கள் நமக்குக் கற்பித்திருக்கிறார்கள். அவருடைய அகிம்சை என்பது மிகப்பெரிய அளவிலே தேசத்தில் அல்லது உலக அளவில் போற்றப்பட்டு வருகிறது. அவர் பல கொள்கைகளை முன்வைத்தாலும்கூட, அகிம்சை என்பது அவருடைய கொள்கைகளில் முதன்மையானதாகப் பார்க்கப்படுகிறது.

வன்முறை கூடாது. அது சாதியின் பெயரால் நிகழ்ந்தாலும் சரி, மதத்தின் பெயரால் நிகழ்ந்தாலும் சரி, அவ்வளவு ஏன்? தேச விடுதலைப் போராட்டமாக இருந்தாலும், ஆங்கிலேயர்களை எதிர்க்கிற போராட்டமாக இருந்தாலும்கூட வன்முறை கூடாது. அறவழியில் போராட வேண்டும்.

வன்முறை ஏன் கூடாது என்றால் வன்முறை நிகழ்ந்தால் அடித்தட்டில் கிடக்கிற மக்கள்தான் கடுமையாகப் பாதிக்கப்படுவார்கள். வன்முறை நிகழ்ந்தால் நிராயுதபாணிகள்தான் பாதிக்கப்படுவார்கள். வன்முறை நிகழ்ந்தால் அதிகாரத்தோடு தொடர்பில்லாதவர்கள் பாதிக்கப் படுவார்கள். அதிகாரத்தில் இருப்பவர்கள் தப்பித்துக் கொள்வார்கள். எனவே எளிய மக்களின் மீது கருணை இருந்த காரணத்தினால், அவர்களைக் காப்பாற்றும் அக்கறை உள்ள காரணத்தினால் வன்முறை கூடாது என்கிற கருத்து எனக்கு ஏற்புடையது.

காந்தியும் அதிலே தீவிரமாக இருந்தவர். எனவே அந்தக் கருத்து எனக்கும் உடன்பாடான கருத்து. எளியவர்கள் பாதிக்கப்பட்டு விடக் கூடாது, அதனால் வன்முறை கூடாது, அதேவேளையில் ஆதிக்கத்தை எதிர்க்கவும் வேண்டும். ஆதிக்கத்தை எதிர்ப்பது என்றால் அதிகாரத்தை கையில் வைத்துக் கொண்டு பெரும்பான்மை என்கிற அடிப்படையிலே நாங்கள் எதையும் செய்வோம் என்கிற ஆணவத்தை முன்னிறுத்தி வன்முறைகளைச் செய்வது அல்ல. ஆதிக்க எதிர்ப்பு என்பதும் அகிம்சைக் குள்ளேயே இழையோடுகிறது. ஆதிக்கம் எதிர்க்கப்பட வேண்டும். ஆனால், அது வன்முறையற்ற வகையில் எதிர்க்கப்பட வேண்டும்.

வெள்ளையர்கள் இந்த நாட்டை ஆண்டபோது நம்மை ஒடுக்கினார்கள்; சுரண்டினார்கள். அவர்களின் ஆதிக்கத்தை இங்கே நிலைநிறுத்திக் கொண்டார்கள். எனவே வெள்ளையர்களை விரட்டியடிக்க வேண்டும். 'வெள்ளையனே வெளியேறு' ஆதிக்க எதிர்ப்பு முழக்கம் அது. அதே நேரத்தில் அது அறவழியில் நிகழவேண்டும். ஆதிக்க எதிர்ப்பு என்றாலே அது வன்முறையில்தான் அமையவேண்டும் என்று தேவையில்லை. அவர்கள் அதிகாரத்தில் இருப்பவர்கள், ஆயுதம் தரித்தவர்கள், வன்முறையில் நம்பிக்கை உள்ளவர்கள் என்பதற்காக நாம் அவர்களை வன்முறையின் மூலமாக எதிர்கொள்ள முடியாது. எதிர்கொண்டால் பாதிப்பு நமக்குத்தான். பெரும்பாதிப்பு நமக்குத்தான் என்கிற ஒரு பொதுவான பார்வை காந்தியிடம் மேலோங்கி இருப்பதை நாம் பார்க்கிறோம்.

இரண்டாவது எனக்கு மிகவும் பிடித்த ஒன்று 'மதுவிலக்குக் கொள்கை'. காந்தியடிகளுடைய இன்னொரு முக்கியமான கொள்கை இது. எந்த

அளவுக்கு இது மனிதகுலத்தைப் பாழ்படுத்திக்கொண்டிருக்கிறது என்றால், குறிப்பாக விளிம்புநிலை ஏழை எளியவர்களின் வாழ்வைப் பாழ்படுத்திக் கொண்டிருக்கிறது. அதிலே கடுமையாக பெண்கள் எவ்வாறு பாதிக்கப்படுகிறார்கள் என்பதையெல்லாம் நாம் உற்று நோக்குகிறபோது காந்தியின் மதுவிலக்குக் கொள்கையை புறந்தள்ளிவிட்டு நாம் நகர முடியாது.

நான்கூட அடிக்கடி சொல்லுவது உண்டு. காந்தியடிகளின் கொள்கை களை ஏற்றுக்கொண்டவர்கள் காங்கிரசுக்காரர்களாக இருந்தாலும், அல்லது யாராக இருந்தாலும் அவர்கள் மிகவும் உயர்த்திப்பிடிக்க வேண்டிய கொள்கையாக நான் எதைப் பார்க்கிறேன் என்றால் 'மதுவிலக்குக் கொள்கை'யைத்தான்.

மற்ற கொள்கைகள் எல்லாவற்றையும்விட மதுவிலக்குக் கொள்கையை தேசியக் கொள்கையாக உயர்த்திப் பிடிக்கவேண்டும். அதை ஒரு மாநில அரசு நினைத்தால் மதுவிலக்கைக் கடைபிடிக்கலாம் அல்லது தளர்த்தி விடலாம் என்கிற நிலை இருக்கக்கூடாது. தமிழ்நாட்டிலே ஒரு நிலைப்பாடு, பாண்டிச்சேரியிலே ஒரு நிலைப்பாடு, உத்திரப் பிரதேசத்திலே ஒரு நிலைப்பாடு என்று மதுவிலக்கு தொடர்பாக மாநில அரசுகள் முடிவெடுக்கக்கூடாது.

இதை ஏன் தேசியக் கொள்கையாக, தேசிய அளவில் மதுவிலக்கை நடைமுறைப்படுத்துவோம் என்று மத்தியில் ஆட்சியில் இருப்பவர்கள் அறிவிக்கக்கூடாது? இதை நான் பலமுறை கேள்வியாக எழுப்பி இருக்கிறேன். காங்கிரசு கட்சி, காந்தியடிகளை முன்வைத்து நீண்ட காலம் ஆட்சி அதிகாரத்திலே இருந்தது. ஆகவே காங்கிரசுக்கு மட்டுமல்ல, காங்கிரசை சாராத யாராக இருந்தாலும் சமூகத்தின் மீது அக்கறை உள்ளவர்கள், மக்கள் நலனில் அக்கறை உள்ளவர்கள், மதுவிலக்குக் கொள்கையில் நம்பிக்கை உள்ளவர்கள் அதை தேசியக் கொள்கையாக அறிவிக்க வேண்டும். அதைக் கடைபிடிக்க வேண்டும்.

'இந்தியா முழுவதும் மதுவிலக்கு' என்பதே சரியானது. குறிப்பிட்ட மாநிலத்தில் மதுவிலக்கு மற்ற இடத்தில் மதுவிலக்கு தளர்த்தப் படுகிறது என்கிற பேதம் இருக்கக்கூடாது. அதை அரசாங்கமே அதாவது மத்திய அரசாங்கமே அதற்கான ஒரு சட்டத்தைக் கொண்டுவர வேண்டும். அரசே முன்வந்து அந்தக் கொள்கையை அறிவித்தால் கள்ளச் சாராயத்தைக் கட்டுப்படுத்த முடியும். மது வியாபாரத்தைக் கட்டுப் படுத்த முடியும். மனித குலத்தையும் காப்பாற்ற முடியும்.

காந்தியடிகளின் கொள்கைகளில் மதுவிலக்குக் கொள்கை மிகவும் முக்கியத்துவம் வாய்ந்த ஒரு கொள்கையாகவும், தொலைநோக்குப்

பார்வையுள்ள ஒரு கொள்கையாகவும், அதிக அளவில் சமூக அக்கறையுள்ள (Social Conscious) ஒரு கொள்கையாகவும் நான் கருதுகிறேன். மற்ற கொள்கைகள் உண்மையே பேசவேண்டும், ஊழலை ஒழிக்கவேண்டும் என்பன. இது போன்றே பெண்களுடைய உரிமை என்பது காலங்காலமாக பலராலும் முன்மொழியப்படுகின்றன என்றாலும்கூட அந்த இரண்டு கொள்கைகளை அவர் கூடுதலாக கவனம் செலுத்திப் பரப்பியிருக்கிறார். அதை அவரே முன்னெடுத் திருக்கிறார். அது அவசியமானது. அம்பேத்கர் அவர்களோடு மதம் தொடர்பாகவும், சாதி தொடர்பாகவும், சனாதனம் தொடர்பாகவும் கடுமையாக மாறுபடுகிறார் காந்தி. அதிலே எனக்கும் காந்தியடிகள் மீது விமர்சனம் உண்டு, அது வேறு.

காந்தி என்ன சொல்கிறார் என்றால், 'நான் சாதி ஒழிப்பைவிட தீண்டாமை ஒழிப்பையே முன்னிறுத்துகிறேன். நாம் அனைவரும் சகோதரர்களாக வாழவேண்டும். தொட்டால் தீட்டு என்கிற நிலை இருக்கக் கூடாது'. ஆனால் அம்பேத்கர் அதிலிருந்து மாறுபட்டு 'சாதி இருக்கும்வரை தீண்டாமை இருக்கும் எனவே சாதியை ஒழிக்க வேண்டும்' என்கிறார். இந்த மாறுபாடு உண்டு. இதில் எனக்கு சில விமர்சனங்கள் உண்டு என்றாலும்கூட அகிம்சை என்பதும், மதுவிலக்கு என்பதும் காந்தியின் கொள்கை கோட்பாடுகளுள் முதன்மையானவையாக நான் கருதுகிறேன்.

சித்ரா : நீங்கள் சொல்வதைப்போல மிகமிகத்தேவையான ஒரு முக்கியமான கொள்கை மதுவிலக்கு. நீங்கள் சொல்வது மாதிரி ஏழை, எளிய மக்களைத்தான் நேரடியாகப்போய் அது பாதிக்கிறது என்பதை பாதிக்கப்படுபவர்களின் குரலாக நின்று சொன்னீர்கள். அதோடு காந்தியின் மேல் சில விமர்சனங்கள் உண்டு என்று நீங்கள் சொன்னது கவனிக்க வேண்டிய முக்கியமான ஒன்று. ஏனென்றால், காந்தியே அதை வரவேற்கிறார்.

காந்தி தன்னுடைய குறிப்புகளில் எழுதியிருப்பது என்னவென்றால் 'என்னுடைய சீடர்கள் என்னுடைய கதையைப் பிந்நாளில் எழுதக் கூடாது. என்னைப் பற்றி பேசுபவர்கள் என்னுடைய சீடர்களாக இருக்க வேண்டிய அவசியமில்லை, அவர்கள் அல்லாதவர்கள்தான் நான் செய்தவற்றை சீர்தூக்கிப் பார்த்து எழுத வேண்டும் என்பதுதான் என்னுடைய அவா' என்பதை பல இடங்களில் எழுதியுள்ளார். நீங்க சொன்னது போல அரசியல் தளத்திலும் சமூகத்தளத்திலும் விமர்சனத்துக்கு அப்பாற் பட்டவர்களென்று எவருமே கிடையாது.

அந்தந்த காலகட்டம் சார்ந்து சில கொள்கைகள் மேலெழும்பி வரும்பொழுது விமர்சனத்திற்குட்பட்டவர்களாக எல்லாருமே

ஆகிறார்கள் என்பதைப் பார்க்கிறோம். ஆதலால் காந்தியை விமர்சனம் செய்வதை காந்தியே ஒப்புக்கொள்வார் என்பதுதான் அதில் இருக்கக்கூடிய முக்கியமான ஒன்று. ஒரு செயல்பாட்டளவில் அரசியலை முன்னெடுக்க வேண்டும் ஏனென்றால், சமூக நிர்மாண திட்டங்களைத்தான் காந்தி அதிகமாக முன்னிறுத்தினார். 1932லிருந்து 1942 வரை அவர் முழுக்கமுழுக்க நேரடியான அரசியலில் (Political) இல்லாமல் சமூக நிர்மாண திட்டங்களில் தான் அதிகமாக கவனம் எடுத்துக்கொண்டார். அந்தக் காலகட்டத்தின் சூழ்நிலையும் அவ்வாறுதான் இருந்தது.

திருமா : ஆமாம். அந்தந்தக் காலச்சூழலுக்குத் தகுந்தவாறு...

சித்ரா : ஆனால் இப்போதும் அதேபோல ஒரு சமூகச் செயல்பாடு சார்ந்த ஒரு அரசியலை முன்னெடுக்க வேண்டிய அவசியம் இருக்கிற சூழலில், அதில் காந்தியின் பங்கை நீங்கள் என்னவாகப் பார்க்கிறீர்கள்?

திருமா : இதற்கு பதிலளிப்பதற்கு முன்னால் விமர்சனம் தொடர்பாக நீங்க சொன்னகருத்து பற்றி சில வார்த்தைகள் சொல்ல விரும்புகிறேன். அதாவது, தன்னை யார் விமர்சித்தாலும் அதை சகிப்புத்தன்மையோடு ஏற்றுக்கொள்கிற மனப்பாங்கு மிகவும் உயர்ந்த ஒரு உளவியல் தன்மை. அண்ணல் காந்தியடிகளும், புரட்சியாளர் அம்பேத்கர் அவர்களும் எரவாடா சிறைச்சாலையில் சந்தித்துக்கொள்கிறார்கள். 'கம்யூனல் அவார்டு' (Communal award) என்பதற்காக பிரிட்டிசு ஆட்சிக் காலத்திலே மதம் சார்ந்த அடிப்படையில் இடஒதுக்கீடு வழங்குவது தொடர்பான ஒரு முடிவை எடுத்தார்கள். அதற்காக வட்டமேசை மாநாடு நடந்தது. வட்டமேசை மாநாட்டில் காந்தியும் கலந்து கொண்டார். அம்பேத்கர், இரட்டைமலை சீனிவாசன் போன்றவர்களும் கலந்துகொண்டார்கள்.

'கம்யூனல் அவார்டு' கொடுப்பதில் அவர்களுக்கிடையில் கருத்து-மாறுபாடுகள் இருந்தன. குறிப்பாக தலித்துகள், அன்றைக்கு அரிஜன்ஸ் (காந்தியுடைய மொழியில்). அரிஜன் எனப்படுகிற சமூகத்தினருக்கு நீங்கள் 'கம்யூனல் அவார்டு' கொடுக்கக் கூடாது என காந்தி உண்ணாவிரதமே இருந்தார் எரவாடா சிறைச்சாலையில். ஏனென்றால் 'இந்து மதத்தினுடைய கட்டுக்கோப்பு குழைந்துவிடும். நீங்கள் ஒரு பெரிய சமூகத்தை எங்களிடமிருந்து அரசியல் ரீதியாக சூது செய்து, சூழ்ச்சி செய்து பிரிக்கப் பார்க்கிறீர்கள். அவர்கள் எங்களவர்கள், எங்களோடு இருப்பவர்கள். அவர்களும் இந்துக்கள், நாங்களும் இந்துக்கள். எனவே அவர்களுக்கு நீங்கள் இட ஒதுக்கீடு கொடுக்கிறோம் என்கிற பெயரில் ஒற்றுமையை உடைக்கப் பார்க்கிறீர்கள்' என்கிற கருத்தை காந்தி கொண்டிருந்தார்.

அப்போது காந்தியும் அம்பேத்கரும் ஒன்றாகச் சந்திக்கும் நிலை ஏற்பட்டது. காந்தியடிகள் உண்ணாவிரதம் தொடங்குகிறார், சாகும்வரை உண்ணா விரதம். அப்போது இருவரும் சந்திக்கும்போது அம்பேத்கர் கடுமையாக நேருக்கு நேரென, முகத்துக்கு முன்பென விமர்சனம் வைத்தார். ‘கதர் சட்டை போட்டால்தான் காங்கிரசுக்காரராக இருக்கலாம் எனச்சொல்லி ஒரு வரையறையை வைத்துள்ளீர்கள். ஒரு நிபந்தனையைப் (Condition) போடுகிறீர்கள். தீண்டாமையைக் கடைப்பிடிக்காதவர்தான் காங்கிரசில் சேர வேண்டும் என ஏன் நீங்கள் சொல்லக்கூடாது? நீங்களும் காங்கிரசு கட்சியும் இந்த ஒடுக்கப்பட்ட மக்களுக்கு என்னதான் செய்துள்ளீர்கள்? சொல்லுங்கள்’ என்று மிகவும் ஆவேசமாகப் புரட்சியாளர் அம்பேத்கர் கேள்வி எழுப்பிய அந்நேரத்தில் காந்தி வழக்கம்போல புன்னகைத்த முகத்தோடு அதை வரவேற்றார். அம்பேத்கரின் அந்தக் கேள்விகளை யெல்லாம் வரவேற்றார். அந்த இடத்தில் அவர் பெரிதாக எதுவும் முகம் சுளிக்கவில்லை. அந்தக் கேள்விக்கு அவரால் பதில் சொல்ல முடிந்ததா என்பது வேறு. ஆனால்அம்பேத்கர் அவர்களின் விமர்சனத்தைத் தாங்கிக் கொள்கிற சகிப்புத்தன்மை காந்தியடிகளுக்கு இருந்தது.

இதுதான் தலைமைத்துவத்தில் (Leadership) மிகவும் முக்கியமானது. அது என்னவென்றால், ‘எனக்கு எல்லாம் தெரியும்,எனக்கு யாரும் வந்து புத்திமதி சொல்ல வேண்டியதில்லை, மற்றவர்கள் சொல்லி அதைக் கேட்டு நான் முடிவெடுக்க வேண்டிய அவசியமில்லை’ என்கிற அகந்தை இருந்தால் அது தலைமைத்துவம் கிடையாது. அது மாதிரியான அகந்தை இல்லாத ஒரு தலைவராக காந்தி இருந்திருக்கிறார் என்பதை நாம் மறுக்க முடியாது. யார் என்ன சொன்னாலும் அதை உள்வாங்கக் கூடிய, அதைப் பொறுமையாகக் கேட்டுக் கொள்ளக் கூடிய, அதில் திருத்தப்படவேண்டியது ஏதாவது இருந்தால் அதைத் திருத்திக்கொள்ளக் கூடிய அந்த உயர்ந்த பண்பு அவரிடத்திலே இருந்தது. அதுதான் அவரை அந்த அளவிற்கு உயர்த்தி இருக்கிறது. அதன் பிறகுதான் செப்டம்பர் 24,1932ல் ‘பூனா ஒப்பந்தம்’ ஏற்பட்டது. இவ்வாறு காந்தியிடத்திலே சகிப்புத்தன்மை என்பது மிக அதிகமாக இருந்ததை நாம் காணமுடிகிறது.

சமூகக் கட்டமைப்பை வலுப்படுத்துவது, நிர்மாணிப்பது என்பதில் காந்தி ‘கிராமராஜ்யம்’ அல்லது ‘ராமராஜ்யம்’ என்கிற பெயரில் ஒரு கோட்பாட்டை முன்வைத்தார். ஒரு முன்மொழிவை (Propose) அறிவித்தார். இதிலுமே அம்பேத்கர் முரண்படுகிறார். கிராமங்கள் சாதியக் கட்டமைப்பு உள்ளவைகளாக இருக்கின்றன. கிராமங்கள் வலுப்பெற வலுப்பெற சாதி வலுப்பெறும். இது அம்பேத்கருடைய பார்வை.

சாதி, சாதியில் உள்ள தீண்டாமை உள்ளிட்ட விசயங்களுக்கெல்லாம் பெரிய அளவில் முக்கியத்துவம் கொடுக்காமல், கிராமங்களைச் சார்ந்து இந்த தேசம் இருப்பதனால் 'கிராமம் வலிமை பெற்றால் தேசம் வலிமை பெறும்' என்கிற பார்வையில் தன்னுடைய கருத்தை காந்தி முன்வைத்தார். அப்போது பெண்களுக்கான கல்வி, பெண்களுக்கான உரிமை போன்ற ஜனநாயக நெறிமுறைகளையும் காந்தியடிகள் முன்வைத்தார். அந்த சமூகக் கட்டமைப்புக்குள் அவர் 'பெண்களின் முன்னேற்றம் இல்லாமல் சமூகத்தை முன்னேற்ற முடியாது' என்கிற நம்பிக்கையைக் கொண்டிருந்தார்.

ஆனால், இந்த சாதிய சமூக கட்டமைப்புக்குள்ளேயே இருந்தபடி பெண்களுக்கான சீர்திருத்தத்தை, அவர்களுக்கான கல்வி, அவர்களுக்கான உரிமை என்கிற அடிப்படையில் அந்தக் கருத்தை அவர் முன்வைக்கிறார். அதில்தான் அம்பேத்கருக்கும், காந்தியடிகளுக்கும் கருத்து மாறுபாடு வந்தது. அதன்பிறகு நிலமற்ற ஏழை எளிய மக்களுக்கு நிலம் வழங்க வேண்டும்; கோவில் வழிபாடு எல்லோருக்குமானதாக இருக்க வேண்டும்; அனைத்து கோவில்களையும் திறந்துவிட வேண்டும்; அரிஜன மக்களை வழிபடுவதற்கு அனுமதிக்க வேண்டும்; இதெல்லாம் கிராமப்புறங்களில் செய்ய வேண்டிய மாற்றங்களாக காந்தி முன்வைத்தார். அதற்காகவே 'அரிஜன்' என்கிற வார இதழையும் நடத்தினார்.

'அரிஜன்-அப்படியென்றால் என்ன?' என்பதைக் குறித்து அம்பேத்கர் அப்போதுகூட கடுமையாகப் பேசினார். 'நீங்கள் பாழடைந்த கட்டடத்திற்கு வெள்ளை பூசுகிற நடவடிக்கையை மேற்கொள்கிறீர்கள். கட்டடத்தை இடித்துவிட்டு வேறு கட்டடம் எழுப்புங்கள்' என்றார் அவர். 'அரி என்றால் இறைவன். இறைவனுடைய பிள்ளைகள்தான் அரிஜன்கள். அவர்களை நாங்கள் தனித்துப் பார்க்கவில்லை. அந்நியப்படுத்திப் பார்க்கவில்லை. அவர்களை இழிவுபடுத்தி நாங்கள் பார்க்கவில்லை' என காந்தியடிகள் அப்போது சொன்னதனால் அது கவனம் பெற்றது.

சித்ரா : இன்னொருபுறம் டி.ஆர். நாகராஜ் போன்ற இடதுசாரி காந்தியவாதிகளாகத் தன்னை அறிவித்துக் கொண்டவர்கள் 'இந்தியாவினுடைய மூளை அம்பேத்கர், மனசாட்சி காந்தி' என்றெல்லாம் எழுதி இருக்கிறார்கள். அதை நீங்கள் எப்படிப் பார்க்கிறீர்கள்?

திருமா : இரண்டு பேருமே இந்திய சமூகக் கட்டமைப்பினுடைய நிர்மாண சக்திகளாக இருந்திருக்கிறார்கள். இவர்களே இக்கட்டமைப்

பினுடைய வடிவமைப்பாளர்கள் (Architects). அம்பேத்கர் அவர்கள் ஒரு இந்தியாவை கட்டமைக்க வேண்டும் என விரும்பினார். அது சாதியற்ற சமூகக் கட்டமைப்பாக இருக்க வேண்டும் என விரும்பினார். மாறாக காந்தியடிகள் 'ஒரு வலுவான தேசம் வேண்டும். அது இந்துக்கள் பெரும்பான்மையாக உள்ள தேசமாக இருப்பதால் இந்துக்கள் ஒற்றுமையோடு வாழக்கூடிய ஒரு சமூகமாக இது இருக்க வேண்டும்' என்கிறார்.

இந்துக்கள் மட்டுமல்ல, முஸ்லிம்கள் மற்றும் எல்லா சமூகத்துக்குமென சமூக நல்லிணக்கம் வேண்டும். அதில் சாதி ஒழிப்புக்கு அவர் முக்கியத்துவம் தரவில்லை. அதுதான் நாம் கவனிக்க வேண்டியது. ஆனாலும்கூட இரண்டு பேருமே சமூக நிர்மாணத்தில் அல்லது தேச நிர்மாணத்தில் தங்களால் இயன்ற பங்களிப்பைச் செலுத்தவேண்டும் என்கிற அடிப்படையில் கடுமையாகப் பாடுபட்டிருக்கிறார்கள்; உழைத்திருக்கிறார்கள். இருவரும் பின்பற்றிய கொள்கைகளில் மாறுபாடுகள் இருக்கின்றன. அப்படி இருந்தாலும்கூட அவர் மூளை, இவர் மனசாட்சி என்று ஒப்பீடு செய்வது என்பது இருவரும் தவிர்க்க முடியாத சக்திகள் என்கிற பொருளில் சொல்லப்பட்டதாகத்தான் நான் உணர்கிறேன்.

இப்போதும் அம்பேத்கரைப் பேசுபவர்கள் காந்தியைப் பேசுவதில்லை அல்லது காந்தியைப் பேசுபவர்கள் அம்பேத்கரைப் பேசுவதில்லை. அம்பேத்கரைப் பேசக்கூடியவர்கள் காந்தியைக் கடுமையாக விமர்சிக்கக் கூடியவர்களாக இருக்கிறார்கள் அல்லது காந்தியை ஏற்றுக் கொண்டவர்கள் அம்பேத்கரைப் புறக்கணிக்கக் கூடியவர்களாக இருக்கிறார்கள். இரண்டுபேருமே இந்த தேச நிர்மாணத்தில் அல்லது கட்டமைப்பில் முக்கியத்துவம் வாய்ந்த சக்திகளாக விளங்குகிறார்கள். இரண்டு பேருடைய கொள்கைப்பார்வை என்பது மாறுபட்டது, அவ்வளவுதான்.

சித்ரா : ஆனால் இருவரின் நோக்கமும் ஒன்றுதானே?

திருமா : சனாதனத்தின் மீது நம்பிக்கை உள்ளவராக காந்தியும், சனாதனத்தை முற்றிலும் துடைத்தெறிய வேண்டும் என்பதிலே உடன்பாடு உள்ளவராக, தீவிரமானவராக அம்பேத்கரும் இருந்தார்கள்.

சித்ரா : சனாதனிகளுக்கு எதிரான ஒரு மிகப்பெரிய போராட்டத்தையும் காந்தி முன்னெடுத்திருக்கிறார். 1934 எரவாடாவுக்குப் பிறகு...

திருமா : 'அரிஜன்' என்று பெயர் சூட்டுவது, அவர்களை நம்மவர்களாக சகோதரர்களாக ஏற்றுக்கொள்ள வேண்டுமென்பது. இதுவே சனாதன

சக்திகளுக்கு எதிரான போராட்டம்தான். இதற்காக அவர் சனாதன சக்திகளால் விமர்சிக்கப்பட்டார்.வலிமையாக விமர்சிக்கப்பட்டார். அதுமட்டுமில்லாமல் அவர் கொல்லப்பட்டது எதனால்? சனாதன சக்திகளால்தான் அவர் கொல்லப்பட்டார்.

சித்ரா : எளியவர்களுக்கான அரசியலை செய்பவர்கள் எளிமையோடு எப்படி வாழவேண்டும் என்பதைத் தொடர்ந்து தன்னுடைய செயல் பாட்டின் மூலமாகவே காந்தி நிரூபித்துக்கொண்டே இருந்தார். தென்னாப்பிரிக்காவில் அவர் அதை முயன்று பார்த்துள்ளார். அது ஒரு வெற்றிகரமான வழியாக இருக்கவே அதையேதான் இந்திய அரசியல் போராட்டத்துக்கும் அவர் முன்னெடுத்தார். இந்தக் கொள்கையை நீங்கள் எப்படி அணுகுகிறீர்கள்?

திருமா : தமிழ்நாட்டிற்கு வந்தபிறகுதான் அவர் மேலாடையைக் கழற்றி இருக்கிறார். இதிலும்கூட அம்பேத்கரை ஒப்பிட்டுப் பேசவேண்டிய ஒரு தேவையும் வருகிறது.

சித்ரா : நிச்சயமாக, அந்தத்தேவை அழகானது. இந்தியாவைப் பொறுத்த வரை அம்பேத்கரும் காந்தியும் நாணயத்தின் இரு பக்கங்கள் மாதிரி...

திருமா : ஏனென்றால் அம்பேத்கர் முழுமையாக ஐரோப்பியன் ஸ்டைலில் கோட்-சூட் அணிந்து கொண்டு கம்பீரமாகத் தோற்றமளிக்க வேண்டும் என்கிற தன்மையோடு இருந்தார். அப்படியே அதற்கு நேர்மாறாக இவர் ஒரு சாதாரண கிராமத்து உழவனைப்போல, ஒரு விவசாயியைப்போல இடுப்பிலே துணி இருந்தால் போதும், எல்லா உழைக்கும் மக்களும் மேலாக துணி இல்லாமல்தானே நிற்கிறார்கள், அவர்களை மாதிரி நாம் வாழவேண்டுமென எண்ணினார் காந்தி. மிக உயர்ந்த இடத்தில் இருக்கிறார். உலகமே கவனிக்கக்கூடிய இடத்தில் இருக்கிறார். ஆனாலும் கூட தன்னால் அப்படி சாதாரண மனிதர்களைப் போல வாழ முடியும் என்கிற உளவியலென்பது அவ்வளவு எளிதாக எல்லோருக்கும் வந்து விடாது. அதை நாம் விமர்சனக் கண்ணோட்டத் தில் பார்க்க வேண்டிய அவசியமில்லை. அந்த எளிமையை 'எளிமை' என்று ஏற்றுக்கொள்வது நம்முடைய பக்குவத்திற்கான ஒரு சான்றாக நான் பார்க்கிறேன். ஏனென்றால் அந்த அளவிற்கு சாதாரண மக்களோடு தன்னை இணைத்துக்கொண்டு சாதாரண மக்களோடு வாழக்கூடிய ஒரு வாழ்க்கை முறையையும் அவர் உருவாக்கிக்கொண்டு வாழ்ந்தார்.

அவரைப் பாருங்கள் உடலால் மெலிந்த தேகம்,பெரிய கட்டுக் கோப்பான உடலென்றும் சொல்ல முடியாது. கம்பீரமான தோற்றமென்றும் சொல்லமுடியாது. எதிரிகளை அச்சுறுத்தக்கூடிய மிடுக்கான ஒரு பார்வை கொண்டவர் அல்லது தோற்றம் கொண்டவர்

என்றும் சொல்ல முடியாது. ஆனால் அவர், ஏகாதிபத்திய ஆட்சி நிர்வாகத்தை நிலைகுலைய வைத்தார், நடுங்கவைத்தார். அப்படியான அளவுக்கான மக்கள் செல்வாக்கைப் பெற்றிருந்தார். இந்த மக்கள் செல்வாக்கு என்பது அவர் பெரிய தத்துவஞானி என்பதால் வந்த செல்வாக்கு அல்ல. அல்லது அவர் ஆதிசங்கரர் போல ஒரு துறவி என்பதால் வந்தது அல்ல. அவர் அரசியல் களத்தில் எளிமையான அணுகுமுறைகளைக் கொண்டவர், எளிமையாக மக்களோடு வாழ்ந்தவர் என்பதால்தான் அந்த ஈர்ப்பை காந்தியால் பெறமுடிந்தது என்பதை நான் நினைக்கிறேன். எனவே அவருடைய அணுகு முறைகளில் எளிமை என்பது மிக முக்கியமானதாகப் பார்க்கப்படுகிறது.

சித்ரா : அதேபோல 'உரையாடல்' என்பது காந்தியத்தில் இருக்கக் கூடிய மிக முக்கியமான ஒரு விசயம். தற்போது நீங்களும் எரவாடா குறித்துச் சொன்னீர்கள். அதுபோல தொடர்ந்து யாரோடும் உரையாடிக் கொண்டே... ஏனென்றால் ஒரு சமூகத்தை உரையாடல்களின் மூலமாகவே முன்னோக்கி நகர்த்த முடியும் என்பதில் அவர் மிகத் தீவிரமான நம்பிக்கை கொண்டவராக இருந்தார். அதைத்தொடர்ந்து அந்த வரலாற்றிலும் இந்திய விடுதலைப் போராட்டத்தினுடைய பல்வேறு முரண்பாடுகளையும் நாம் பார்க்கமுடிகிறது. ஒரு சாதாரண மானிட வாழ்க்கையிலும் சரி, ஒரு அரசியல் தளத்திலும் சரி, உரையாடல் மூலமாக சில சாத்தியப்பாடுகளை நாம் அடைய முடியும் என்கிற காந்தியத் தத்துவத்தை நீங்கள் எப்படிப் பார்க்கிறீர்கள்?

திருமா : காந்தியத்தில் இது முக்கியமான சிறப்புக்கூறு. ஆனால் மனித குலத்துக்கே இது ஒரு முக்கியமான தேவை. எல்லாப் போராட் டங்களும் பேச்சுவார்த்தையை நோக்கிதான். எல்லா யுத்தங்களும் பேச்சு வார்த்தையை நோக்கிதான். குடும்பத்தில் கணவன்-மனைவி சண்டை உட்பட. கவனத்தை ஈர்ப்பதற்காகவும் உரையாடலை நடத்து வதற்குமான சண்டைதான் புருசன்-பொண்டாட்டி சண்டையே. சண்டை என்பதே பேச்சுவார்த்தைக்காகத்தான்.

பேச்சுவார்த்தை நடத்துவதாக இருந்தால், உரையாடலை நடத்து வதாக இருந்தால், மனம்திறந்து பேசக்கூடிய ஒரு வல்லமையைப் பெற்றிருந்தால் எங்கேயும் சண்டை என்பதே ஏற்படாது. யுத்தம் ஏற்படாது. உலக நாடுகளுக்கிடையேயும் சரி அல்லது உள்ளூர் மக்களுக்கிடையிலான சாதிச்சண்டை மதச்சண்டையாக இருந்தாலும் சரி, ஒரு பொது-விவாதம் (Common Discussion) கட்டாயமாகத் தேவைப்படுகிறது. யார் உரையாடலுக்குத் தயாராக இருக்க முடியுமென்றால், மனம் திறந்து பேசக்கூடிய வல்லமை

பெற்றவர்களால்தான்! உள்ளொன்று வைத்துப் புறமொன்று பேசுகிறவர்களால் பேசமுடியாது.

அடுத்ததாக எல்லாவற்றிலும் இலாப நோக்கோடு பார்க்கக்கூடியவர்களால் மனம்திறந்து பேச முடியாது. எனக்கு எந்த இலாபமும் தேவையில்லை, நான் மக்களுக்காக என்னை ஒப்படைத்து விட்டேன் என்று எண்ணக்கூடியவர்கள் எந்த நேரத்திலும் மனம் திறந்து பேசக் கூடியவர்களாக இருப்பார்கள். மக்கள் நலனை முன்னிறுத்தி அதற்கான கொள்கை கோட்பாடுகளை உயர்த்திப் பிடிக்கிறவர்கள் மனம் திறந்து பேசுவார்கள். தன்னை மட்டுமே முன்னிறுத்துகிறவர்களால் அப்படிப் பேச முடியாது.

காந்தியால் மனம் திறந்து பேசமுடிகிறதென்றால் அவர் தன்னை முழுமையாக மக்களுக்கு ஒப்படைக்கக்கூடிய அளவுக்கான பக்குவமும் முதிர்ச்சியையும் பெற்றிருந்தார் என்பதுதான் உண்மை. சொல்லப் போனால், உரையாடல் என்பதே முதிர்ச்சியின் விளைவாக உருவாகக்கூடியதுதான். மேம்பட்ட வளர்ச்சிசார் (Highly matured) நிலையில் இருப்பவர்களால்தான் மனம் திறந்து பேச முடியும். அறிவு சார் நிலை (Intellectual) என்பது வேறு, வளர்ச்சிசார் நிலை (Matured) என்பது வேறு. புத்திசாலித்தனமாகஇருக்கும் எல்லோராலும் பேச முடியாது. ஆனால் பண்பட்டவர்களால்தான் எல்லா இடங்களிலும் பேச முடியும்.

வளர்ச்சியுற்ற ஆளுமை (Matured personality) என்பது அதிலிருந்து முற்றிலும் மாறுபட்டது. அதற்கு படித்திருக்க வேண்டும் என்பது அவசியமில்லை. இந்த தனித்தன்மை பெறுவதற்கு ஒரு டிகிரி படிக்க வேண்டும் அல்லது யுனிவர்சிட்டி சென்று பி.எச்.டி முடிக்க வேண்டும் என்பதெல்லாம் தேவை கிடையாது. மனிதர்களைப் படிக்க வேண்டும். மனித உணர்வுகளை மதிக்கவேண்டும். மனிதர்களை நேசிக்க வேண்டும். மனிதர்களோடு இணைந்து வாழ்வதற்கான பரந்த உள்ளத்தைப் பெற்றிருக்க வேண்டும். அதுதான் 'மெச்சூரிட்டி' (Maturity).

சித்ரா : நிச்சயமாக. அந்தத் தன்மையை... அதாவது, உரையாடும் தன்மையை காந்தியத்தினுடைய முக்கியமான ஒரு பங்கு என்கிறீர்கள் அப்படித்தானே?

திருமா : ஆமாம். அவர் எல்லா இடங்களிலும் அம்பேத்கருடன் வந்து பேசக்கூடியவராக இருந்தார். வெள்ளையர்களோடு பேசக்கூடியவராக இருந்தார். தனக்கு மாறுபட்ட கருத்துள்ள காங்கிரசு தலைவர்களோடும் பேசக்கூடியவராக இருந்தார்.

சித்ரா : இன்னொன்று நீங்கள் கிராமப்புறத்தைப் பற்றி பேசும்போதும் குறிப்பிட்டீர்கள். இன்றைக்கும் இந்தியாவினுடைய சிறுசிறு அலகுகளாக கிராமங்கள் இருக்கும்பொழுது அங்கு இருக்கக்கூடிய மனிதர்களுடைய வாழ்வாதாரத்தை மேம்படுத்துவது முக்கியமாகிறது. அதனால்தான் காந்தி அதை 'சுதேசி' என்கிறார். தறியைக் கொண்டு வருகிறார். நெய்ய வேண்டும் என்கிறார். நூற்பு கொண்டு வருகிறார். அவர்களுடைய வேலைநேரம் மிகுதியாக வெட்டி நேரமாக இருந்ததெனில் அவர்களுடைய வாழ்க்கை சீர்படாது. அதனால் அவர்களுக்கான பொருளாதாரத்தைக் கொடுக்கவேண்டும் என்கிறார்.

எனவே இதுமாதிரியான தன்மைகள் இன்னமும் தொடர்ந்து உயிர்ப்போடு இருக்கக்கூடிய தன்மைகளாகத்தான் காந்தி சொன்ன அந்த விசயங்கள் இன்றும் இருக்கின்றன. அதை நீங்கள் எப்படிப் பார்க்கிறீர்கள்? ஏனென்றால் நீங்கள் சொன்ன அந்தக்கருத்தும் இருக்கிறது என்றாலும்கூட, கிராமங்களில் சாதி இருப்பதனால் அம்பேத்கர் அதை மறுத்தார் என்றாலும்கூட, அவர்களுடைய வாழ்வாதாரத்தை உயர்த்தவேண்டும் என்கிற கிராம நிர்மாணத் திட்டப்பணிகளை நீங்கள் உங்களுடைய மனக் கண்ணோட்டத்தில் எப்படி கருதுகிறீர்கள்?

திருமா : சாதி சார்ந்த உற்பத்தி, சாதி சார்ந்த ஒரு வேலைப்பிரிவினை அப்படியானவைகளைத்தான் அம்பேத்கர் எதிர்க்கிறார். கிராமப்புற பொருளாதாரத்தை யாரும் வேண்டாமென்று சொல்லவில்லை, மறுக்கவில்லை. பொருளாதாரத் தன்னிறைவை ஒவ்வொரு கிராமமும் பெறவேண்டும். அப்படியான உயர்ந்த நோக்கம்தான் அது. ஒவ்வொரு கிராமமும் தனக்கான உற்பத்தியை செய்துகொள்ள வேண்டும். அது கைத்தொழில் உற்பத்தியாக இருந்தாலும் சரி, விவசாய உற்பத்தியாக இருந்தாலும் சரி, தங்களுக்கான உற்பத்தியைத் தாங்களே செய்துகொள்வது. இல்லையென்றால் இறக்குமதி செய்யக்கூடிய நிலை அல்லது அந்நிய நாடுகளைச் சார்ந்து வாழக்கூடிய நிலை, ஒரு காலனித்துவதன்மையோடுதான் இந்த தேசம் இருக்கும் என்கிற நிலை ஏற்பட்டுவிடும்.

ஆகவே அந்த சுதேசிக்கொள்கை என்பது என்னவென்றால் நமக்கான தேவைகளை நாமே பூர்த்தி செய்து கொள்வது. நமக்கான தேவைகளை நாமே உற்பத்தி செய்து கொள்வது. விவசாயம் மட்டுமல்ல, ஒரு கதர் உற்பத்திக்குக்கூட வீட்டுக்கு வீடு ராட்டை வேண்டுமென்பது. நூல் கோர்க்கக் கற்றுக்கொண்டால் நமக்கான துணியை நாமே நெய்து கொள்ள முடியும். நமக்கான ஆடையை நாமே உற்பத்தி செய்து கொள்ள

முடியும். சுயசார்பு நம்பிக்கையை (*Self-reliance*) இது வளர்க்கிறது. தனக்கான தேவைகளைத் தாங்களே உற்பத்தி செய்து கொள்ளக் கூடிய அக நம்பிக்கையை உருவாக்குகிறது. அது பொருளாதாரத்தில் மட்டுமில்லாமல் உளவியல் ரீதியாகவும் கட்டமைக்கப்பட வேண்டும்.

சார்புநிலை (*Dependency*) இருக்கக்கூடாது என்பதற்கு ஒரு அரசியல் சார்பு (*Political dependency*) மட்டும் வேண்டாமென்பதல்ல. நம்முடைய பொருளாதார சார்புநிலை (*Economical dependency*) இருக்கக்கூடாது. சமூக சார்புநிலை (*Social dependency*) இருக்கக் கூடாது. எல்லாவற்றிலுமே ஒரு தனித்தன்மை (*Independency*) என்பது வேண்டும். உள்ளூர் சந்தைகளுக்கு உற்பத்தி செல்ல வேண்டும். ஆனால், இன்றைய நிலை என்ன? பன்னாட்டுச் சந்தைகளுக்கான உற்பத்தி, உலகச் சந்தைகளுக்கான உற்பத்தி என சென்றுகொண்டிருக்கிறது. உலகச் சந்தைகளுக்கான உற்பத்திக்கு மட்டுமே பன்னாட்டு நிறுவனங்கள் வருகிறதென்பதால் ஏகாதிபத்திய தன்மைகள் வளர்ச்சி அடைகிறது. அதுமாதிரியான கொள்கைகளுக்கு, ஏகாதிபத்திய எதிர்ப்புச் சிந்தனைதான் கிராமப் பொருளாதாரச் சிந்தனை என்பது. பிற நாடுகளைச் சார்ந்து வாழ வேண்டும் என்கிற நிலை இல்லாமல், நாமே நமக்கான தேவைகளை உற்பத்தி செய்து கொள்வது? என்பது வரவேற்கக்கூடிய கொள்கைதான்.

சுதேசிக் கொள்கை என்பதில் திரும்பத்திரும்ப நாம் கவனிக்க வேண்டியது என்னவென்றால், எந்த ஒரு உற்பத்தியாக இருந்தாலும் சரி, அந்த உற்பத்தி முறையில் அது தொழில் சார்ந்ததாக இருந்தாலும், விவசாயம் சார்ந்ததாக இருந்தாலும் உற்பத்தி தொடர்பான கருவிகள், உற்பத்தி தொடர்பான உறவுகள், உற்பத்தி தொடர்பான களங்கள் உள்ளிட்ட எல்லா இடங்களிலும் சாதிமுறை கூடாது. அதிலும் குறிப்பிட்ட சாதியைச் சார்ந்தவர்கள் இந்தத் தொழில்தான் செய்ய வேண்டும், குறிப்பிட்ட சாதியைச் சார்ந்தவர்கள் கொத்தடிமைகளாக இருக்கவேண்டும், குறிப்பிட்ட சாதியைச் சார்ந்தவர்கள் சேவை சாதிகளாக துணி வெளுக்க வேண்டும், முடி வெட்ட வேண்டும் என்பது மாதிரியான அணுகுமுறை இருக்கக்கூடாது. அனைவருக்குமான வேலையாக அதைக் கருத வேண்டும். யாரும் விரும்பிய வேலைகளைச் செய்யலாம். ஆனால், அவர்களுக்கான தேவைகளை அவர்கள் நிறைவு செய்யக்கூடிய வகையிலே, உற்பத்தி செய்யக்கூடிய வகையிலே அமையவேண்டும். இதில் சாதிய அணுகுமுறை கூடாது என்பது மட்டுமே கவனிக்க வேண்டியது.

சித்ரா : செயல்பாட்டாளர்களாக அரசியலுக்கு வருபவர்கள் ஒருசில மேடைகளில் மட்டுமே செயல்படுபவர்களாக இல்லாமல்,

அடிவரைக்கும் சென்று அடிவேர்வரைக்கும் போய் சமுதாயத்தில் ஊடுருவி அவர்கள் பணிசெய்ய வேண்டும் என்கிற கொள்கையை காந்தி தீவிரமாக முன்னெடுத்திருக்கிறார். அவருடன் சேர்ந்து சீடர்களாக வந்தவர்கள் எல்லாருமே கிராமப்புறத்தில் போய் பணி செய்திருக்கிறார்கள் அல்லது அடித்தட்டு மக்களோடு பணி செய்திருக்கிறார்கள்.

இது அரசியல் தளத்தில் எனில், நீங்கள் முன்பு சொன்னதுபோல, இந்திய விடுதலைப் போராட்டத்தின்போது ஒரு மேல்நிலைக் குழுக்களாக மட்டுமே அரசியல் செய்ததாக இல்லாமல், அடித் தட்டுவரை ஊடுருவியவர்களால் மட்டும்தான் அந்த சமுதாயத் தினுடைய போக்கைப் புரிந்துகொள்ள முடியும். இந்தத் தன்மையை காந்தி தனது போராட்டங்களின் மூலமாக செய்து காண்பித்துள்ளார். அவருடைய சீடர்களுமே அந்தக் காலகட்டத்தில் செய்துள்ளார்கள், அரசியல் சாராத சீடர்களும்கூட! இது இன்றைய காலகட்டத்திற்கு எப்படிப் பொருந்திவரும்? இன்றைக்கும் அரசியல் இருக்கிறது. இன்றைக்கும் மக்கள் இருக்கிறார்கள்.

திருமா : எல்லா காலத்துக்கும் பொருந்தும். எல்லா நாட்டுக்கும் பொருந்தும். பொருந்தும் என்பதைவிட எல்லா காலத்துக்கும் தேவை. எல்லா நாடுகளுக்கும் தேவை அது. *Grassroots level* என்று இதை நாம் ஆங்கிலத்தில் சொல்லுவோம். அது மக்களை அரசியல்படுத்து வதற்கான நடவடிக்கையில் மிக முக்கியமானது. ஒரு இயக்கத்தில் அந்த கிராமத்தைச் சேர்ந்த நான்கு பேர் உறுப்பினர்களாக இருப்பார்கள் அல்லது ஒரு மாவட்டத்தில் ஐநூறு பேர், ஆயிரம் பேர் உறுப்பினர்களாக இருப்பார்கள். அவர்களை நாம் ஏன் ஒரு இயக்கம் என கருதக்கூடாது. உன் கட்சியில் உறுப்பினர்களாக இருக்கிறார்களோ இல்லையோ, ஆனால் உன்னுடைய கருத்து எல்லா தரப்பினரிடையேயும் போய்ச்சேர வேண்டுமானால் 'அடித்தட்டு நிலையறியும் அணுகுமுறை' *(Grassroots level approach)* என்பது தேவை. மதுவிலக்குக் கொள்கை என்பதை காங்கிரசுக்காரர்கள் மட்டும் பின்பற்றினால் போதாது அல்லது காந்தியவாதிகள் மட்டும் பின்பற்றினால் போதாது. கதராடை அணிவது என்பது எளிமை என்பதைவிட ஏகாதிபத்திய எதிர்ப்பின் அடையாளம் அது.

உன் துணியை நான் ஏன் உடுத்த வேண்டும், அது அழகாக இருக்கிறதோ அழகாக இல்லையோ, என்னுடைய துணியை நானே உற்பத்தி செய்து கொள்கிறேன். நானே உடுத்துகிறேன். இது எளிமைக்காக சொல்லப் பட்டதல்ல, ஏகாதிபத்திய எதிர்ப்புக்காக சொல்லப்பட்டது. இந்தப்

புரிதல் காந்தியவாதிகளுக்கு மட்டும் இருந்தால் போதாது. காந்தியை ஏற்றுக் கொள்ளாத சாதாரண மக்களாக இருந்தாலும்கூட, காந்தியைத் தெரியாத சாதாரண மக்களாக இருந்தாலும்கூட அவர்களுக்கும் அது போய்ச் சேரவேண்டுமெனில் அடிமட்ட அளவுக்கு நம்முடைய பிரச்சாரம் போகவேண்டும். அனைவரையுமே அரசியல்படுத்தப்பட (Politicize) வேண்டும் என்னும் கருத்துதான் இந்தக்கருத்து. எனவேதான் இது எல்லா நாட்டுக்கும் தேவை, எல்லா சமூகத்துக்கும் தேவை, எல்லாக் காலத்துக்கும் தேவை. அது காந்தியத்துக்கு மட்டுமல்ல அனைத்துக் குமே அவசியம்.

சித்ரா : ஆமாம். இதை அதிகமாகப் பிரபலப்படுத்தியவர் (Popularize) அவர். காந்தி வந்த பிறகுதான் இந்தநடப்பு (Scenario) மாறுகிறது.

திருமா : அதுதான். அது ஏற்றுக்கொள்ளக்கூடியது என்பதால்தான் அதைச் சொல்கிறேன்.

சித்ரா : அழகான கருத்துக்களை, உங்களுடைய செயற்களம் சார்ந்து உங்களுடைய அனுபவங்களை நீங்கள் எங்களோடு பகிர்ந்து கொள்கிறீர்கள். இன்றைக்கு மக்களுக்காக உழைக்கக்கூடிய, அரசியல் சாராத மக்களுக்காகவே உழைக்கக்கூடியவர்கள்தான் அதிகமாகத் தேவை. அரசியல் களத்தில் இருப்பது என்பது ஒருபக்கம் இருந்தாலும், நிறைய காந்தியர்களுடைய வரலாற்றை நாம் எடுத்துப் பார்த்தால், அதிகமாக அரசியல்மயப்பட்டு (Politicize) இருக்க மாட்டார்கள். ஆனால் செயல்சார்ந்து மக்களுக்கான தொண்டு புரிபவர்களாக இருப்பார்கள். அப்படி நிறைய காந்தியர்களை நாம் பட்டியல் போட்டுப் பார்க்கமுடியும். அப்படிப்பட்ட ஒரு தன்மை இன்றைக்கு சமூகத்துக்குத் தேவை என்பதையும் காந்தியம் முன்னிறுத்துகிறது.

'நீங்கள் பலன்களை எதிர்பார்க்காதீர்கள். ஆனால் மக்களுக்கான தொண்டுகளைச் செய்யுங்கள்' என்பதை நீங்கள் எப்படிப் பார்க்கிறீர்கள்? ஏனெனில், அது இன்றைக்குத் தேவையானதாக முக்கியத்துவம் கொண்டதாக நான் நினைக்கிறேன்.

திருமா : சேவை (Service) என்றாலே அதுதானே அர்த்தம். அதாவது பொது மக்களிடமிருந்து எந்தப் பிரதிபலனையும் எதிர்பார்க்கக்கூடாது. நம்முடைய நேரத்தை மக்களுக்காக செலவு செய்ய வேண்டும்; நம்முடைய உழைப்பை மக்களுக்காக செலவு செய்ய வேண்டும்; நம்முடைய உறக்கத்தை மக்களுக்காக செலவு செய்ய வேண்டும்; அவர்களுக்காக இழக்க வேண்டும்; இதுதான் சர்வீஸ். நான் இந்த

வேலையைச் செய்தேன், இதனால் எனக்கு என்ன பிரதிபலன் என்று எதிர்பார்த்தால் அது வியாபாரம். அது ஏதோவொருவகையில் இலாபம் கருதி செய்யக்கூடிய ஒருவித பணி ஆகிவிடுகிறது. அது சர்வீஸ் ஆகாது. காந்தியம் அல்லது காந்தியடிகளின் கொள்கை என்பது சேவை நோக்கம்தான் *(Service motive)*. 'என் செயல் பணிசெய்து கிடப்பது' என்பதுதான். என் கடமை பணிசெய்து கிடப்பது என்பது தான். இதுதான் பொது வாழ்க்கையில் ஒவ்வொருவரும் கற்றுக்கொள்ள வேண்டியது.

அது அம்பேத்கரைப் பின்பற்றக் கூடியவர்களாக இருந்தாலும் சரி, பெரியாரைப் பின்பற்றக் கூடியவர்களாக இருந்தாலும் சரி, காந்தியடிகளைப் பின்பற்றக் கூடியவர்களாக இருந்தாலும் சரி.பொது வாழ்க்கை என்பது பதவிக்கானது, பணத்துக்கானது, பவிசுக்கானது என்று கருதாமல் மக்களுக்குத் தொண்டு செய்வதற்கானது என்ற சேவை மனநிலையோடு பொதுவாழ்க்கைக்கு வரவேண்டும். அதையே காந்தி முன்னிறுத்துகிறார்.

சித்ரா : அது முக்கியமான தேவை என்று நீங்கள் நினைக்கிறீர்கள். இன்றைய கால ஓட்டத்தில் சில கொள்கைகள் தேவையில்லாமல் நீக்கப்பட்டுவிடலாம். ஒருவருடைய போராட்டக்களத்தில் சில விசயங்கள் தேவைப்படும். தொடர்ந்து அது நிலைபெற்று நிற்கும் அல்லது அது வேண்டாமென்று தள்ளிவிடப்படும். காலத்தினுடைய ஓட்டத்தின், வளர்ச்சியின் காரணமாக அது நிகழும். ஆனால் மனித அறம் சார்ந்த சில விசயங்கள் எப்போதுமே தொடர்ந்து நிலைத்து நிற்கக்கூடியதொன்றாக நிற்கும் அப்படிப்பட்ட நிலைத்து நிற்கக்கூடிய மானுட அறம் சார்ந்ததில் நீங்கள் காந்தியத்தில் எதை முக்கியமானதொரு அறமாகப் பார்க்கிறீர்கள்?

திருமா : மனிதநேயம் என்பதை நான் முக்கியமானதாகப் பார்க்கிறேன். மனிதநேயம் என்பது சாதி, மதம், மொழி, இனம், தேசம் என்கிற எல்லா வரம்புகளையும் கடந்து மனிதகுலத்தை நேசிப்பது. அங்கு அன்பு என்பதையும் தாண்டி அது கருணையாகப் பரிணமிக்கிறது. மனித குலத்தை இயக்கிக் கொண்டிருக்கிற உண்மையான அறம் அது.

ஒருத்தருக்கொருத்தர் போட்டியாகக் கருதி ஒருத்தருக்கொருத்தர் சண்டை போட்டுக்கொள்வது,ஒருத்தருக்கொருத்தர் அழித்து வாழ நினைப்பது உள்ளிட்டவை எல்லாக் காலத்திலும் எல்லா மனித சமூகத்திலும் நிகழ்ந்துகொண்டே இருந்தாலும்கூட, அவர்களைக் கடந்து உயிர்களை நேசிக்கும் சக்திகள் திரைமறைவில் எங்கோ

ஓரிடத்தில் இருந்து சமூகத்தை அல்லது மனித குலத்தை இயக்கிக் கொண்டுதான் இருக்கிறார்கள். இன்றைக்கு நாம் பார்க்கும் அமைதியும், நேயமும் அவர்களால்தான் பாதுகாக்கப்படுவதாக நான் கருதுகிறேன். அவர்கள் எங்கோ இருக்கலாம், எப்படியோ இருக்கலாம். அவர்கள் சாதி, மதம், மொழி என்கிற வெறித்தனத்திற்குள் தங்களை ஆட்படுத்திக்கொள்வது இல்லை. அவர்களுக்கு தேசம் என்பது ஒரு வரம்பே கிடையாது. மதம் என்பது ஒரு வரம்பே கிடையாது.

அப்படிப்பட்ட ஒரு கருத்தை காந்தியும் உள்வாங்கியிருக்கிறார். காந்தியும் முன்மொழிந்திருக்கிறார். காந்தி அதை முன்னெடுத் திருக்கிறார் என்பதை நாம் மறுக்க முடியாது. அவரால் இந்த சனாதன சக்திகளைக் கடுமையாக மூர்க்கமாக எதிர்க்க முடியவில்லை. அப்படி அவர் எதிர்த்திருந்தால் அவர் இங்கு எப்போதோ ஒதுக்கப் பட்டிருப்பார், புறந்தள்ளப்பட்டிருப்பார் என்கிற அளவுக்கு இங்கு அது வலுப்பெற்றிருந்தது. எனவே அவருடைய அறம் சார்ந்த நிலைப்பாடுகள் அல்லது அறம் சார்ந்த அணுகுமுறைகள் என்று பார்க்கும்போது கௌதமபுத்தர் சொன்னதைப்போல, இயேசு பெருமான் சொன்னதைப்போல, நபிகள் நாயகம் சொன்னதைப்போல மாந்தநேயம் என்பது அறத்தின் ஓர் உச்சநிலை.

சித்ரா : நிச்சயமாக. ரொம்ப அழகாகச் சொன்னீர்கள். நீங்கள் தொகுத்துச் சொன்ன விதம் ரொம்ப அழகாக இருந்தது. நீங்கள் சொன்னதிலிருந்து ஒரு கேள்வியை நான் எடுத்துக்கொள்கிறேன். 'சமரசங்களினூடாக முன்னேறுவது' அதுவும் காந்திசொன்ன ஒரு விசயம்தான். எதிரிலிருப்பவர் நமக்கு போட்டியாளர் அல்ல, எதிரியல்ல. ஏதோ ஒரு உரையாடலின் காரணமாக சமரசங்களை சேர்த்துக்கொண்டு இரண்டு பேரும் சேர்ந்து முன்னேறுவது என்பதுதான் காந்தியம் செய்தது. நிறைய வாய்ப்புகள் இதேபோல் அவர் செய்தும் பார்த்துள்ளார். இதை நீங்கள் எப்படி பார்க்கிறீர்கள்?

திருமா : அதாவது சமரசம் செய்துகொள்வது என்பதை இரண்டு நிலைகளில் நாம் பார்க்க வேண்டியுள்ளது. ஒன்று, நம்முடைய கொள்கைப் பகைவர்களோடு சமரசம் செய்து கொள்வதா? வேண்டாமா? என்பது. பிரச்சினையின் அடித்தளத்திலிருந்தே பகைமை (Enmity) உருவாகும். பேசுவதில்கூட நமக்கு முரண்பாடு எழலாம். அதனால் ஒரு பகைமை உருவாகலாம். ஒரு பிரச்சினையை அணுகும்போது நீங்கள் ஒருமாதிரி அணுகுவீர்கள், நான் ஒருமாதிரி அணுகுவேன். அதனால் ஒரு முரண்பாடு வரலாம். அது கொள்கை சார்ந்த பகையாக இருக்கவேண்டுமென அவசியமில்லை. அணுகுமுறை சார்ந்த பகை. பெரும்பாலும் மனிதர்களுக்கிடையில்

பகையும் மோதலும் அணுகுமுறைகளால்தான் வருகிறது. இதன் காரணம், அவர்கள் உள்வாங்கிய கொள்கைகளால் வந்தது என்பதைவிட அவர்களின் அணுகுமுறைகளால்தான்.

ஒரே கொள்கையைப் பேசுவோம், சண்டை போட்டுக்கொள்வோம். ஒரே மதமாக இருப்போம், சண்டை போட்டுக்கொள்வோம் ஒரு சாதியாக இருப்போம், சண்டை போட்டுக்கொள்வோம். ஒரே அலுவலகத்தில் வேலை செய்வோம், சண்டை போட்டுக்கொள்வோம். இது அணுகுமுறை காரணமானது. தனிமனித அணுகுமுறைகளால் ஏற்படக்கூடிய பகை. தனிமனித அணுகுமுறைகளால் ஏற்படக்கூடிய பகையை அல்லது சமூகங்களுக்கிடையிலான பகையை சகோதரத்து வத்தின் அடிப்படையில் அதை நேர்மறையாக *(Positive approach)* அணுகுவதுதான் நீங்கள் சொல்கிற சமரசம். காந்தி சொன்ன சமரசம் கொள்கைப் பகையோடு சமரசம் செய்துகொள்வது அல்ல.

சித்ரா : ஆம், அது நிச்சயமாக இல்லை.

திருமா : கொள்கைப்பகை என்பது என்னவென்றால், அம்பேத்கர் முன்வந்து சனாதனத்தை எதிர்க்க வேண்டும் என்கிறார். அப்போது சனாதனத்தை எதிர்க்க வேண்டும் என்பதில் 'இல்லை... இல்லை நான் விட்டுக்கொடுக்கிறேன். அது இருந்தால் போதும்' அப்படியான அந்த சமரசம் ஏற்க முடியாதது. 'நான் வெள்ளையரை எதிர்க்கிறேன், ஏகாதிபத்தியத்தை எதிர்க்கிறேன்' என்று சொல்லிவிட்டு 'சரி, இன்னும் ஒரு பத்து வருடம், இருபது வருடத்திற்கு வெள்ளைக்காரர்கள் இந்த நாட்டை ஆண்டுவிட்டுப் போகட்டும். நீங்கள் ஆண்டுகொள்ளுங்கள், சுரண்டிக்கொள்ளுங்கள்'எனச் சொல்லி விட்டுக்கொடுத்திட முடியாது. அந்தப் போராட்டத்தில் பேச்சுவார்த்தையில் 'இன்றைக்குப் போராட்டம் வேண்டாம். நாளைக்கு வைத்துக்கொள்ளலாம்' எனச்சொல்லி விட்டுக்கொடுத்துப் போகலாம். அது ஒருவித அணுகுமுறை. 'ஒரு ஆறு மாதம் கழித்து பேரணி நடத்துங்கள், இப்போது பேரணி நடத்தாதீர்கள்' என்றால் ஆறு மாதம் கழித்துக்கூட நடத்திக்கொள்ளலாம். அதைச்செய்யலாம். போராடாமலேயே 'நான் உன்னை எதிர்க்கவே மாட்டேன்' அப்படிச் சொல்லிவிடமுடியாது.

சமரசங்களில் பல நிலைகள் இருக்கிறது. அதில், சகோதரத்துவ அடிப்படையில் ஒருவருக்கொருவர் விட்டுக்கொடுத்து அணுகுமுறைகளின் மூலம் ஒரு புரிதலை உருவாக்குவது. இந்த சமரசம் இருதரப்பாருக்கும் நலம் பயக்கும். கொள்கைப் பகையோடு செய்துகொள்கிற சமரசம் நம்மைச் சார்ந்தவர்களை நாம் காட்டிக்

கொடுக்கிற சமரசமாகப் போய்விடும். அவர்களைப் பலி கொடுக்கிற சமரசமாகப் போய்விடும். அது தன்னலம் சார்ந்த சமரசமாகப் போய்விடும். காந்தியடிகள் சொல்லக்கூடிய சமரசத்தை நான் எப்படிப் பார்க்கிறேன் என்றால், நாம் மக்கள்நலன் கருதி, நாட்டுநலன் கருதி தேவையானஇடத்தில்பிடிவாதமில்லாமல், வறட்டுத்தனம்இல்லாமல் 'விட்டுக்கொடுத்தல்' என்பதன் அடிப்படையிலான சமரசம். அப்படித்தான் நான் அதை உள்வாங்கிக் கொள்கிறேன்.

சித்ரா : நிச்சயமாக, அது அப்படித்தான். அது அவருடைய பல போராட்டங்களை அவர் பின்வாங்கிக்கொண்டதும் அதுமாதிரியான சமரசங்களோடு உடன்பட்டதால்தான் நிகழ்ந்திருக்கிறது. காந்தியுடைய வாழ்க்கைப்பயணம் ஒரு பெரியநிலப்பரப்பு (Landscape) போன்றது. தென்னாப்பிரிக்காவில் ஆரம்பித்து இங்குவந்து ஒரு பிரம்மாண்டமான வாழ்வை அவர் வாழ்ந்திருக்கிறார் என்பதைப் பார்க்கும்போது, எந்தசிலகூறுகள்உங்களுக்குவியப்பூட்டக்கூடியதாக... இப்படியொருவாழ்வைஒருமனிதன்கட்டமைத்துக்கொள்ளமுடியுமா? எனத் தோன்றுகிறது. அக்கூறுகளில் நீங்கள் எதை முக்கியமானதாகச் சொல்வீர்கள்?

திருமா : அவருடைய வாழ்க்கையின் எல்லா அம்சங்களுமே நம்மைக் கொஞ்சம் பிரமிக்க வைக்கிறது. அதை நாம் இல்லையென்று சொல்ல முடியாது. அவர் இங்கே வந்து ஒரு டாம்பீகமான வாழ்க்கையை, படாடோபமான வாழ்க்கையை வாழ்ந்திருக்க முடியும். ஆனால், அவர் தேச விடுதலைக்காக எல்லாவற்றையும் விட்டுக்கொடுத்து; இரவு பகலாக மக்களோடு நின்று களப்பணி ஆற்றியது; நெடுந்தூரம் பயணம் செய்தது; அதுமாதிரியான சில போராட்டக்களங்களில் அவர் மாற்றிக்கொண்டது அவருடைய உணவுமுறையை, அவருடைய உடைமுறையை, அவருடைய வாழ்க்கை முறையை. அவர் டாடா பிர்லாவுடனும் தொடர்பில் இருந்தார். பெரிய பெரிய கோடீஸ்வரர்களுடைய தொடர்புகள் அவருக்கு இருந்தாலும்கூட எளிய மக்களோடு வாழவே விரும்புகிறேன் என்று தன்னை ஐக்கியப்படுத்திக்கொண்டார். அதுபோன்ற அணுகுமுறைகளை நாம் விமர்சனப் பார்வையோடு பார்த்தால், இரட்டைவேடம் போடுகிறார் என்றுகூட சொல்ல முடியும்.

ஆனால், ஒரு மனிதன் தன்னுடைய வாழ்க்கையிலே தன்னை முழுமையாக ஒப்படைத்துக் கொண்டு அப்படியே கடந்து வந்திருக்கிறார். நான் இரண்டு தலைவர்களுடைய வாழ்க்கையையும் ஒப்பிட்டுப் பார்க்கிறேன். புரட்சியாளர் அம்பேத்கர் அவர்களுடைய வாழ்க்கையையும் காந்தியடிகளுடைய வாழ்க்கையையும் ஒப்பிட்டுப்

பார்க்கையில், அந்த இரண்டு தலைவர்களுமே வியப்புக்குரிய பேராளுமைகள்தான்.

இரண்டு பேரும் நூறுசதவீதம் முற்றிலும் மாறான முரண்பாடு நிறைந்த தலைமையாக (Contradictory leadership) இருந்தாலும்கூட அவர்களுடைய அர்ப்பணிப்பான பங்களிப்பு (Contribution) என்பது பிரமிக்கத்தக்க வியப்பாக இருக்கிறது. காந்தியடிகள் அதிலே தன்னை மிகவும் சாதாரண மக்களோடு ஐக்கியப்படுத்திக் கொண்டு தன்னுடைய வாழ்நாட்களை முழுமையாக ஒப்படைத்துக்கொண்டார். ஓயாமல் பணியாற்றியிருக்கிறார். புரட்சியாளர் அம்பேத்கர் சாதாரண மக்களோடு மக்களாக இருந்தார். அந்த மக்களோடு பிறந்தார், அந்த மக்களோடு வாழ்ந்தார், அந்த மக்களோடு பயணித்தார், அந்த மக்களுக்காகவே பயணித்தார்.

இது ஒருபுறம். அவருடைய பிரம்மாண்டமான பங்களிப்பு என்பது அறிவார்ந்த (Intellectual) பங்களிப்பு. கோட்பாடு சார்ந்த பங்களிப்பு. அவர் சமூகத்தில் மிகப்பெரிய தாக்கத்தை ஏற்படுத்தியிருக்கிறார். காந்தியால் ஒரு ஏகாதிபத்திய அரசை நிலைகுலைய வைக்கக் கூடிய அளவுக்கு வெகுமக்களுடைய ஆதரவை ரொம்ப எளிதாக ஈர்க்க முடிந்தது. அவர் காங்கிரசு கட்சித் தலைவராக இருந்து அந்த ஆதரவைத் திரட்டினார் என்பதைவிட காந்தியடிகளாய் இருந்து அந்த ஆதரவைத் திரட்டினார். அந்த ஆதரவு காங்கிரசுக்குப் பயன்பட்டது என்பதுதான் முக்கியமானது. அது எல்லோராலும் எளிதாக உணரக் கூடிய ஒன்று. ஒருவகையில் அந்த தலைமைத்துவத்தை அவ்வளவு எளிதாக புறந்தள்ளிவிட முடியாது அல்லது விமர்சித்துக் கடந்து போய்விட முடியாது.

கொள்கை அடிப்படையில் முரண்பாடு இருக்கிறது என்பதால் தலைமைப் பதவி என்பதை அவ்வளவு பெரிய தலைமைத்துவமாக எல்லோராலும் தொடர்ந்து தூக்கி நிறுத்த முடியாது. ஒரு குறிப்பிட்ட காலம்தான் தகுதியில்லாத தலைமையைத் தூக்கிப்பிடிக்க முடியும்.

சித்ரா : நிச்சயமாக, அற்புதமாகச் சொன்னீர்கள்.

திருமா : ஒரு நெடுங்காலத்தலைமை அப்படியே நீடித்து நிற்கிறது (Sustain) எனில், ஒரு தேசத்தினுடைய விடுதலைக்காக அது பயன்படுகிறது எனில், அதற்குள்ளாக ஒரு பெரும் அர்ப்பணிப்பு (Dedication) இருக்கிறது என்பதைத்தான் நான் பார்க்கிறேன்.

சித்ரா : பூனா ஒப்பந்தம், அதைத் தொடர்ந்து வரக்கூடிய சில விசயங்களைப் பார்த்தோமென்றால், ஆலய நுழைவு என்பது

மிக அதிகமாக நடந்த ஒரு காலகட்டமாக அப்போது இருந்தது. 1934-லிருந்து காந்தியடிகள் தீண்டாமைக்காக சுற்றுப்பயணம் போக ஆரம்பிக்கிறார். பீகார், ஒரிசா, தமிழ்நாட்டில் இங்கு சென்னை... என முழுக்க சுற்றுப்பயணம் செய்து பல இடங்களுக்கு நேரடியாகப் போகிறார். அன்றைக்குக் கிடைத்த தரவுகளைக் கூர்ந்து நோக்கினால் ஆலய நுழைவு என்பது மிக அதிகமாக முன்னெடுக்கப்பட்ட ஒரு காலகட்டமாக அது அமைந்திருக்கிறது. அதைப் பற்றிய பல்வேறு விமர்சனங்கள் வைக்கப்பட்டாலும்கூட அது ஒரு முக்கியமான அடுத்தகட்ட நகர்வு.

திருமா : அந்தக் காலகட்டத்தில் அது ஒரு துணிச்சலான முடிவுதான். அதாவது 'சரிப்பா, நீ இவர்களை கோயிலுக்குள்ள விடு' என்று மற்றவர்களால் சொல்ல முடியாத அளவுக்கு ஒரு இறுக்கம் நிறைந்த காலகட்டம் அது. மகாத்மா என்கிற இடத்துக்குப் போனதால்தான், அத்தகைய உயர்ந்த இடத்தில் இருந்ததால்தான் அவரால் அவ்வாறு சொல்ல முடிந்தது.

'ஏய் கோயிலெல்லாம் திறந்துவிடு, கோயிலெல்லாம் திறந்து விடுறாங்களோ இல்லையோ காந்தி சொல்லிட்டார். அதனால் அழைச்சுட்டுப் போவோம்' என மதுரை மீனாட்சி அம்மன் கோவிலில் வைத்தியநாத அய்யர் அழைத்துக் கொண்டு போனார் என்கிற வரலாற்றுப் பதிவை நாம் பார்க்கிறோம். அப்போது வைத்திய நாத அய்யராக அவர் அதைச் செய்யவில்லை. காந்தி சொன்னதால் அதைச் செய்கிறார். அதே மாதிரி தந்தை பெரியார், தன் வீட்டுத் தோட்டத்தில் இருந்த தென்னை மரங்கள் எல்லாவற்றையும் வெட்டிச் சாய்த்தது அவருக்கு மதுவிலக்குக் கொள்கையில் உடன்பாடு இருந்த காரணத்தால்தான். அப்போது, காந்தியடிகள் தன்னை ஏற்றுக் கொண்டவர்களிடம் செல்வாக்கு மிகுந்திருந்தார். அவருடைய ஆளுமைத் திறன் எந்த அளவுக்கு செல்வாக்கு மிகுந்த தலைமைக்கான (Influential leadership) தகுதிகளோடு இருந்திருக்கிறது என்பதை இதன்மூலம் அறியலாம்.

தமிழ்நாட்டில் தந்தை பெரியார் அவர்கள் அன்றைக்கு காங்கிரசு கட்சியில் இருந்தார். பெரியார் காங்கிரசு தொண்டர், காந்தியின் தொண்டர். காந்தி ஒரு வேண்டுகோள் வைக்கிறார், "நீதிமன்றங்கள் நமக்கு 'அவார்டு' கொடுத்தால் கூட ஒரு வழக்கிலும் அதை வாங்கக் கூடாது. அது வெள்ளைக்காரன் கொடுக்கிற பணம்" என. உயர் நீதிமன்றத்தில் ஒரு வழக்கின் தீர்ப்பில் பெரியாருக்கு சாதகமான தீர்ப்பு வருகிறது. அவருக்கு ஒரு தொகை கொடுக்க வேண்டுமெனச் சொல்லி தீர்ப்பில் சொல்கிறார்கள். ஆனால் "இது வெள்ளைக்காரன்

கொடுத்த தீர்ப்பு, அதனால் அந்தப் பணம் வேண்டாம்'' என்கிறார். ஏனென்றால், தான் தலைவராக ஏற்றுக்கொண்ட காந்தியடிகள் சொன்னார் என்பதற்காக. தன் தோட்டத்தில் இருந்த தென்னை மரங்களை வெட்டிச் சாய்க்கிறார். ஏனென்றால், தான் தலைவராக ஏற்றுக்கொண்ட காந்தியடிகள் சொன்னார் என்பதற்காக. இதுமாதிரியான ஒரு செல்வாக்குத் தன்மையை ஆற்றல்மிகு தலைமைத்துவம் என்றுதான் நான் கருதுகிறேன்.

சித்ரா : இதுவரை ஏராளமான கேள்விகளுக்கு உங்களுடைய அனுபவம் சார்ந்தும், பல களங்களில் போராட்டங்களையும் விமர்சனங்களையும் எதிர்கொண்ட தன்மை சார்ந்தும் நீங்கள் பதில் அளித்தீர்கள். காந்தியடிகளுடைய வாழ்க்கையோடு பொருத்திப்பார்த்து ஒவ்வொரு பதிலையும் உங்களுக்குரிய தெளிந்த சொற்களில் விளக்கினீர்கள். மிகுந்த முக்கியத்துவம் வாய்ந்த காந்தியின் பிறந்தநாளன்று உங்களுடன் நிகழ்ந்த இந்த மனம்திறந்த நேர்காணல் நிச்சயமாகத் தன்னளவில் அறிவுப்பூர்வமானது, உண்மையானது. எல்லோரின் சார்பாகவும் நன்றியையும் வணக்கத்தையும் தெரிவித்துக் கொள்கிறோம்.

திருமா : நன்றி!

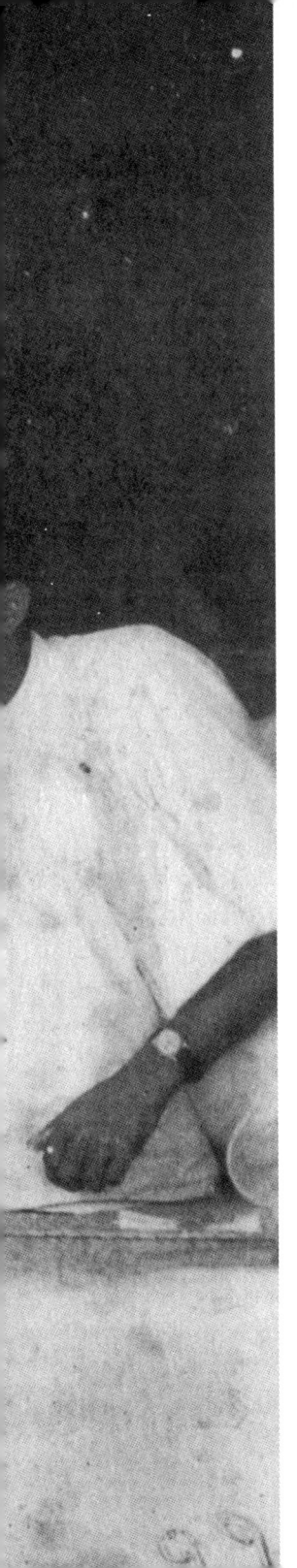

K.R.A. நரசய்யா

ஆய்வாளர்

சித்ரா : வணக்கம் ஐயா காந்தியை நீங்கள் சிறுவயதில் பார்த்திருப்ப தாகவும், காந்தி வந்தபோது நீங்களனைவரும் சென்றிருந் திருப்பதாகவும் நீங்கள் ஒரு பேட்டியில் கூறியிருக்கிறீர்கள் என்று நான் படித்திருக்கிறேன். காந்தியைப் பற்றிய நினைவுகள் காந்தியைப் பற்றி மற்ற சிந்தனைகள் உங்கள் மனதிற்குள் எப்படி வந்தது? எப்படி காந்தி உங்களோடு தொடர்ந்து பயணப்பட்டார்?

நரசய்யா : 1942ல் இருந்து 1947ல் நமக்குச் சுதந்திரம் கிடைத்த வரைக்கும் இந்திய அளவில் ஒரு முக்கியமான காலகட்டமாக அது விளங்கியது. இந்த விடுதலைப் போராட்டத்தில் அனைவரும் பங்கு கொண்டார்கள். மேலதிகமாக இளைஞர்களே பங்கு கொண்டார்கள். நாங்கள் பள்ளியில் பயின்ற காலத்தில் திருச்சிராப்பள்ளி St. ஜோசப் கல்லூரி மாணவர்கள் தீவிரமாகப் போராடிக் கொண்டிருந்தார்கள். அப்பொழுது நாங்கள் நாலு பேர் அரியலூரில் உள்ள போடே பள்ளியில் படித்துக் கொண்டிருந்தோம். எனது தந்தை அங்கு பள்ளிகளின் துணை ஆய்வாளராகப் பணியாற்றினார். அப்பொழுது எங்களுக்கு அப்போராட்டங்களில் ஈடுபாடு அதிகமாக இருந்தது. ஏனெனில் எங்கள் தந்தை எங்களுக்கு அன்றன்றைக்கான நிகழ்வுகளைக் கதைபோலச் சொல்லுவார். ஏனெனில் அப்பொழுது வானொலியோ தொலைக்காட்சியோ கிடையாது. செய்தித்தாள்களிலும், இன்றைய செய்திகள் நாளை மறுநாளே தெரியும். இந்தச்சூழலில் எங்களுக்கு ஒரு தகவல் என்னவெனில், காந்தி தென்னிந்தியப் பயணம் வருகிறார் மற்றும் மதுரை உள்ளிட்ட இடங்களுக்குச் செல்கிறார். அவர் வரும் ரயில் அரியலூர் வழியாகவே செல்லுமாகையால் அரியலூரில், அந்த ரயில் நிற்கும் என்பது காந்தியைப் பார்க்க உங்களுக்கெல்லாம் ஒரு வாய்ப்பு என்று எங்களின் ஆசிரியரான சந்தானம் ஐயங்கார் கூறினார். அவர், நீங்களெல்லாம் அங்கு செல்லலாம், அதற்கும் பள்ளியே ஏற்பாடு செய்யும் என்று கூறினார். அங்குசென்றால், அரியலூர் ரயில் நிலையத்திற்கு 500 மீட்டர் முன்பே ரயில் நிற்கும்படியாக ஏற்பாடு செய்திருந்தனர். முற்றிலும் பொட்டல் காடாக இருந்த அரியலூரில் அது மிகப் பெரும் பகுதியாக இருந்தது. இதனால் அரியலூர் மட்டுமின்றி அருகாமையிலிருக்கும் கிராமத்திலிருந்தும் வந்து மக்கள் நிறைய குழுமியிருந்தனர். 11 மணிக்கு ரயில் வரும் என்று சொன்னார்கள். அன்றைய தேதிகூட பிப்ரவரி 2,1946 சனிக்கிழமை என்று நன்றாக நினைவிருக்கின்றது. 11 மணிக்கு ரயில் வந்தடைந்தது. அது வருவதற்கு முன்பே எங்களுக்கு மிகுந்த ஆச்சர்யமாக இருந்தது. ரயில் வந்தவுடன் மூன்றாம் வகுப்புப் பெட்டியின் இரு கதவையும் திறந்து அவர் வந்து நிற்பதற்கு மேடை போல் அமைத்திருந்தனர். அவர்

வந்து இரு பக்கக் கம்பிகளைப் பிடித்து நின்றபோது அதைப்பார்த்து எங்களுக்குக் காந்தியா வந்து நிற்கிறார் என்று தோன்றியது. செக்கச் செவேலென்று இருந்தார். எனக்கு யோசனையே தோன்றவில்லை. நாங்கள் அனைவரும் அப்படியே தரையில் விழுந்து நமஸ்கரித்து விட்டோம். கடவுளையே பார்த்தது போல இருந்தது. அந்த நிகழ்வின் தாக்கம் மிகப் பெரியதாக இருந்தது. அன்றிலிருந்து மூன்றாவது நாள் அதைச் செய்தித்தாளில் பார்த்தது நினைவிலிருக்கின்றது. அவர் அமர்ந்து மகிழ்வாகப் பேசினார். ஆனால் என்ன பேசினார் என்றும் நினைவில்லை. ஏனெனில் அவரைப் பார்த்துக் கொண்டிருப்பதே மெய்மறக்கச்செய்வதாக இருந்தது. மிகவும் மகிழ்வாக இருந்த அவர் கூட்டத்தைக் கூட்டி 'ராம் துன்' பாடுங்கள் என்று கூறினார். அனைவரும் சிறிது நேரம் பாடினர். அதுவே, ரயில், விருத்தாசலம் விழுப்புரம் தாண்டி 'ராம் துன்' பாடப்பட்ட ஒரே இடமாக இருந்தது. எனது அண்ணன் சிட்டிபாபுவின் வகுப்புத் தோழனான வேணுகோபாலின் தந்தை உள்ளூர் எம்.எல்.ஏவாக இருந்தார். அவர் பெயர் வெங்கடாச்சலம் பிள்ளை. அந்தக் காலத்திலேயே எம்.ஏ. எம்.பில் வரைப் படிந்திருந்தார். அவரே, இடைக் கால அரசாங்கத்தில் காங்கிரஸின் உள்ளூர் தலைவராக இருந்தார். அவர் அவ்விடத்திலேயே பணம் வசூலித்து, ஒரு பண முடிப்பைக் கொண்டு சென்று கொடுத்தார். எங்களுக்குத் தெரிந்த ஒருவர் காந்தியிடம் பண முடிப்பைக் கொடுத்ததில் எங்களுக்கு இரட்டை மகிழ்ச்சி. மொத்தத்தில் எங்களுக்கு மிக நிறைவாக இருந்தது அந்நிகழ்வு. அன்றிலிருந்து எங்களின் பேச்சும் உரையாடலும் நிறைய நாட்களுக்கு காந்தியைத் தவிர வேறு ஒன்றுமற்றதாக இருந்தது. ஏனெனில் தினமும் காலையில் அவரைப் பற்றிய செய்தியே வந்தவண்ணம் இருந்தது. உள்ளூர் செய்திகளிலும்; ஆங்கில செய்திகளிலும்; திரைப்படத்திற்கு முன்பு ஒளிபரப்பப்படும் ஒளிப்படத்திலும் காந்தியைப் பற்றியே செய்தி வந்தது. அந்தத் தாக்கம் அப்பொழுதே ஆரம்பமானது.

சித்ரா : காந்தியைப் பற்றி ஏராளமான புத்தகங்கள் உலகம் முழுக்கப் பல்வேறு நாடுகளில் எழுதப்படுகின்றது. இவற்றில் உங்களைக் கவர்ந்த ஒரு புத்தகமாக, அது சர்ச்சைக்குரிய புத்தமாக இருந்தாலும் சரி; காந்தியின் தனித்தனி பரிமாணங்களைச் சொல்வதாக இருந்தாலும் சரி, அவற்றில் உங்கள் மனதை பாதித்த, அல்லது மிக முக்கியமானதாக நீங்கள் கருதக்கூடிய புத்தகங்களைப் பற்றித் தாங்கள் பகிர்ந்து கொள்ளவேண்டும்.

நரசய்யா : காந்தியைப் பற்றியும் அவர் தொடர்புடைய புத்தகங்களைப் பற்றியும் இந்து பத்திரிகையில் நான் நிறைய மதிப்பீடுகளைச்

செய்துள்ளேன். அதில் சர்ச்சைக்குரிய புத்தகமும் அடக்கம். அதில் என்னைக் கவர்ந்த ஒரு புத்தகம் என்று கூறினால் D.C.Jha என்பவர் எழுதியதைக் கூறலாம். அப்புத்தகம் என்னை ஏன் ஈர்த்ததென்றால் அவர் தனது 20 ஆவது வயதில் காந்தியுடன் நவகாளிக்குச் சென்றிருக்கிறார். அவர் கூடவே இருந்ததைக் குறித்து எழுதியிருக்கிறார். அதில் அவர் விவரிப்பது உணர்வுப்பூர்வமாக அக்கால கட்டத்து நிலைமையைப் புரிய வைப்பதாக அமைந்திருக்கின்றது. நவகாளி பற்றி மட்டுமல்லாமல் ஒட்டுமொத்தமாக அம்மாநிலத்தை, அதன் நிலையை விவரிக்கின்றது. ஒரு 20 வயது இளைஞனாக அவர் காந்தியுடன் இணக்கமாக இருந்திருக்கிறார். காந்தி ஒரு முக்கியமான கடிதத்தை இராஜேந்திர பிராசாத்திற்கு தபாலில் அனுப்பாமல் D.C.Jha விடம் கொடுத்தனுப்புகிறார். கடிதத்தைக் கொடுத்துவிட்டு பதில் வாங்கிவருமாறு காந்தி கூறுகிறார். காந்தி முக்கியமான கடிதங்களை ஒருவரின் மூலமாகவே அனுப்புவார். வைஸ்ராய் வேவலுக்கு எழுதிய கடிதத்தைக் கூட சிலேடின் மகளாக இருந்த மீராபாயிடம் கொடுத்தனுப்புகிறார். அதுபோல மிக நெருக்கமாக இருந்ததனால் D.C.Jha எழுதிய புத்தகத்தின் மேல் பெரிய நம்பிக்கை இருக்கின்றது. அதில் அவர் முக்கியமாகக் குறிப்பிடுவது காந்தி நவகாளியில் நான்கு மாதமாக இருந்தபோது அங்கு நிலவிய கடுமையான சூழலாகும். இப்போதிருக்கும் வங்கதேசத்தில், அப்போதிருந்த நவகாளியிலில் இந்துகள் அதிகம் கொல்லப்பட்டு இந்து பெண்களுக்குப் பாது காப்பில்லாத சூழல் நிலவியது. அங்கு சென்று காந்தி இஸ்லாமியர் ஒருவரின் வீட்டில் தங்கி உண்ணாவிரதமிருக்கிறார். ஏன் அவர் அங்கு சென்றிருக்கிறார் என்பதற்கு அவர், தான் சிறுபான்மையினர் வீட்டில்தான் இருப்பேன் என்று கூறுகிறார். இது நடந்தது 1946ல். இனியே நமக்கு விடுதலை வரவிருக்கின்றது, ஆனால் காந்தி சிறிதும் மகிழ்ச்சியற்றிருந்தார். ஏனெனில் காந்தி மிகவும் கண்டிப்பாக, பிரிவினை இருக்கக்கூடாதென்றே கூறுகிறார். அந்தப் புத்தகத்தில் மவுண்ட்பேட்டனைப் பற்றி வருகின்றது. நானும் மவுண்ட்பேட் டனைச் சந்தித்திருப்பதால் அது எனக்குப் பிரத்யேகமாகத் தெரிந்தது. நான் விக்ராந்த் என்ற கப்பலிலிருந்த போது அதைத் தரகு செய்வதற்கு மவுண்ட்பேட்டன் வந்தபோது அவரை, விஜயலட்சுமி பண்டிட் அவர்களுடன் சந்தித்திருக்கிறேன். அதனால் எனக்கு அந்தப் பின்புலம் இருந்தது. நான் கடற்படையில் இருந்தபோது அவரைப்பற்றி அறிவேன். ஏனெனில் அவர் கடற்படை அட்மிரலாக இருந்தவர். அவரே சிங்கப்பூர் சரணடைவின் போது பணி செய்தார். மவுண்பேட்டன் 1947 மார்ச் மாதம் இந்தியா

வருவதற்கு முன் கவர்னராக இருந்தவர், வேவல். அவர் பணி நீக்கம் செய்ததுபோலவே திருப்பி அனுப்பப்பட்டார். அவர் சரியாக ஒன்றும் செயல்படவில்லை என்பதே அரசாங்கத்தின் நிலைப்பாடு. அவ்வமயம் லேபர் அரசாங்கம் இங்கிலாந்தில் அமைந்தது. அவர்கள் இந்தியாவிற்கு எப்படியும் சுதந்திரம் அளிக்கவே சித்தமாக இருந்தனர். ஆனால் அதை எப்படிக் கொடுப்பது என்று அவர்கள் தெரியாதிருந்தனர். நான் அவ்வமயம் உலக வங்கியின்மூலம் கம்போடியாவிற்கு அவசர மறுவாழ்வுத் திட்டத்திற்காகச் சென்றிருந்தேன். அவ்விடம் சர்வ நாசமான நிலையிலிருந்தது. அது நவகாளியின் ஞாபகத்தை ஏற்படுத்தியது. ஏனெனில் அங்கு கூறப்படுவதாவது, எங்கெல்லாம் ஆங்கிலேயர் செல்கின்றார்களோ அங்கு குழப்பம்; மற்றும், எங்கு அமெரிக்கர்கள் செல்கிறார்களோ அங்கு குழப்பம் என்பதுதான். ஆங்கிலேயர் எவ்விடத்தை விட்டுச் சென்றாலும் அங்கும் குழப்பமே இருந்திருக்கின்றது. அனைவரும் கூறுவதுபோல் காந்தியால் எப்படி சத்தியாகிரகம் செய்யமுடிந்ததென்றால் அது ஆங்கிலேயர் சட்டத்தை மதிப்பவர்களாக இருந்ததால்தான் என்பது அபத்தமான ஒன்றாகும். ஏனெனில் அவர்கள் அவ்வளவுக்கு நல்லவர்களில்லை. கொஞ்சபேர் நல்லவர்கள் இருந்திருக்கின்றார்களென்றாலும் ஒரு அரசாங்கமாக அவர்கள் நல்லவர்களில்லை. ஏனெனில் அவர்கள் நேரடியாகக் கொடுமைப்படுத்தவில்லையென்றாலும், ஜமீன்தார்கள் மூலமாகவும் தோட்ட முதலாளிகள் மூலமாகவும், நிறையவே கொடுமைப்படுத்தியிருக்கின்றார்கள். இதைப்பற்றி யாரும் சொல்வதில்லையானாலும் *D.C.Jha* அதைப்பற்றிச் சொல்கிறார். அவர் என்ன சொல்கிறாரென்றால், மவுண்ட்பேட்டன் வந்தபோது அவர் சுதந்திரம் தரவேண்டிக் கொடுக்கப்பட்ட நாளானது ஏப்ரல் 1948. அரசாங்கம் அவருக்கு ஒரு வருடம் அளிக்கின்றது சுதந்திரம் தருவதற்காக. ஆனால் மவுண்ட்பேட்டன் ஒரு ராஜதந்திரியாக இருந்ததால் அவர் முன்கூட்டியே சுதந்திரம் அளிக்கப்பட வேண்டும் என்று நினைக்கிறார். அவர் ஒரு லட்சியவாதியாகவும் அனைவரும் புகழவேண்டும் என்று கருதுபவராகவும் இருந்ததால் அவ்வாறு கருதுகிறார். இதைத் தன் புத்தகத்தில் பதிவு செய்துள்ள *D.C. Jha*, காந்தி இருக்கும்வரை இந்தியாவைப் பிரிக்க முடியாதென்றும், ஜின்னா இருக்கும்வரை பிரிவினையில்லாமல் சுதந்திரம் தர இயலாதென்றும் குறிப்பிடுகின்றார். இதற்கு ஒருதீர்வாக, மூன்றாவதாக இருக்கும் காங்கிரசார் யாரை ஆதரிக்கிறார்களோ அவர் கூறியபடி செய்யலாமென்று எழுதுகிறார்.அவ்வாறு மவுண்ட்பேட்டன் கருதுகிறார் என்று குறிப்பிடுகின்றார். காந்தியை ஒதுக்க காங்கிரஸ்

ஜின்னாவோடு சேர்ந்தால் காந்தியைப் பொருட்படுத்தாதிருக்கலாம் என்றும், காந்தி மிகவும் பழைய மனிதர், அவரை மாற்றுவது கடினம் எனக் கருதப்படுகின்றது. சர்ச்சில் கூட காந்தியைப் பற்றி ""You cannot change this rascal" எனக் குறிப்பிடுகின்றார். இப்படியான ஒரு நிலைமையில், விடுதலை என்பது நாம்பெற்ற வெற்றியென்று நான் கூறமாட்டேன். ஏனெனில் முதலிலிருந்தே நான் காந்தியின் பக்கம் சேர்ந்தவன் என்பதால் கூறுகிறேன். என்னுடைய கருத்துப்படி ''காந்தி ஒரு சம்பவம்'' சாதாரண மனிதப்பிறவி அல்ல அவர். அவர் ஒரு நிகழ்வு. குமாரசம்பவம் என்பது போல காந்தி ஒரு சம்பவம். அந்த சம்பவத்தாலேயே இதற்கு கருத்துகள் கிடைக்கப்பெற்றது. விட்டுக்கொடுப்பது என்பது அவரிடம் கிடையவே கிடையாது. அவர் ஆப்ரிக்காவில் சொன்னதுபோல், 'தெய்வம் உண்மையென்று நினைத்திருந்தேன், ஆனால் இப்போது உண்மைதான் தெய்வம் என்று தெரிந்து கொண்டேன்' என்ற சிந்தனை ஓட்டத்தில் இருப்பதனால் அவர் சுதந்திரத்தைப் பற்றிக் கவலைப்படாது, சுதந்திரத்தின் போது கல்கத்தா சென்று விடுகிறார். நவகாளியில் காந்தியுடன் இருந்து இளைஞரான D.C.Jha நிலைமையை உள்வாங்கி, தன் புத்தகத்தில் இந்த விவரங்களை எழுதியதனால்தான் அந்தப் புத்தகத்தை மிகவும் விரும்பினேன். ஏனெனில் இதுபோன்ற விவரங்கள் நமக்கு வேறு புத்தகங்களில் கிடைக்காது. அதில் சொல்லும் கருத்தாவது, முன்பே கூறியது போல ஆங்கிலேயோர், சட்டத்தை மதிப்பதால் தான் காந்தியால் செயல்படமுடிகிறது என்பது தவறானது. அவர்கள் நேரடியாகக் கொடுமைகள் செய்யாதிருந்தாலும் ஜமீன்தார்கள் மூலமாகவும்; தோட்ட முதலாளிகள் மூலமாகவும் நிறையவே கொடுமைகள் செய்திருக்கிறார்கள் என்று குறிப்பிடுவது போன்ற கருத்துக்களால்தான் அந்தப் புத்தகம் எனக்குப் பிடிக்கும்.

சித்ரா : காந்தியைப் பற்றி நிறைய சர்ச்சைக்குரிய புத்தகங்கள் எழுதியிருக்கிறார்கள். அதாவது உண்மையாக நடந்ததைத் திரித்து எழுதியதாகவும், இப்படித்தான் நாங்கள் பார்த்த பார்வை என்பது போலவும் அவர்களின் கோணத்தில் நிறைய விஷயங்கள் காந்தியைப் பற்றி எழுதப்பட்டிருக்கின்றது. அதுமாதிரியான புத்தகங்களையும் நீங்கள் நிறைய மதிப்பீடு செய்திருக்கிறீர்கள். அவற்றில் உங்களை பாதித்த முக்கியமான புத்தகமாக எதைக் கூறுவீர்கள்? அதைப்பற்றிச் சில விடயங்களை எங்களுடன் பகிர்ந்து கொள்ளுங்கள்.

நரசய்யா : காந்தி ஒரு கடவுள் இல்லை. அவரும் ஒரு மனிதன்தான். அதனால் அவரைப்பற்றிச் சரியாகவோ; தவறாகவோ சொல்லியிருப்பது நிறைய இருக்கின்றது. அவற்றில் காந்தியை விமர்சிப்பது "South

African Gandhi" என்ற ஒரு நூல் வந்தது. இதை இரு தென்னாப்பிரிக் கக்காரர்கள் எழுதியிருக்கிறார்கள். அதில் ஒருவர் இஸ்லாமியர், இன்னொருவர் குஜராத்தி, ஆனால் பிறந்து வளர்ந்து தென்னாப்பிரிக்கா. அவர்கள் இருவரும் காந்தியை இனவாதி என்றே கூறுகின்றனர். அவர்கள் நான்கு கூறுகளை எடுத்துக்கொண்டு விவாதிக்கின்றனர். ஒன்றாவதாக, தென்னாப்பிரிக்க யுத்தம் *(Boer War)* இரண்டாவதாக *Zulu* தலைவரின் கதை; மூன்றாவது, தென்னாப்பிரிக்க வேலைநிறுத்தம்; நான்காவதாக, டிரான்ஸ்வால் கிராசிங் என இவற்றை முக்கியக் கூறுகளாகக் காண்கின்றனர். அதில் அவர்களின் முதன்மையான கேள்வி என்னவெனில், காந்தி ஏன் போயர் யுத்தத்தில் ஆங்கிலேயேர்களுக்கு ஆதரவு தருகிறார் என்பதாகும்.

ஏன் அவர் ஆங்கிலேயரை ஆதரித்தாரென்றால், அவர் *Zulu* தலைவரான பம்பாடாவை ஆதரிக்கவில்லை. பம்பாடாவைத் தூண்டியதே டச்சு *(Dutch)* தான். பின்பு ஆங்கிலேயர்களால் பம்பாடா கொல்லப்படுகின்றார். ‘அவருக்காக காந்தி போராடியிருக்க வேண்டும். அதை விட்டுவிட்டு ஆங்கிலேயர்களுக்காகப் போராடுகிறார். அவர்களின் சீருடையைப் போட்டுக்கொண்டு ஆம்புலன்ஸில் சென்று *Stretcher* தூக்கி வேலை செய்கிறார்’ என்று தென்னாப்பிரிக்க போயர் யுத்தத்தில் காந்தியின் நிலைப்பாடு குறித்து விமர்சனம் வைக்கின்றனர். ஆனால் பீட்டர்ஸ்பெர்கில் காந்தி நினைவகத்தைத் திறந்தபோது மண்டேலா கூறியதாவது, காந்தி இனத்திற்கும் மதத்திற்கும் அப்பாற்பட்டவர் என்பதாகும். மேலும் மண்டேலா, பம்பாடாவ் மிகுந்த பின்னடைவு சந்தித்தபோது அவரின் ஆட்களின் மருத்துவத்திற் காகவும் ஸ்ரெட்சர் தூக்கி வேலை செய்தார் என்று குறிப்பிடுகின்றார். அதாவது, ஆங்கிலேயர் முகாமில் இருந்தபடியே, எதிரி முகாம் ஆட்களுக்கும் உதவியிருக்கிறார் காந்தி. அதனால் காந்தியை ஒரு சார்பு உடையவர் என்று கூறக்கூடியது சரியல்ல என்று மண்டேலா கூறுகின்றார். அதனால் மண்டேலாவிற்குத் தெரியாதது இவர்களுக்குத் தெரிந்திருக்க வாய்ப்பில்லை என்பதே நாம் பார்க்க வேண்டியதாகும். தென்னாப்பிரிக்க வேலைநிறுத்தம் குறித்துக் கூறும்பொழுது அது காந்தியினால் ஏற்பட்டதல்ல என்றும், அது அவர்களே சேர்ந்து நடத்தியது என்றும் குறிப்பிடுகின்றனர். அதன் பின்புலத்திலிருந்து பார்த்தால் அவர்கள் தானாகவே போராடியிருக்கலாம். ஆனால் அவர்கள் தாங்களாகவே ஒருபோதும் வென்றிருக்க முடியாது. ஏனெனில் அதுபோன்ற போராட்டத்தை ஒருங்கிணைக்க அங்கு யாருமே கிடையாது. முதன்முதலில் சத்யாகிரகம் என்ற பதத்தையே அங்குதான் காந்தி பயன்படுத்துகின்றார். அதை எப்படிப் பயன்

படுத்துவது என்று கற்றுக்கொடுத்ததே காந்திதான். இதை ஆண்ட்ரூஸ் போன்றோர் மிகவும் புகழ்திருக்கின்றனர். அதுவரை அதுபோன்ற சிந்தனையே யாருக்கும் இல்லை என்பதால் புத்தகத்தில் குறிப்பிடுவது போல அவர்களே போராடி வென்றனர் என்று கூறுவது தவறு. காந்தி இல்லாதிருந்திருந்தால் வேலைநிறுத்தம் சாத்தியமாகியிருக்காது. இன்னொரு இடத்தில், நேட்டாலுக்கும் டிரான்வாலுக்கும் ஒப்பீடு செய்து, காந்தி வேண்டுமென்றே மக்கள்தொகை குறைவாக இருக்கும் இடத்திற்குச் சென்றார் என்று குறிப்பிடுவதும் தவறானது. ஏனெனில் அதுபோன்ற நோக்கில் அவர் செயல்படவில்லை. அவருக்கு வேண்டியதெல்லாம் தென்னாப்பிரிக்காவில் அவர் கண்ட அடக்குமுறைக்கு எதிராகப் போராடுவதேயாகும். அவர் முதலில் பார்த்தது, அடக்குமுறையைத்தான். அதிலும் அதிகத் தமிழர்களையே அவர் காண்கிறார். தமிழனுக்கு வேண்டிதான் அவர் வாதாடவே சென்று வெல்கின்றார். காந்தி ஒன்றைத் தெளிவாகக் கூறுகிறார், அதாவது தான் ஆங்கிலேயர்களுடன் சண்டையிடப் போவதாகவும் அது தென்னாப்பிரிக்காவில் மட்டுமன்றி இந்தியாவிலும்தான் என்றும். ஆனால் தான் ஆங்கிலேயர்களுக்குக் கீழுள்ள ஒரு குடிமகன், அவ்வாறு இருந்தால்தான் எதிர்த்துப் போராட முடியும். ஒருவேளை அவர்களுக்கு முற்றிலும் எதிரானால், அவர்களோடு போராட முடியாது என்பதால் *'I will ever be a good citizen of British'* என்று கூறுகிறார். அந்தக் கருத்தை இந்தப் புத்தகத்தில் சரியாகக் கையாளவில்லை. இதில் எனக்கு கோபம் என்னவென்றால் அருந்ததிராய் என்பவர் இந்தப் புத்தகத்தை, காந்திப்பற்றித் தெரியாததைத் தெரிந்துகொள்ளச் செய்யும் சிறந்த புத்தகம் என்று கூறுவதுதான். இது தவறான அபிப்பிராயமேயாகும். ஏனெனில் காந்தியைப் பற்றித் தெரியாத ஒன்றையும் இந்தப் புத்தகத்தில் சொல்லவில்லை. காந்தி ஒரு திறந்த புத்தகமாவார். அவரைப் பற்றிய ரகசியம் என்று எதுவும் கிடையாது. அதனால் காந்தியைப் பற்றித் தெரிந்த விஷயங்களையே புரியாத முறையில் அணுகியிருக்கின்றனர்.

சித்ரா : திரித்துக் கூறியிருக்கிறார்களென்றும், தென்னாப்பிரிக்காவில் அவர் மீதான குற்றச்சாட்டுகளைக் குறித்த மறுப்பையும் நன்கு முன்வைத்தீர்கள். இதில் காந்தியின் போராட்டத்தின் முக்கியமான கூறு, அவர் அடிமட்டத்திலுள்ள மக்களை முழுமையாகப் போராட்டத்தில் ஈடுபடுத்தினார் என்பது தான். இந்தக் கூற்றினை நிறையபேர் நிறைய புத்தகங்களாக எழுதியிருக்கின்றனர். அதைப் பதிவு செய்திருக்கின்றனர். இது ஒரு சிறந்த விஷயம். ஏனெனில், மேல் மட்டத்தில் உள்ளவர்கள் மட்டுமே கடிதங்கள் வாயிலாக உயர் மட்டத்திடம் பேசுவதாக இல்லாமல், காந்தியே, இம்மாதிரியான புது

வழிவகையைக் கொண்டு வந்திருக்கிறார். அந்த வகையில் நீங்கள் பார்த்த புத்தகங்களின் உங்கள் மனதைக் கவர்ந்த புத்தகம் எதுவாக இருக்கும்?

நரசய்யா : இது ஒரு முக்கியமான விஷயம். ஏனெனில் கீழ்மட் டத்தில் உள்ளவர்களினுடைய நினைவு, வரலாற்றில் முன்னதாக எங்கும் நினைக்கப்படவில்லை. 20 ஆம் நூற்றாண்டிலேயே இது தொடங்கியது. கீழ்மட்டத்தில் உள்ளவர்கள் என்ன நினைக்கிறார்கள் என்பதை ஒரு அறிவியலாக; தத்துவார்த்த ரீதியாக அமெரிக்க பல்கலைக்கழகம் அணுகுகிறது. அந்தக் கோணத்தில் பார்க்கும் போது எனக்கு நினைவுவரும் புத்தகம், டேவிட் கார்டிமன் என்பவர் எழுதிய புத்தகமாகும். டேவிட் கார்டிமன் ஒரு யூதராவார். அவர் பிறந்தது பாகிஸ்தானில் உள்ள ராவல்பிண்டியில்தான். அவர் இதை, கீழ்மட்டத்திலிருந்து படிப்பது எப்படி என்ற அணுகுமுறையில் காந்தி எப்படி அதைப் பயன்படுத்தினார் என்பதைக் கூறுகிறார். அதாவது ஒரு விஷயத்திற்காகப் போராடுகின்றபோது தனக்கு வரும் சோதனைகளை அனுபவித்தாக வேண்டும். அதை ஏற்காமல் இருக்க முடியாது என்பது முதலாவதாகும். இரண்டாவதாக எதிரியின் பலவீனத்தைப் பார்த்து நாம் செயல்படக்கூடாது, அவரின் வாய்ப்பை அவருக்கு வழங்கியே அவரோடு பேசவேண்டும். இது காந்தியின் முக்கியமான கருத்து. ஏனெனில், கீழே விழும்போது அவர்களை அடித்து மிதித்து செயல்படுவது என்பது அவருக்குப் பிடிக்காததாகும். டேவிட் கார்டிமனின் *‘Non violent struggle for Indian freedom1905 - 19’* என்ற புத்தகம் அதைச் சுற்றியே நகர்கின்றது.

சித்ரா : உங்களுடைய ‘கடலோடி’ புத்தகத்தில் அருமையான வரி ஒன்று எழுதியிருக்கறீர்கள். ‘‘நான் பிரம்மாண்டமான கடல்களைப் பார்த்திருக்கிறேன்; கப்பல்களில் பயணப்பட்டிருக்கிறேன், ஆனால் காந்தி பிறந்த போர்பந்தரில் இருந்த போது எனக்குக் கிடைத்த அமைதி உன்னதமான ஒன்று என்று நீங்கள் பதிவு செய்திருக்கிறீர்கள். மிகவும் உணர்வுப்பூர்வமான சம்பவம் அது. அதைக் குறித்து எங்களோடு பகிர்ந்துகொள்ள முடியுமா ?

நரசய்யா : நான் கப்பலில் இருந்த போது நிறைய இடங்களுக்குச் சென்று நிறைய விஷயங்களைப் பர்த்திருக்கிறேன். *Giza pyramid* உள்ளேயே சென்று பார்த்திருக்கிறேன். எகிப்தில் இருந்த சமயம் மேலும் பெரிய பெரிய விஷயங்களைப் பார்த்தாகிவிட்டது. ஒருதடவை போர்பந்தரில் காந்தி பிறந்த இடத்திற்குச் சென்று பார்க்க வேண்டும் என்று ஆசை இருந்தது. அதிர்ஷ்டவசமாகக் கப்பல் போர்பந்தரில் இருந்தபோது

அங்கு சென்றேன். மிகவும் எதிர்பார்ப்புடன் எப்படிதான் இருக்குமோ என்று நினைத்துக் கொண்டு சென்றேன். ஆனால் அங்கு சென்றதும் மிகவும் எளிமையாக இருந்தது. முன்னிருந்த எளிமையோடேயே அப்படியேதான் இருந்தது. காந்தி பிறந்த இடம் என்ற பலகை, ஒரு அறையின் முன்னிருந்தது. சாதாரண குஜராத் கிராம வீடாக அது விளங்கியது. அங்கு சிறிது நேரம் அமர்ந்தேன். நண்பர்கள் ஏன் உட்காருகிறீர்கள் என்று கேட்டதற்கு, 'நான் சிறிது நேரம் தியானம் செய்யப்போகிறேன்' என்று சொல்லிவிட்டு அமைதியாகக் கண்களை மூடி அமர்ந்திருந்தேன். அதுபோன்ற ஒரு அனுபவம், எங்கும் எனக்குக் கிடைத்ததில்லை. நிறைய கோயில்களுக்கு சென்றிருக்கிறேன்; நீங்கள் கூறியதுபோல கடலில் 53 நாட்கள் தொடர்ந்து பயணப்பட்டும் இருந்திருக்கின்றேன். நிலத்தையே பார்க்காமல் கடல் பிரம்மாண்டமாகவெல்லாம் இருந்தது. ஆனால் இந்தச் சிறிய அறையில் இருந்தபோது அந்த பிரம்மாண்டகளெல்லாம் சிறிதாகத் தோன்றியது. காந்தியைப் பற்றி நினைக்கையில் அது நிகழ்ந்தது. இப்படிப்பட்ட, 48 கிலோவே உள்ள ஒரு மனிதர், அதை நிகழ்த்தினார். எனது பேரன் சமீபத்தில், ஏன் காந்தியைக் கைது செய்தார்கள் என்று கேட்டான் மீண்டும் அவனே என்னிடம் கேட்டான், '*Were the English afraid of him?*' என்று. நான் கூறினேன், ஆம், காந்தியைப் பார்த்து பயப்பட்டனர். அதனாலேயே அவரைக் கைது செய்தனர். அப்போது இருந்த காந்தியின் இந்த முக்கியமான கருத்துகளை எடுத்துக்கொண்டு பார்க்கும்பொழுது, ஜெனரல் ஸ்மெட்ஸின் செயலாளர் ஆப்பிரிக்காவில் காந்தியைப் பற்றிக் கூறும்பொழுது, *"You desire victory by self suffering alone and never transgress you self self imposed limits of your courtesy and chivalry and that is what reduces us to sheer helplessness"*. 'எவ்வளவு திறமையாகப் போராடும்போதும் உங்களுக்கு ஏற்படும் துன்பத்தைப் பற்றி நினைக்கவில்லை, மேலும் அதுபோல எதிரியின் பலவீனத்தையும் நீங்கள் பார்க்கவில்லை. நீங்கள் துன்பப்படுவதற்குத் தயராக இருக்கும்போது நாங்கள் துன்பப்படுத்த நினைக்கையில் அதை இன்பமாக எடுத்துக்கொள்ளும்போது நாங்கள் எப்படி உங்களைத் தண்டிக்க முடியும், அதுதான் எங்களுடைய தோல்வி' என்று ஜெனரல் ஸ்மெட்ஸின் செயலாளர் கூறுகிறார். இதைத் தன் புத்தகத்தில் டேவிட் கார்டிமன் எழுதுகிறார். காங்கிரஸை ஆரம்பத்தில் பார்த்தோம் என்றால் வக்கீல்களே அதிகம். சாதாரண உறுப்பினர் என்று யாரும் கிடையாது. தென்னாப்பிரிக்காவில் காந்தி என்ன செய்கிறார் என்றால் மேல்மட்டத்தைப் பாராமல் கீழிருந்து துன்பப்படுபவர்களிலிருந்து

தொடங்குகிறார். சாதாரண தமிழ் தொழிலாளிக்காக வாதாடுவது; வள்ளியம்மையைச் சந்திப்பது என்று அவர்களிலிருந்து அவர், எழுச்சி பெறச் செய்கிறார். மேலிருந்து கீழே கருத்துக்களைத் திணிக்காமல் கீழிருந்து வரும் கருத்துகளை மேலே கொண்டு செல்கிறார். அதை நாம் பயன்படுத்தும்போது கீழ்மட்டத்தில் உள்ளவர்களும் ஏராளமாக சேர்ந்துகொள்கின்றனர். அதனுடைய வெற்றி எப்போது மெய்யாகத் தொடங்கியதென்றால் இந்தியாவில் *Lal-Bal-Pal* என்ற மூவர் ஒருங்கிணைப்பது எவ்வாறென்றால், மேற்கு;வடக்கு;கிழக்கு ஆகிய பகுதிகளில் மக்களைத் திரட்ட திலகர் கீழ்மட்டக்காரர்களைக் கொண்டு வருவதற்கு சிவாஜியைப் பற்றிய உணர்வினைப் பயன்படுத்துகிறார். சிவாஜி நமது அரசன் என்றால், கீழ்மட்டத் திலுள்ள மனிதனும் அதை உணர்கிறான். அதுபோல விநாயகர் சதுர்த்தியையும் அவரே முதலில் தொடங்குகிறார். அதுபோலவே பிபின் சந்திரபால் போன்றவர்களும் பல்வேறு முன்னெடுப்புகளைச் செய்கிறார்கள். ஆனால் இவர்களெல்லாம் ஆங்கிலேயர்களால் சிறையில் அடைக்கப்படுகின்றனர். வேறு இடங்களுக்கு அனுப்பப் பட்டுவிடுகின்றனர். ஆனால் காந்தியைப் பொருத்தவரை, சம்ப்ரான் சத்தியாகிரகத்தில் அவரின் கோட்பாடு வெற்றி கண்டவுடன் கேடாவில் சத்யாகிரகம் தொடங்குகிறார். ராஜேந்திர பிராசாத் போன்ற வெற்றிகரமான வக்கீல்களும் காந்தியுடன் வருகிறார்கள். அவர்கள் என்ன செய்கிறார்களென்றால், வக்கீல்களோடு மட்டும் பேசிப் பயனில்லை என்று சாதாரண மக்களோடும் பேசுகிறார்கள். அதன் அவசியத்தை உணர்ந்து கீழ்மட்டத்திலிருந்து கொண்டுவர முனைகிறார்கள். இதுவே காந்தியின் மிகப்பெரிய வெற்றி என்று டேவிட் கார்டிமன் குறிப்பிடுகின்றார். சர்ச்சில் மிகவும் மோசமான பிரதமர். லின்லித்கவ்வும் மோசமான கவர்னர். இருவருமாக சேர்ந்து இவர்கள் எல்லோரையம் கைது செய்துவிட வேண்டுமென்றிருந்தனர். 1942 ஆம் வருட சமயத்தில்தான் அதிக காலம் அனைவரும் சி றையில் இருந்தனர். காந்தியின் தாக்கம் என்னைத் தொடும்படியாக அமைந்தது எப்போதென்றால் தன்னைக் கைது செய்யும் போது காந்தி , 'என்னைக் கைது செய்ததற்குப் பின் கலவரம் நடந்தால் என்னைக் குறைகூறக் கூடாது நான் வெளியில் இருந்தால் கூறலாம்' என்று கூறுகிறார். அத்தகு தைரியத்தோடு அவர் கூறியும் சர்ச்சிலோடு சேர்ந்துகொண்டு அவர்கள் ஒரு போர்க்கப்பலை தயார் செய்து வைத்தார்கள். அதைக் கொண்டுவந்து பம்பாய் துறைமுகத்தில் இவர்களை ஏற்றிக்கொண்டு கென்யாவில் உள்ள இடத்திற்கு அனுப்ப வேண்டும் என்று தயராயிருந்தனர். இந்த நாடுகடத்தல் திட்டத்திற்கு

Ruby Con என்ற குறியீட்டு வார்த்தையையே உருவாக்கியிருந்தனர். சர்ச்சில், *Ruby Con* என்று தான் தட்டச்சு செய்தவுடன் அனைவரையும் ஒரே நேரத்தில் கைது செய்துவிடவேண்டும் என்று கூறியிருந்தார். காங்கிரஸ், போராடப்போகிறோம் என்ற அறிவித்தவுடன் *Ruby Con* என்று செய்தி பரிமாறப்பட்டு அனைவரும் கைதுசெய்யப்படுகின்றனர். அவ்வமயம் பல கலவரங்களும்; கொலை-கொள்ளை என்றும் எரிப்பது உள்ளிட்ட சம்பவங்களும் நடந்தேறின. அப்போது காந்தி, 'நான் வைஸ்ராய் அவர்களுக்குக் கடிதம் எழுதினேன், என்னோடு பேசுங்கள் நான் கூறுகிறேன் நான் வெளியில் இருந்திருந்தால் கலவரத்தை நிறுத்தியிருப்பேன்' என்று கூறுகிறார். அப்போது நான் நினைத்தேன் இந்த சிறிய அறையில் பிறந்து வசித்த ஒரு மனிதன் யுத்தத்திற்கு இணையான போராட்டங்களில் தைரியமாகப் போராடியிருக்கிறார். ஒரு யுத்தத்திற்கு இணையான செயல்பாடுகளை காந்தியைக் குறித்த அச்சத்தில் ஒரு அரசாங்கம் செய்திருக்கிறதென்று எண்ணிப் பூரித்தேன்.

சித்ரா : உங்களுடைய போர்பந்தர் அனுபவம் சிறப்பானது. காந்தியத்தைத் தொடர்ந்து வாழ்விக்க அல்லது அதைத் தொடர்ந்து செயல்படுத்துவதற்கான சில யோசனைகளை நீங்கள் பகிர்ந்துகொள்ள முடியமா ?

நரசய்யா : நாம் ஒன்றும் செய்ய வேண்டியதில்லை. அது சாகாது. அது தொடரும். ஏனெனில் அது ஒரு சிரஞ்சீவியான தத்துவம். அதை யாரும் கொல்லமுடியாது. அது இருந்துகொண்டேதான் இருக்கும். ஆனால் அதை எத்தனை பேர் பின்பற்றுவார்கள் என்பதைச் சொல்ல முடியாது. ஏனெனில் காந்தியத்தை முழுமையாக யாராவது மீண்டும் சொன்னால்தான் அது இளைய சமுதாயத்திற்குத் தெரியம் என்று நான் நினைத்துக் கொண்டிருந்தேன். ஆனால் எனக்குச் சமீபத்தில் என்ன புரிந்ததென்றால் அது அப்படியல்ல. ஏனெனில் இன்றும் காந்தியைப் பற்றி இளைஞர்கள் நினைக்கிறார்கள். இரண்டு கல்லூரி மாணவர்கள் என்னோடு உரையாடுகையில் தாங்கள் காந்தியைப் பற்றிப் படிக்க வேண்டுமென்ற ஆர்வத்தை வெளிப்படுத்தினார்கள். இதைத் தவறவிடுவது இடைப்பட்ட வயதுடையவர்களேயன்றி இளைஞர்களல்ல. அவர்கள் மீண்டும் அதை நினைத்துப் பார்க்கிறார்கள் எதாவது செய்யமுடியமா என்று. ஏனெனில் மாறும் உலகத்தில் மாற்றமே நிரந்தரம் என்று கூறுகிறார்கள், மாறிக்கொண்டே இருப்பதுதான் முக்கியம். அது மாறிக்கொண்டுதான் இருக்கும். காந்தியம் என்பது ஒரு உண்மை. காந்தி கூறியது போல நான் இதுவரை கடவுள் உண்மை என்று நினைத்தேன், ஆனால்

உண்மைதான் கடவுள் என்று இன்றே புரிந்து கொண்டேன். காந்தியம் நிலையாக இருப்பது, என்றும் நிலைத்திருப்பது, எனவே அதை நாம் தாங்கிப் பிடிக்கத் தேவையில்லை. அது தன்னைத் தானே தாங்கிப் பிடிக்கும் தன்மையுடையது.

சித்ரா : மிக அருமையாகவும் உணர்வுப்பூர்வமாகவும் காந்தியைப் பற்றிப் பகிர்ந்து கொண்டீர்கள். எப்படி காந்தி ஒரு பேரியக்கமாக தென்னாப்பிரிக்கப் போராட்டத்தையும் சுதந்திரப் போராட்டத்தையும் கொண்டுசென்றார் என்பதையும், அன்றிருந்த ஆளுமைகளுக்குக் காந்தியோடு வேறுபாடுகள் இல்லையென்பதையும், பின்னாட்களில் திரிக்கப்பட்ட செய்திகளே அவை என்பதையும் பல உண்மையான புத்தகங்கள் மூலமாகவும் தனிப்பட்ட முறையில் காந்தியை எப்படி உணர்ந்தீர்கள் என்பதையும், அரியலூருக்கு அவர் வந்தபோது எப்படி மக்கள் அவரை வரவேற்றார்கள் என்பதான வரலாற்று நிகழ்வுகளின் மூலமாகவும் காந்தியைப் பற்றியான புரிதலை எங்கள் முன் கொணர்ந்து நிறுத்தினீர்கள். உங்களின் பேட்டிகளில், காந்தியைப் பற்றிய திரித்த செய்திகளை மறுத்துச் சொல்லியிருப்பது வரலாற்றுப் பூர்வமான உண்மையாக, மக்களுக்குப் பதிவாகியிருக்கும் என்ற நிறைவோடு நன்றியையும் வணக்கத்தையும் தெரிவித்துக்கொள்கிறோம்.

நரசய்யா : காந்தியின் 150 ஆவது ஆண்டில் இப்படியொரு வாய்ப்பு கொடுத்ததற்கு நன்றி.

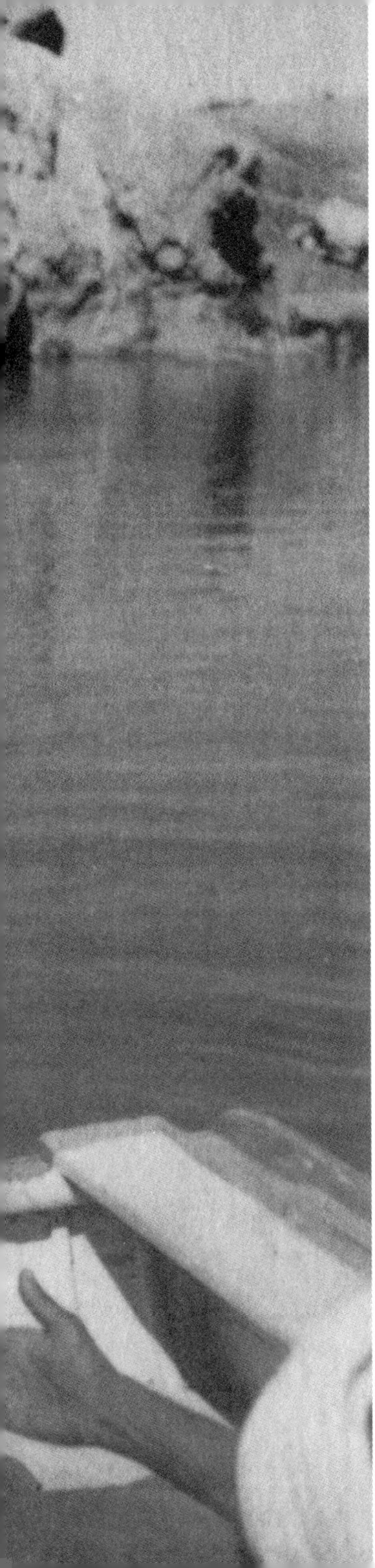

R. பட்டாபிராமன்
சமூகவியல் அறிஞர்

சித்ரா: காந்தியம் என்கிற சித்தாந்தம்; தத்துவம் இன்றைக்கு மிகவும் முக்கியமான ஒன்றாக அனைவராலும் பேசப்பட்டு வருகின்றது. அதிலிருந்து நாம் தொடங்கலாம் என்று நினைக்கின்றேன்.

பட்டாபிராமன்: காந்தியம் என்பதைக் கொண்டாடுகிற விடயமாகப் பார்க்கப் போகிறோமா? அல்லது அன்றாட அனுசரிப்புக்கான விடயமாகப் பார்க்கப் போகிறோமா? என்ற கேள்விகளிலிருந்து தொடங்கவேண்டும். ஏனென்றால் காந்தி, கேள்விகளாலும், அதற்கான பதில்களைத் தேடிய மனிதராகவுமே வாழ்ந்தார். சுய கேள்விகளோடும்; ஆத்ம பரிசோதனையோடும் வாழ்ந்த மிகப்பெரிய மனிதர் காந்தி என்பது நமக்குத் தெரியும். காந்தியின் அனுசரிப்பை நாம் அன்றாட நிகழ்வுகளிலிருந்து பார்த்துக் கொள்ளலாம். சாதாரண சிறு குழந்தையிலிருந்து வளர்ந்த மனிதர்கள் வரை அன்றாட விஷயங்களில் காந்தியை எப்படி பார்ப்பது, நம் குழந்தை காலையில் போர்வையை மடித்து வைக்கிறதா? அல்லது மறுபடியும் படுக்கையில் படுத்துக் கொள்கிறதா? என்று பார்த்து, இதுபோன்ற சாதாரண நிகழ்விலிருந்தும்கூட, காந்தியைப் பற்றி குழந்தைகளுக்குச் சொல்லித்தர வேண்டியுள்ளது. அவர் செயலின் மூலம் வாழ்ந்தவர் என நம் அனைவருக்கும் தெரியும். அவர் எந்தச் செயலை நோக்கி நம்மை அழைத்துச் செல்கிறார் என்பது முக்கியமான கூறாக உள்ளது. இந்த உலகத்தில் அமைதி திகழ வேண்டும், அதற்கு அகிம்சை தான் முக்கியமானது. உலகத்தில் உள்ள அனைத்துப் பிரச்சனைகளையும் பேச்சுவார்த்தை மூலமாகத்தான் தீர்க்கமுடியும். ஆயுதம் இல்லா வாழ்க்கையை வாழமுடியும் என்பதில் நம்பிக்கையாக இருந்தார். மனிதன் உண்மையைத் தேடினால் மட்டும் போதாது, அவன் உண்மையைப் பேச வேண்டும் என்றார். உண்மை மற்றும் உண்மை பேசுதல் *(Truth and Truth telling)* பற்றி அவரை ஆய்வு செய்த அனைவரும் விளக்குகிறார்கள். உண்மை என்பதை எளிமையாகக் கண்டுபிடித்து விடலாம், உண்மையைப் பற்றி யாரும், இதைத்தான் உண்மை என்று கூறலாம். ஆனால் உண்மை பேசுதல் இருக்கிறதா என்பதை அதீத சோதனைக்குப் பின்தான் முடிவு செய்யமுடியும். சுய பரிசோதனை இல்லாத உண்மைக்கான தேடல், கோட்பாடாகத்தான் இருக்கும். அது நடைமுறையின் ரீதியாக மாறும் போது தான் உண்மை பேசுதலாக மாறும். உண்மை என்பதை உண்மையைப் பேசுவதிலிருந்து தொடங்க வேண்டியுள்ளது. அவரைப் பொறுத்தவரையில் எதுவும் இறுதியானது அல்ல. எல்லாவற்றிலும் ஒரு திறப்பு வேண்டும், அப்போதுதான் உயிரோட்டமாக இருக்க முடியும் என்று நினைக்கின்றார்; அப்போது தான் உரையாடல் தொடங்கும் என்று நினைக்கின்றார். காந்தியை

உரையாடல் இல்லாமல் அணுக முடியாது. எல்லாத் தரப்போடும் உரையாடல் நிகழ்த்துகிறார். இப்படியான காந்தியத்தைத்தேட வேண்டி உள்ளது. அனைத்து தரப்போடும் உரையாடல் நிகழ்த்துகிறார் என்பது மிகவும் ஆச்சரியமாக உள்ளது. அவருக்கு எதிர் தரப்பு இருக்கும், ஆனால் எதிரி தரப்பு இருக்காது. காந்தியத்தை நாம் தேட வேண்டும் என்றால், காந்தி சொன்னதிலிருந்து தேட வேண்டும்; உண்மையை பேசுவதில் இருந்து தேட வேண்டும்; காந்தி பேசியதிலிருந்து தேட வேண்டி உள்ளது என்று நான் நினைக்கின்றேன்.

சித்ரா : அன்றைய காலகட்டத்தில் காந்தியத்தோடு இயைந்து பல சாதனைகள், சுதந்திரப் போராட்டக் காலத்திலும் அதற்கு அடுத்துள்ள காலகட்டத்திலும் இருந்தது. அவற்றில் முக்கியமானதாக, எதிர் எதிராக நின்றவைகளாக எவற்றைப் பார்க்கிறீர்கள்?

பட்டாபிராமன்: நம்முடைய விடுதலைக்கு முந்தைய, காந்தியினுடைய சமகாலத்திலும் விடுதலைக்குப் பிறகான, இன்றைக்குவரை உண்டான அரசியல் போக்குகளில் மூன்று அடிப்படைகளில் தலைவர்கள் பேசியிருக்கிறார்கள். காந்தியோடு எதிர் உரையாடல் நடத்தி இருக்கிறார்கள். ஒன்று, மதம் சார்ந்த உரையாடல் நடத்தி இருக்கிறார்கள், முக்கியமாக ஜின்னாவையும் சாவர்க்கரையும் சொல்லலாம். அதேபோல வர்ணாசிரம தர்மம் என்று சொல்லக் கூடியதை அம்பேத்கர் தீவிரமாக எதிர்த்தார். இந்தியாவை வர்க்க ரீதியாக பார்க்க வேண்டும் என்று சோசியலிஸ்ட்களும் கம்யூனிஸ்ட்களும் இன்றும் உரையாடல் வைக்கின்றனர்.

மதம் சார்ந்து வர்க்கம் சார்ந்து ஜாதி சார்ந்து உரையாடல் இருக்கின்றது. அனைத்து உரையாடல்களிலும் காந்தி வருகிறார் நீங்கள் எந்த உரையாடல் நடத்தினாலும் அறம் சார்ந்து நடத்துங்கள் *(morality is the final fact; final test)* மொராலிட்டி இஸ் தி ஃபைனல் ஃபேக்ட்; ஃபைனல் டெஸ்ட் என்பது அறம் சார்ந்தது என்பதுதான். இங்கே அனைவரும் அனைத்து வளர்ச்சிகளையும் பேசுகிறார்கள் ஆனால் மாரல் டெவலப்மெண்ட் என்பது இல்லாமல் இருக்கிறது. அதற்குத் தான் காந்தி தேவைப்படுகிறார். மாரல் டெவலப்மெண்ட் கோல் *(Moral development goal)* என்ற இலக்கை நோக்கிச் செல்ல வேண்டும். காந்தி அனைவரிடமும் உரையாடலை மேம்படுத்தினார். எதிர் உரையாடலை கூட நட்பு உரையாடலாக மாற்றினார்.

ஏனெனில் அவரின் முதன்மையான நோக்கம் சேவைதான். எனவே எதிர்தரப்பினரும் சேவை செய்ய வருகிறார்களென்றால் அவர்களை அங்கீகரித்து அவர்களோடு உரையாடல் நடத்துவதற்கான பக்குவம்

அவருக்கு அவரின் வாழ்க்கையில் கிடைத்திருக்கின்றது. இதை முக்கியமான விடயமாகப் பார்க்கின்றேன்.

சித்ரா : காந்தி அதிகமாக விமர்சிக்கப்படக்கூடிய விடயம் பூனா ஒப்பந்தம் சார்ந்துதான் இருக்கிறது. அது ஒருவேளை வந்திருந்தால், அதிகமான பிரதிநிதித்துவம் கிடைத்திருக்கும் என கூறுகின்றார்கள். அதை நீங்கள் எப்படிப் பார்க்கின்றீர்கள்?

பட்டாபிராமன் : இந்திய நாடு என்பது பிரிட்டிஷ்காரர்கள் இங்கிருந்து செல்லும்பொழுது மிகப்பெரிய பிரிவினைக்கு உள்ளாகி, மிகப்பெரிய சேதத்தைச் சந்தித்திருந்தது. அது வரலாற்றில், ஒரு மிகப்பெரிய துயரம். லட்சக்கணக்கான மக்கள் அங்கேயும் இங்கேயும் அல்லாடிக் கொண்டிருந்தார்கள். இன்றைக்கு வரையிலும் அப்படி ஒரு பிரச்சனை இருக்கிறது. அச்சமயத்தில் காந்தி, ஜின்னாவோடு உரையாடல் நடத்துகிறார். ஜின்னா, 'இங்கே இந்து என்றும் முஸ்லீம் என்றும் நாடுகளாகப் பிரிந்து இருக்கிறது, உங்களுடைய கலாச்சாரம் வேறு; எங்களுடைய கலாச்சாரம் வேறு, எங்களுடைய கொள்கை முறையும் திருமண முறையும் வேறு, நாங்கள் உங்களோடு சாப்பிட மாட்டோம் என்கிறார். அதற்கு காந்தி, பிரிட்டிஷ்காரர்கள் வந்த பிறகுதான் நாம் இரண்டு தேசமாக மாறினோமா? நம்மை முகலாய மன்னர்கள் ஆண்டார்கள், அப்போதும் ஒரே தேசமாக இருந்தோம். எப்போது இரண்டு தேசமாக மாறினோம்?' என்று நட்புரீதியில் கேட்டார். அந்த விவாதத்தில் அவரால் சாதிக்க முடிந்ததா என்பது வேறொரு விவாதிக்கப்பட வேண்டிய விஷயம். அதுபோல் காந்தி, அம்பேத்கரிடம் முக்கியமான உரையாடலை நடத்தினார். இரண்டாம் வட்ட மேசை மாநாட்டுக்குச் செல்லும்போது, சிறுபான்மையினர் அதிகம் பேர் இருந்தார்கள், முஸ்லிம்கள்; கிறிஸ்தவர்கள் மற்றும் ஆங்கிலோ இந்தியர்கள், பார்சிகள் என பலர் இருந்தனர். இந்து என்பது மதம் சார்ந்து பெரும்பான்மையானது, ஆனால் அம்பேத்கர் தங்களை அரசியல் ரீதியாக, சிறுபான்மையினராக முன்வைத்தார். வைஸ்ராய் காந்தியிடம், '16 பேர் செல்லவும்' என்று சொல்கிறார். ஆனால் காந்தி மட்டும் செல்லட்டும் என ஏக மனதாக முடிவெடுக்கிறார்கள். அவர் ஒருவர் பேசுவதால், பெரும்பான்மை அல்ல என்று சொல்ல முடியாது. ஏனெனில் அனைவரின் சார்பாகவும் அவர் செல்கிறார். சரோஜினி நாயுடு காங்கிரஸின் சார்பாக அல்லாமல் பெண்கள் சார்பாக வந்திருந்தார். விடுதலைக்கு முன்னால் சுப்பராயன் முதலமைச்சராக இருந்தார் அவருடைய துணைவியார் ராதாபாய் சுப்பராயன் அம்மாநாட்டிற்கு வந்திருந்தார். அவரே பெண்களுக்காக ஐந்து

சதவீதம் வாக்குரிமையைக் கேட்டார். இன்றைக்கு 35 சதவீதத்திற்கான முதல் குரல் ராதாபாய் சுப்புராயனிடமிருந்து வந்தது என்பது நாம் அறிய வேண்டிய செய்தியாக இருக்கிறது. அம்மாநாட்டில் சிறுபான்மையினர் ஒவ்வொருவருக்கும் இவ்வளவு சதவீதம் இட ஒதுக்கீடு வேண்டும் எனப் பொதுவான குறிப்பாணை கொடுக்கிறார்கள். அப்போதைய பிரதமர் ராம்சே மக்டொனல்டிடம் காங்கிரசின் தீர்மானத்தைக் காந்தி கொடுத்தார். இன்றைக்கு இருப்பதுபோல், வயது வந்தோருக்கான வாக்குரிமை அப்போது கிடையாது. அது சொத்து படைத்தோர்; கல்வி படைத்தோருக்கான வாக்குரிமை காலம். நம்மிடையே 30 கோடி மக்கள் இருந்தார்கள், ஆனால் அதில் சில லட்சம் பேருக்குத்தான் ஓட்டுரிமை இருந்தது. அப்போது முஸ்லிம் பிரதிநிதியை முஸ்லிம்கள் தான் தேர்ந்தெடுக்க வேண்டும், பொது வாக்காளர்கள் வரமாட்டார்கள் என்று அவர்களுக்குத் தனி இடங்கள் கொடுக்கப்பட்டன. இப் பிரச்சினை, 1906 இல் மிண்டோ மார்லி காலத்திலிருந்து இருக்கிறது. அவர்களுக்கும் திலகரும் முஸ்லிம் லீக்கும் ஏற்படுத்திய உடன்படிக் கையிலிருந்து வரக்கூடிய பிரச்சினையாக அது வருகிறது. அதன் தொடர்ச்சியாக தனித் தொகுதியைப் பெறுகிறார்கள். அம்பேத்கர் அரசியல் ரீதியான சிறுபான்மை என்ற முறையில் தனித் தொகுதி கேட்கிறார். காந்தியிடம் காங்கிரஸின் தீர்மானமாகக் கூட்டு வாக்கு முறை இருக்கிறது. அவர் அதைப் புறக்கணித்துச் செல்ல முடியாது. காந்தி காங்கிரஸின் தீர்மானத்தை மாநாட்டில் முன் வைக்கின்றார். ராம்சே மாநாட்டிற்குப்பின், தனது அறிவிப்பை பிறகு சொல்வதாக அனைவரையும் அனுப்புகிறார். அதன் பிறகு வகுப்புவாத விருதை அறிவிக்கிறார். இங்கிலாந்து பாராளுமன்றத்தில் வகுப்புவாத முடிவு என்று அதற்குப் பெயர். நாம் அதைப் பிரபலமாக, வகுப்புவாத விருது என்று குறிப்பிடுகின்றோம். பிரிட்டிஷ் பாராளுமன்றத்தில் (command paper 4447) கமேண்ட் பேப்பர் 4447 என்பது தற்காலிகமாக அமலுக்கு வரக்கூடிய திட்டம், ஒரு தற்காலிகமான ஏற்பாடு. அது போல தற்காலிகமான ஏற்பாட்டில் அவர்களுக்குத் தனித்தொகுதி கொடுக்கிறார். ராம்சே செய்த மிக அழகான விஷயம், நீங்கள் பொது வாக்காளராகவும் தனி வாக்காளராகவும் இருப்பீர்கள் என்பதுதான். ஆனால் முஸ்லிம்களுக்கு அந்த உரிமை கிடையாது. தலித்துகளுக்கு அந்த இரட்டை வாக்குரிமையைக் கொடுக்கிறார். அப்போது காந்தியிடம், அவர்களை எப்படி இணைப்பது என்ற கேள்வி இருந்தது. அப்போது காந்தி ராம்சேவின் முடிவை எதிர்த்து உண்ணாவிரதத்துக்குச் செல்கிறார், அம்பேத்கரை எதிர்த்து அல்ல. பொதுவாக காந்தியினுடைய உண்ணாவிரதங்களை விவாதிக்க வேண்டியுள்ளது. இதைப் பற்றி

ஒன்றை மட்டும் சொல்கிறேன், ''நீங்கள் செய்வது அநியாயம், உங்கள் உடலை வருத்தி அதன் மூலம் ஒரு வற்புறுத்தலை கொடுக்கிறீர்கள்; எங்கள் மீது மனரீதியான தாக்குதல்களைத் தொடுக்கிறீர்கள்'' என்று அம்பேத்கர் கூறுகிறார். பிரிட்டிஷாருடன் பல கடிதப் போக்குவரத்து நடக்கிறது. அதன் பிறகு இந்துக்கள் அனைவரும் ஒன்று கூடி இந்துக்களின் பிறப்பு அடிப்படையில் தாழ்ந்தவர்கள் யாரும் இல்லை என்று தீர்மானம் எடுக்கிறார்கள். மாளவியா அதற்கான முன்முயற்சியை மேற்கொள்கிறார். அம்பேத்கர் கூட்டத்திற்கு அழைக்கப்படுகிறார் காந்தி, 'ஆத்மசக்தி' என்றும் அம்பேத்கர் 'சுயஅடையாளம்' என்று பேசுகிறார்கள். சுய அடையாளம் தான் தர வேண்டும் என அம்பேத்கர் பேசுகிறார். அதற்கு காந்தி, 'உங்களுக்கு சுய அடையாளம் தர மாட்டேன் என்று கூறுகிறார்களல்லவா, அவர்களின் இதயம், இதய சுத்தி அடையவேண்டும், யார் உங்களுக்கு சுய அடையாளம் தரமாட்டேன் என்கிறாரோ அவர், தான் உங்களை அப்படிப் பார்க்கமாட்டேன் என்று கூறவேண்டும், அதற்குத்தான் நான் முயற்சி செய்கிறேன்' என்கிறார் உண்ணாவிரதத்திற்குப் பிறகு பிரிட்டிஷார், சிறுபான்மையினர் என்ன கேட்டார்களோ அதில் ஐந்து சதவீதம் தான் கொடுக்கிறார்கள். காந்தி இந்து ஸ்தாபனங்களோடு உரையாடலின்மூலம் அதை இரண்டு மடங்காக்கினார் 71 இடங்களை 148 இடங்களாக மாற்றினார். அது 151 இடங்கள் வரையிலும் தேர்தலின் போது மாறியது.

சித்ரா : உங்கள் புத்தகத்தில் எம்.என்.ராயைக் குறிப்பிட்டு காந்தியைக் கண்டுணர்தல் என்பதில் நீங்கள், காந்தி தோற்ற இடங்களில் பிறர் ஜெயித்திருக்க வாய்ப்பில்லை என்ற வாசகத்தை எழுதிய இருந்தீர்கள். இ.எம்.எஸ். நம்பூதிரிபாடினுடைய காந்தி-காந்தியிசம் என்ற புத்தகம் என, இந்த புத்தகங்கள் கம்யூனிஸ்டுகள் காந்தியை எப்படிப் பார்த்தார்கள் என்பதற்கான உதாரணங்கள். காந்தியின் கம்யூனிசம் சார்ந்த உரையாடல் எப்படி இருந்தது?

பட்டாபிராமன் : காந்தி அடிப்படையில் தன்னை சமூகப்படுத்திக் கொள்வதில் அச்சப்படவே இல்லை. அவர் தன்னை உண்மையான சோசியலிஸ்ட் என்று கூறினார். அவர் லூயி பிஸரோடு நடத்திய உரையாடலாக இருக்கலாம் மினு மசானி போன்ற காங்கிரஸிலிருந்து வெளியேறிய சோசியலிஸ்ட் உடனான நட்பு உரையாடல், ஜெயப்பிரகாஷ் நாராயணனோடும் லோகியாவோடும் நடத்திய உரையாடல் எனப் பலரோடு உரையாடல்களை நடத்தியிருக்கிறார். இவருடன் இருந்த இளைஞர்கள், இந்தியாவை மாற்றுவதற்காக *Manifesto*-வை கொண்டு வந்திருக்கிறோம் என்கிறார்கள். ஆனால்

இவருக்கு அவர்களுடைய மூதாதையரான மார்க்ஸையே தெரியும். ஆனால் நாம் காந்தியை நடைமுறை சார்ந்தவர் என்ற மதிப்பீடு களைச் சொல்லிக் கொண்டிருப்போம். அவர் ஆழமானவர்; மிகவும் விரைவாகப் படிக்கக் கூடியவர். இரண்டு வெளிநாட்டு நண்பர்கள் எழுதி இருக்கிறார்கள், 1933 -1944 காலகட்டத்தில் தான் சேகரித்த 11 ஆயிரம் புத்தகங்களை அகமதாபாத் நகராட்சிக்குக் கொடுக்கிறார். அவரின் புத்தக வாசிப்பின் தேர்ச்சி இதில் கவனிக்கத்தக்கது. அம்பேத்கரிடம் 30 ஆயிரம் புத்தகங்கள் இருந்தன, அவர் நடந்து வரும்போது புத்தகம் போல் நடந்து வருகிறார் என்பார்கள். ஆனால் காந்தியை அப்படிச் சொல்ல மாட்டார்கள். காந்தி சாதாரண மக்களுக்கானவராகத் தன்னை முன்னிலைப்படுத்து வாரேயன்றி தனது அறிவார்ந்தத் தளத்தை அவர் முன்னிலைப்படுத்துவ தில்லை. அறிவு- உழைப்பு சார்ந்த உரையாடலையும் அவர் நடத்திருக்கிறார். அவர் 4000 புத்தகங்களைப் படித்திருக்கிறார் என்று கூறுவார்கள். அவர் மார்க்சினுடைய கேப்பிடலைப் படித்துவிட்டு, ‘எனக்கு 70 வயது ஆகிறது, ஒருவேளை மார்க்சிற்குக் கிடைத்த நேரம் எனக்குக்கிடைத்திருந்தால் இன்னும் ரசனையாக மக்களிடம் செல்லும்படி எழுதி இருப்பேனே’ என்று பேசினார். அவர் வெளிநாடுகளில் இருந்து சோசியலிசம் சார்ந்தவர்களிடம் புத்தகங்கள் வாங்கி படிப்பார். லெனின் புத்தகங்களைப் படிக்கிறார். ஸ்டாலினைப் பற்றி சோவியத் யூனியன் உருவானபோது அதை பார்க்க போன லூயி பிஸரிடம் உரையாடல் நடத்துகிறார்.இப்படி, சோசலிசம் சார்ந்த பெரிய உரையாடல் பரப்பை காந்தி அமைத்துக்கொண்டார். காந்தி, ‘என்னுடைய சோசியலிசத்திற்கு எந்த ஒரு புத்தகம் கிடையாது, அது என்னிடம் இருந்து தொடங்குகிறது, நான் சொத்து மீது நாட்டம் இல்லாதவன், சொத்தை ஒழிப்பது என்னுடைய நோக்கம், அதை என்னிடமிருந்து தொடங்குகிறேன். ஒரு உண்மையான சோசலிஸ்ட் தன்னிடமிருந்து தொடங்க வேண்டும். சோசியலிஸ்ட் என்பவர் கிராமத்திற்குச் செல்லாமல் நகரத்திலிருந்துகொண்டே பேசினால் அவர்களை நான் *(armchair socialist)* ஆர்ம்சேர் சோசியலிஸ்ட்’ என்பேன். அவர் ஆச்சார்ய நரேந்திர தேவ் மினு மசானி போன்றோரிடம் கூறுகிறார், ‘நீங்கள் ஒன்று நாற்காலியில் உட்கார்ந்து கொண்டு கோட்பாடுகளைப் பேசும் ஆர்ம்சேர் கிரிட்டிக்ஸாக இருக்கிறீர்கள் இல்லையென்றால் துப்பாக்கியைக் கொண்டு சுடுகிறேன் என்கிறீர்கள், என்று விமர்சிக்கிறார். அவருடைய விமர்சனத்தைக் கூட விமர்சனமாக அல்லாமல் ரெசிஸ்டன்ஸ் வித் ரீசனாக *(Resistance with reason)*

வைப்பார்.ஒருவிமர்சனமாகவைப்பது அவர்களைஉரையாடலிலிருந்து விலகிச் செல்ல வைப்பதாகிறது. எனவே, தான் எதிர்ப்பதற்கு இதுவே காரணம் என்று குறிப்பிட்டு அவர்களோடு அவ்வுரையாடலைத் தொடர்வார். எம்.என்.ராய் உலக நாடுகளுக்குப் பயணித்து சோசலிச உரையாடல்களை நடத்துகிறார். இந்தியாவில் காந்தியை அவரால் தவிர்க்க முடியவில்லை. அவரை முதலாளித்துவவாதி என்று எம். என்.ராய் கருதுகிறார். அவர் மதம் சார்ந்த உரையாடல் நடத்துகிறார் என்று கருதுகிறார். இந்தக் கருத்து இ.எம்.எஸ்.நம்பூதிரிபாட்டிடமும் உள்ளது. போராட்டத்தை அவர் நிறுத்துகிறார் என்று குறை கூறுகின்றவர்கள், போராட்டத்தைத் தொடங்கியதே அவர்தான் என்பதை மறந்துவிடுகின்றனர். எனவே காந்தியும் போராட்டமும் என்பதைப் பற்றிப் பேச வேண்டியதிருக்கின்றது. காந்தியின் போராட்டம் இன்னும் முழுமையான வெளிச்சத்திற்கு வரவில்லை. போராட்டத்தில் அவர்தான் மக்கள் இயக்கத்தைக் கூட்டுகிறார்; அவர்தான் கிராமங்களுக்குச் செல்கிறார்; பெண்களை அழைக்கிறார்; விவசாயிகளை அழைத்துக்கொண்டு வருகிறார். அவரால் மட்டும் மக்களைத் திரட்டமுடியும். சத்தியாகிரகம் என்பது உண்மையைத் தேடுதல், வன்முறை அல்ல. ஒரு இடத்தில், நான் வயலன்ஸ் என்றும் மற்றொரு இடத்தில் சிவில் டிஸ் ஒபிடியன்ஸ் என்றும் பேசுகிறார். ஒத்துழையாமை என்பதும் போராட்டத்தின் ஒரு பகுதியே. *(Disloyalty)* டிஸ்லாயலிட்டி என்பதும் போராட்டத்தின் ஒரு பகுதியே.அவர் பிரிட்டிஷ் அரசாங்கத்தின்மேல் நேர்மறையாகவும் எதிர்மறையாகவும் இருப்பார். இதுவே அவரின் போராட்டத்தின் கூறுகளாகும்.

சித்ரா : உ.வே.சாவின் புத்தகத்தில், 'இடையன் ஒடித்த மரம்' என்ற ஒரு உவமை வரும். ஆடு உண்பதற்காக ஒடித்த கிளை மரத்தோடும் முழுமையாக ஒட்டியும் இருக்காது அதே சமயம் கீழேயும் விழாமல் துளிர்த்துக் கொண்டிருக்கும். அதுபோல, காந்தியோடு சிலர் ஒட்டியும்; விலகியும் இருந்தார்கள். அவர்களில் சிலர் எனக்கு ஞாபகத்துக்கு வருகிறார்கள். சுபாஷ் மற்றும் நேரு, என இவ்விருவர் காந்தியோடு ஒட்டியும் விலகியும் இருந்தார்கள். இந்த மூன்று பேருடைய உறவை எப்படிப் பார்க்கிறீர்கள்?

பட்டாபிராமன் : 1929 முதல் 1939 வரையிலான காலகட்டத்தில் இவர்கள் காங்கிரஸில் பெரும் பங்காற்றினார்கள். இவர்களோடு சேர்ந்து ராஜேந்திரபிரசாத், ராஜாஜி, படேல் என்போர் ஒரு அணியாகச் செயல்பட்டனர். இதைக் கன்சர்வேட்டிவ் டீம் என்று கூறுவார்கள். 1929 இல் சோசியலிசம் சார்ந்த உரையாடலை ஆரம்பிக்கிறார்

நேரு. பின்னாளில் 1938இல் சுபாஷ் அது சார்ந்து பேசுகிறார். தீவிரப் படுத்தப்பட்ட காலம் அது. 1934லில் ஜெயப்ரகாஷ் நாராயணன் காங்கிரஸ் சோசியலிஸ்ட் கட்சியை அமைத்தார். பின் காங்கிரஸ் சோசியலிஸ்ட் கட்சியிலிருந்துதான் கம்யூனிஸ்ட் கட்சிக்குச் செல்கிறார். காந்திக்கும் நேருவுக்குமான உறவு அவருடைய அப்பா மோதிலால் நேருவிடமிருந்து தொடங்குகிறது. மோதிலாலுக்கு நேரு காந்தியுடன் சென்றுவிடுவார் என்று கவலை இருந்தது. ஆனால் நேரு பிரகாசமாக இருக்க வேண்டும் என்று ஆசையும் இருக்கிறது. நான் பிரசி டெண்ட் ஆகிவிட்டேன் என்றும் என் மகன் பிரசிடெண்ட் ஆவானா? என்றும் கேள்வி கேட்கிறார். மிகவும் தீவிரமாக துடிப்பாக இருக்கக் கூடிய இளைஞரை அமர்த்த வேண்டும் என காந்தி ஆசைப்படுகிறார். அவர்களுக்கு இடையே கடிதப் போக்குவரத்து நிகழ்ந்திருக்கிறது. காந்தியுடன் நேருவின் உரையாடல் முக்கியமானது. நேரு சோசியலிசம், மதம் சாராத செக்யூலரிசம் பற்றிப் பேசுகிறார். காந்தியிடம் சர்வ மதமும் சம்மதம் போன்ற உரையாடல் இருக்கிறது.

நேருவிடம் சோசியலிசம் சார்ந்த உரையாடல் இருக்கிறது. நேரு அமெரிக்கா, சோவியத் யூனியன் போன்று, ராட்சத தொழிற் சாலைகளை இங்கு ஏற்படுத்தவேண்டும் என்கிறார். ஆனால் தொழில்மயமாக்கல் என்பது தனது கட்டமைப்பளவிலேயே தீயவற்றை உள்ளடக்கியிருக்கும் என காந்தி கூறுகிறார். காந்தி நேருவிற்கும் மற்ற சோசியலிஸ்ட்களுக்கும் இதை உணர்த்துகிறார். இங்கே லட்சக்கணக்கான ஆட்கள் இருக்கிறார்கள். இந்நிலையில் இந்த நாட்டில் மாஸ் புரடக்ஷன் தேவையில்லை திரள் கூடி உற்பத்தி நடத்தப்பட வேண்டுமே தவிர திரளான உற்பத்தி அல்ல. ஒவ்வொரு கிராமமும் சுயசார்புடன் இருப்பதைத்தான் நாம் செய்யவேண்டும் என்று அவர் கூறுகிறார். இரண்டு பேருக்கும் வேறுபாடுகள் இருக்கின்றது. நேருவுக்கு ஆரம்ப காலத்தில் உப்பைப் பற்றிய விழிப்புணர்வு இல்லை. ஆனால் காந்தி அப்புரிதல் இல்லாதோரையும் தனக்குள் இழுத்துக் கொள்ளும் ஆளுமையாகத் திகழ்ந்தார். நேரு விரும்பியதெல்லாம் தானும் அவருடன் செல்ல வேண்டும் என்பதுதான். இப்படித்தான் அவர்களுடைய உறவு இருந்தது. காந்தி கொல்லப்பட்ட அன்று நேரு ஆற்றிய உரை சாதாரணமானது அல்ல. சரோஜினி நாயுடு ஆற்றிய உரையை இன்றைக்கும் படிக்கும் போது ஒரு சொட்டு கண்ணீர் விடாமல் இருக்க முடியாது. அந்த அளவிற்கு அவரோடு ஈடுபாடாக இருந்திருக்கிறார்கள். படேல் நேருவைவிடப் பெரியவர், காந்தியோடு ஒரே காலத்தில் பக்கத்தில் இருந்தவர். படேல், விவசாயம் சார்ந்த இடத்திலிருந்து வருகிறார்.

அவர் காந்தியை முதலில் அலட்சியம் செய்பவராகவும் சொகுசு வாழ்க்கை வாழ்பவராகவும் இருக்கிறார். பிறகு அத்தன்மையிலிருந்து வெளியே வருகிறார். அவருடைய அண்ணன் விட்டல் பாய் காந்தியை விமர்சனம் செய்யக்கூடியவர். அவரும் நேதாஜியும் காந்தி மோசமானவர் என்று வியட்நாமில் உலக பத்திரிக்கை பேட்டியில் குறிப்பிடுகிறார்கள். படேல் மௌனமாக இருப்பவர்; சிறந்த ஒருங்கிணைப்பாளர், படேலிடம் ஒரு காரியத்தைக் கொடுத்தால் அது முடிந்துவிடும் என்ற நம்பிக்கை கொள்ளுமளவில் இருந்தார். அவருக்கு உலகப் பார்வை வேண்டுமே, என காந்தி கவலைப்படுகிறார். நேருவுக்கு உலகப் பார்வை இருக்கும், ஆனால் உள்ளூர் பார்வை இருக்காது. நேருவிற்கும் படேலிற்கும் மாறுபாடுகள் இருந்துள்ளன. இருவரும் பேசாமல் இருந்திருக்கிறார்கள். ஆனால் இவர்கள், காந்தி அழைத்தவுடன் மறுபடியும் ஒன்று சேர்கிறார்கள். காந்தியுடைய செல்ல மகன்களாக விளங்கி இருக்கிறார்கள். சுபாஸ் சந்திர போஸை காந்தி, மகன் என்ற உறவிலிருந்து மாற்றிக்கொள்ளவில்லை. அவரும் தந்தை என்ற உறவிலிருந்து மாற்றிக்கொள்ளவில்லை. ஆனால் தந்தையைக் கேள்வி கேட்கும் மகனாக இருக்கிறார். தந்தைசொல் மிக்க மந்திரம் இல்லை என்பதை ஏற்காதவராய் இருக்கிறார். ஆனால் நேருவுக்கு லட்சுமணக்கோடு போட்டால் நின்றுவிடுவார். சுபாசுக்கு இது பிடிக்காது. சுபாஸ் சி.ஆர்.தாஸின் செல்ல மகனாக வளர்க்கப்பட்டவர். சுபாஷ் உண்மையிலேயே கொண்டாடப்பட வேண்டிய தலைவர். சில இடங்களில் வேறுபாடு இருக்கலாம். லண்டனில் இருந்து வரும்போது நேராக காந்தியை மும்பையில் சந்திக்க வருகிறார். ஃபார்வேர்ட் பிளாக் பத்திரிகை ஆரம்பிக்க வேண்டி கடிதம் எழுதி சுபாஸ் அவசரமாக வருகிறார். ஆனால் காந்தி படபடப்பைக் காட்டிக் கொள்ள மாட்டார். அவர் நிதானமாக யோசித்து வேலைக்குச் சரியானவரைத் தேர்ந்தெடுப்பார். இவரின் படபடப்பைப் பார்த்துவிட்டு அவர் நிதானமாக சி.ஆர் தாஸ் சொல்வதைக் கேட்டு நடந்து கொள்ளுமாறு அனுப்பி வைக்கிறார். சி.ஆர்.தாஸ்,லஜபதிராய் போன்றோருக்கும் காந்திக்குமான வேறுபாடு சுபாஸிடமும் தாக்கத்தை ஏற்படுத்துகிறது. அதன் பிறகு காங்கிரஸ் மாநாட்டிற்குச் செல்லும்போது போஸின் அண்ணனின் வீட்டில்தான் தங்குகிறார். அவரது அண்ணனிடம் ஒருநாள் காந்தி , 'இந்தப் பையன் துடிப்பாக இருக்கிறான், அவனைப் பிரசிடெண்ட் ஆக்கி விடலாமா?' எனக் கேட்கிறார். சுபாஷைப் பிரசிடெண்ட் ஆக்குகிறார். முதல் முறை பிரச்சனை வரவில்லை. ஆனால் இரண்டாவது முறை பிரச்சனை வருகிறது, ஒருமுறை கொடுத்தால் இரண்டாவது முறை கிடையாது என்பதுதான் காங்கிரசின்

பொதுவான வழக்கம். அந்த வழக்கத்தை நேரு ஒருமுறை மாற்றினார். அது பற்றிய முணுமுணுப்பு கட்சியில் இருந்தது. அதைப்போல போசும் இரண்டாவது முறையாக வரப்பார்க்கின்ற பொழுதும் முணுமுணுப்பு எழுகின்றது. அதனால் பட்டாபி சீதாராமையாவை போஸை எதிர்த்து நிற்க வைக்கிறார் காந்தி. சீதாராமையா காங்கிரஸின் வரலாற்றை எழுதியவர். நிறைய ஆய்வுகளைச் செய்தவர். அவர் தேர்தலில் தோற்று விடுகிறார். சுபாஸ் மிகவும் வேகமாகச் செயல்படக்கூடியவர். இன்று இருப்பது போன்ற பிளானிங் கமிஷன் என்பதை அன்றே தொடங்கி வைத்தவர்சுபாஷ்தான். காந்தியத்திட்டங்களைஎடுத்துக்கொள்ளலாமா என்ற சந்தேகம் இருந்தாலும், பட்டாபி சீத்தராமையாவின் தோல்வி என் தோல்வி என்று காந்தி சொன்னதை இவரால் ஏற்றுக்கொள்ள இயலவில்லை. படேல் தலைமையிலான குழு போஸோடு பணி செய்ய மாட்டோம் என்கிறார்கள். நேரு தனியாக இருக்கிறார். அவர் காந்தியோடு சண்டை போட்டு தன்னோடு நிற்க வேண்டும் என போஸ் நினைக்கிறார். இப்படி ஒரு உறவுச் சிக்கல் வருகிறது. அதன் பிறகு சிங்கப்பூர் செல்கிறார், அங்கு இந்தியன் நேஷனல் ஆர்மிக்குப் பொறுப்பேற்கிறார் . வானொலியில் உரையாற்றும் போது காந்தியைப் பற்றி பெருமையாக உரையாற்றுகிறார். காந்தி சைனியம் என்று ஒரு படைப்பிரிவிற்குப் பெயர் வைத்தார். நம்முடைய தமிழர்கள் அங்கே வேலை செய்திருக்கிறார்கள். அதன்பிறகு அவர் விசாகப்பட்டினம் வரையிலும் முன்னேறி வந்துவிட்டார் என்கிறார்கள். அந்தமானில் கொடி ஏற்றிவிட்டுச் சென்று விட்டார் என்று கூறுகிறார்கள். ஆனால் இம்பாலில் இருக்கும்போது தோற்றுப் போகிறார்கள். அதன் பிறகு விமானத்தில் சென்று காணாமல் போகிறார். பின்னர் அதன் மீது கமிஷன் வைக்கிறார்கள். ஒரு முறை ஜெர்மனியில் இருந்து சுபாஷ் இறந்து விட்டார் என்று செய்தி வருகிறது, உடனே காந்தி அவருடைய குடும்பத்திற்குத் தந்தி அடிக்கிறார். மறுநாள் நான் உயிரோடு இருக்கிறேன் என்று பேசுகிறார் போஸ். மறுபடியும் மன்னிப்பு கடிதம் எழுதுகிறார் காந்தி. இப்படியாக அவர்கள் இருவருக்குள்ளும் நேயம் என்பது கெட்டுப் போகவில்லை. வழிதவறிப் போகக் கூடிய தனயன் என்ற முறையில் சுபாஸ் குறித்த கவலை காந்தியிடம் இருந்தது. ஐ.என்.ஏ வந்த பிறகு அதற்கு ஆதரவாக இருக்க காந்தி அனைவரிடமும் சொல்கிறார். கருத்து வேறுபாடுகள் இருந்தன. அவற்றைச் சரி செய்வதற்கான வழியை காந்தி பார்க்கிறார்.

சித்ரா : காந்தி, வழிமுறைகளையும் முடிவுகளையும் மிக அதிகமாகவே கூறியிருப்பார். நிறைய பேர் அது குறித்துப் பேசியும் இருக்கிறார்கள். அது பற்றி கூறுங்கள்.

பட்டாபிராமன் : உன்னதமான முடிவுகளை நோக்கி அழைத்துப் போகிறேன் என்று கூறக்கூடிய யாராக இருந்தாலும் வழிமுறைகள் எப்படி வேண்டுமானாலும் இருக்கலாம் என்று கூற முடியாது. வேலை நிறுத்தம் செய்கிறார்கள் ஆனால் அவருடைய வழிமுறை மிகவும் வித்தியாசமானது. இரு தரப்பும் கண்டு பேச வேண்டும், இரு தரப்பிலும் நியாயம் இருக்கலாம், எனவே ஒரு தரப்பு நியாயத்தை நிராகரிக்க முடியாது. இரண்டு தரப்பும் சமரசம் செய்ய முடியவில்லை என்றால் மூன்றாவது தரப்பிடம் முடிவெடுப்பதற்கான அதிகாரத்தை விட வேண்டும் என்கிறார். 1918 இல் காந்தி சொன்ன விஷயம் இன்று லட்சக்கணக்கான அரசு ஊழியர்களுக்கு ஜெ.சி.எம் என்ற பெயரில் வந்திருக்கிறது. 1918இல் உருவாக்கியது இன்று 'ஜாயின்ட் கன்சல்டேட்டிவ் மெஷினரி' என்ற பெயரில் நம்முடைய அரசு ஊழியர்களுக்குத் தீர்வு, சமரசம் செய்யக்கூடியவர் சொல்வதை இரண்டு தரப்புகளும் கேட்டுக் கொள்ள வேண்டும் என்ற முறையில் அமைக்கப்பட்டுள்ளது. அவருடைய வேலை என்பதற்கான விளக்கமே பிறர்மீதான அக்கறை என்பதுதான். வேலை என்பது சமூகத்தின் மீதான அக்கறையேயன்றி சம்பாத்தியம் அல்ல. எல்லாவற்றையும் அறம் சார்ந்ததாகவே செயல்படுத்துவார். அனைவரையும் அவ்வழியிலேயே அழைத்துக் கொண்டு சென்றார். அதை நோக்கிச் சென்றால் நாம் தடுக்கி விழுவதற்கான வாய்ப்பே இருக்க முடியாது. அவ்வாறு மனித குலம் தடுக்கி விழாமல் கையைப் பிடித்து அழைத்துக் கொண்டு சென்றார்.

சித்ரா : காந்தி எந்த அளவிற்கு இணக்கங்களைச் சந்திக்கிறாரோ அந்த அளவிற்கு மாறுபாடுகளையும் சந்தித்தார். அந்த மாறுபாடுகளை காந்தி எதிர்கொண்ட விதம் முக்கியமானது. அதைப் பற்றி சொல்லுங்கள்.

பட்டாபிராமன் : காந்தி, டியூட்டி ஆப் டிஸ்லாயலிட்டி என்றுகூட எழுதியிருக்கிறார். ஒரு அரசாங்கம் சரியானதைச் செய்தால் அவர் அளவில் ஒத்துழைப்பார். அதே அரசாங்கம் சரியானதைச் செய்யவில்லை என்றால் அவர் ஒத்துழைக்க மாட்டார். ஒரு சமுதாயம் தேக்க நிலையில் இருக்க முடியாது.எனவே சமுதாயத்தினுடைய தேக்கத்தை அவரால் ஏற்றுக்கொள்ள இயலவில்லை. அதற்கு பதிலாக தனி மனிதனாக அல்லது எல்லோரும் சார்ந்த அகிம்சை முறையில் எதிர்க்க வேண்டும் என்பது அவருடைய பதிலாக இருந்தது. டிசன்ட் (dissent) என்பது அறம் சார்ந்த சுய பரிசோதனை சார்ந்தது. டிசன்ட் என்பது காரணமின்றி எதிர்த்துப்பேசுவதல்ல, அதற்குக் காரணங்கள் வேண்டும் காரணங்களின் நம்பிக்கையைப் பற்றிப் பேசியிருப்பார். இயற்கை என்பது விஞ்ஞானத்தைவிடப் பெரிது. விஞ்ஞானத்தை

இயற்கையை விடப் பெரிதாகப் பார்க்கக் கூடாது என்று கூறுகிறார். இன்றைய சமுதாயத்தில் அறிவு தான் சிறந்தது அறிவு சார்ந்து ஆட்கள் மிகச் சிறந்தவர்கள் என்று கோட்பாடு இருக்கிறது. காந்தி, 'அறிவு உழைப்பு என்பது மன முன்னேற்றத்திற்கேயன்றி உலக முன்னேற்றத்திற்கானது அல்ல, உடல் உழைப்பே உலக முன்னேற்றத்திற்கானது. உடல் உழைப்பை மைய நிலைக் குக் கொண்டுவர வேண்டுமென்றால் நகரம் சார்ந்த மனிதன் வாழ்க்கை முறையில் உயர்ந்தவன் என்ற பொதுக் கருத்தை உடைத்து கிராமம் சார்ந்தவன் பெருமிதத்திற்குரியவன் என்று நிறுவினார். ஆண் சார்ந்த உரையாடலலிருந்து வெளிவந்து பெண் சார்ந்த பெண்ணிய உரையாடலை முன் வைக்கிறார். இப்படிப்பட்ட டிசன்டை இந்திய சமூகத்தில் உருவாக்கினார்.

சித்ரா : தாகூருக்கு எழுதிய கடிதத்தில் காந்தி, 'என்னுடைய அறையில் எல்லா ஜன்னல்களும் திறந்திருக்கட்டும், எல்லா திசையிலிருந்தும் காற்று வீசட்டும், நான் என் நிலத்தில் கால் பதித்தவனாகவே இருப்பேன்' என்று குறிப்பிட்டிருப்பார். இதைப்போல காந்தி எல்லாவற்றையும் தனக்குள் ஏற்றுக்கொண்டவராக இருந்தார்.

அப்படியாக ஒரு தனிமனிதனுக்கும் தேசிய மனிதனுக்கும் உலக மனிதனுக்கும் காந்தியம் சொல்பவை எவை?

பட்டாபிராமன் : தாகூருக்கும் காந்திக்குமான உறவு மிக அற்புதமானது. இருவருக்கும் பல வேறுபாடுகளும் இருந்தன. தாகூருக்கு ஒத்துழையாமை இயக்கத்தில் சிறிது முரண்பாடிருந்தது. அந்நிய துணி எதிர்ப்பைத் தாகூர் எதிர்மறையாகப் பார்த்தார். ஆனால் காந்தி உண்ணாவிரதம் இருந்த சமயம் சுயவதை மூலமாக மனித முயற்சிக்கு பாடுபடுகிற மனிதனை மகாத்மா என தாகூர் அழைக்கிறார். தாகூரை, குருதேவ் என்று அழைக்கிறார் காந்தி. காந்தியும் தாகூரும் சந்திக்கின்றனர். எனக்கும் நம் அனைவருக்கும் பல விஷயங்கள் சமூகத்தால் கொடுக்கப்பட்டுள்ளன. அவை நடைமுறையில் ஏற்றுக்கொள்ளக் கூடியதாக இல்லை என்றால் நான் அதை ஏற்காமல் இருக்கலாம் எனத் தீண்டாமை குறித்துப் பேசினார். அதை கடவுள் மனிதர்களை சமமாகவே பார்ப்பார் என அவர் கூறினார். எனது மதம், இந்து மதம் எனவே அதிலிருந்து யாரும் வெளியில் செல்வதை நான் விரும்பவில்லை, என் மதம் எனக்குப் புனிதமானது, அதைப்போல அனைத்து மதங்களும் புனிதமானது. மதம் என்பது அன்பையும் சகோதரத்துவத்தையும் பேசுகின்றன என்று கூறினார். பொதுவாழ்வு; தனி வாழ்வு என அவர் பிரித்துப் பேசவில்லை.

இந்தியா உலக நாடுகளுக்கு வழிகாட்டியாக இருக்குமேயானால் உலகம் ஏற்றுக்கொள்ளக்கூடிய நடைமுறையை இந்தியா செய்யும் என்று அர்த்தம். அது பிரிட்டிஷ் போன்ற ஏகாதிபத்யத்தை உருவாக்கக் கூடாது. விடுதலை என்பது பிளவுபடுத்தாமல் இருப்பதே என்றார். மேற்கு நாடுகள் குறித்து விமர்சனங்கள் இருந்தாலும் மேற்கிலிருந்து பல விஷயங்களை எடுத்துக் கொள்கிறார். ஆனால் மரபில் இருந்து அவர் வெளியே செல்லவில்லை. ஆனால் மரபில் மூழ்கிவிடாமல் இருக்க வேண்டும் என்கிறார். உலகம் வாழ்வதற்கானது என்பதிலிருந்து தன்னுடைய கட்டுப்பாடு என்ற இடத்தில் நாம் தடம் புரண்டோம். உலகம் எல்லோருக்குமானது, என்னுடைய பேராசைக்கு அல்ல என்று உணர வேண்டும் என்கிறார். புத்தர் கூறுவதுபோல பேராசையிலிருந்து வெளியேறு என்றார். அடுத்தவர் மீது நியாயமாக சகோதரத்துவமாக இரு எனக் கூறுகிறார்.

சித்ரா : இந்த பேட்டி முழுவதுமே காந்தி என்ற தனி மனிதரைத் தாண்டி காந்தி என்ற கோட்பாடு எந்த அளவிற்கு தனி மனிதருக்கும் சமூகத்திற்கும் உதவக்கூடியதாக இருக்கிறது என்பதை மிக அழகாக பல உதாரணங்களுடன் கூறினீர்கள். 'என் வாழ்க்கையே என் செய்தி' எனக் கூறினார் காந்தி, அந்த செய்தியினைச் சரியாகப் புரிந்துகொள்ள அதனை யாராவது மிக அழகாக எடுத்துச் சொல்ல வேண்டிய தேவை இருக்கிறது. அதனை நீங்கள் மிகத் தெளிவாகக் கூறியுள்ளீர்கள். நன்றி.

பாவண்ணன்

எழுத்தாளர்

சித்ரா : எல்லோருடைய வாழ்க்கையிலும் ஏதாவது ஒரு புள்ளியில் தான் காந்தி நுழைந்து இருப்பார். விமர்சனம் மூலமாகவும் எதிர்மறைச் சிந்தனைகள் மூலமாகவும் வரலாம் அல்லது பாராட்டுக்கள் மூலமாகக் கூட வந்திருக்கலாம். தாங்கள் தொடர்ந்து காந்தியைப் பற்றி எழுதியும் சிலாகித்துக் கொண்டும் இருக்கிறீர்கள். நீங்கள் காந்தியத்தை எங்கிருந்து ஆரம்பித்தீர்கள்?

பாவண்ணன் : காந்தியடிகளை என்னுடைய பள்ளிக்கூட வயதிலேயே என்னுடைய ஆசிரியர் மூலமாக நான் தெரிந்துகொண்டேன். நான் நான்காம் வகுப்பு படிக்கும் பொழுது என் வகுப்பில் ஒரு பாடம் உண்டு. அந்தப் பாடத்தில் காந்தியைப் பற்றிய ஒரு குறிப்பு இருந்தது. காந்தி சிறுவராக இருக்கும் பொழுது அவருடைய ஆங்கில வகுப்பில் கல்வித் துறை அதிகாரிகள் சோதனைக்காக வந்திருந்தபொழுது ஆசிரியர் மாணவர்களுக்கு (Dictation) சொல்வதை எழுதுதல் முறையில் சொற்களைக் கூறுகிறார். மாணவர்கள் அனைவரும் எழுதுகின்றனர். இது ஆசிரியருக்கான சோதனை, அப்பொழுது அந்த ஆசிரியர் கெட்டில் என்ற சொல்லைச் சொல்கிறார். காந்தியடிகள் அதனைத் தவறாக எழுதுகிறார். தவறாக எழுதியதை ஆசிரியர் கண்டுகொண்டார். இது சோதனை அதிகாரிக்கு தெரிந்தால் தனக்கு அவப்பெயர் வந்துவிடுமோ என்று திருத்த முற்படுகிறார். யாருக்கும் தெரியாமல் காந்திக்கு மட்டும் தெரிகிற மாதிரி சைகை மூலம் அருகில் இருக்கும் மாணவனைப் பார்த்து எழுதச் சொல்கிறார். காந்தியடிகளுக்கு அவரின் சைகை புரிகின்றது ஆனால் அப்படி செய்யக்கூடாது என்கின்ற மன உறுதி அவரிடம் இருந்தது. ஆசிரியர் என்ன நினைக்கிறார் என்றால் தான்செய்யும் சைகை அவருக்குப் புரியவில்லை என்று நினைக்கின்றார். அதனால் மீண்டும் மீண்டும் சைகை செய்து காட்டுகிறார் ஆனாலும் காந்தியடிகள் தவறாகவே எழுதுகிறார். வகுப்பு முடிந்ததும் அவரைக் கண்டிக்கிறார், 'நான் திரும்பத் திரும்பக் கூறுகிறேன் பக்கத்தில் உள்ள பையனைப் பார்த்து எழுது என்று உனக்குத் தெரியவில்லையா?' என்கின்றார். ஆனால் இவர் சின்ன பையனாக இருந்ததால் ஆசிரியரை எதிர்த்துப் பேச முடியவில்லை. ஆனால் மனதில் நினைக்கிறார், ஒரு ஆசிரியராக இருந்து கொண்டு பக்கத்தில் உள்ள பையனைப் பார்த்து எழுது என்று சொல்வது எவ்வளவு பிழையான தூண்டுகோல் ஆனால் அந்த ஆசிரியர் அப்படிச் செய்துவிட்டார் என்று அவர் ரொம்ப வருத்தப்படுகிறார். தான் தவறாக எழுதினால் அந்தத் தவறை திருத்திக் கொள்வதற்கான வாய்ப்புண்டு. ஆனால் அடுத்தவனைப் பார்த்து எழுதச்சொன்னால் அது உணர்ச்சிப்பூர்வமாக தவறு

என்று நினைக்கின்றார். இந்தப் பாடம் நான் சின்ன வயதில் படித்தது. காந்தியடிகள் ஏன் இவ்வாறு நடந்து கொண்டார் என்பதற்கான காரணத்தை எங்கள் ஆசிரியர் கூறினார். காந்தி சின்ன வயதில் அரிச்சந்திரன் நாடகத்தைப் பார்த் திருந்தார். அரிச்சந்திரன் உண்மை மட்டுமே பேசக்கூடிய ஒரு அரசனாக இருந்திருக்கின்றான். அவன் உண்மையை மட்டுமே பேச வேண்டும் என்ற பிடிவாதத்தினால் பல சிரமங்களை வாழ்க்கையில் சந்தித்துள்ளான். ஆனால் எந்த சிரமங்களையும் பொருட்படுத்தாமல் கடைசிவரையில் உண்மையைப் பேசினான். இந்த நாடகத்தை காந்தியடிகள் பார்த்தார். அப்போது இனிமேல் உண்மையை மட்டுமே பேச வேண்டும் எக்காரணத்திற்காகவும் பொய் கூறக்கூடாது என்று உறுதிகொள்கிறார்.

நான் 11 ஆம் வகுப்பு படித்துக் கொண்டிருந்த பொழுது ஆங்கிலத்தில் ஒரு பாடம் இருந்தது *(self help)* தன் கையே தனக்கு உதவி என்பது போல தனக்குத்தானே உதவி செய்து கொள்ளுதல். அவர் முடி வெட்டுவதில் கூட தானே முடிவெட்டிக் கொள்கிறார். தனக்கு உரிய காலணிகளைத் தானே தைத்துக் கொள்கிறார். அவர் செய்யாத வேலையே கிடையாது. அவர் எல்லா வேலையையும் தாமாகவே செய்து கொள்வார். இந்த செய்தியைக் கேள்விப்பட்டவுடன் அவர் மீது ஈடுபாடு அதிகமாகிவிட்டது. அப்பொழுது தான் நான் நூலகத்தில் சத்திய சோதனை நூலை எடுத்துப் படித்தேன். அதைப் படித்த பின்பு அவர் என்னை முழுமையாக மாற்றிவிட்டார். ஒரு மனிதன் எப்படி வாழ வேண்டும் என்பதை அறிய வைத்த புத்தகம் என்றால் அது சத்திய சோதனை தான். அதன் வழியாகத்தான் நான் காந்தியை அறிந்து மற்ற அவரது படைப்புகளையும் படிக்க ஆரம்பித்தேன்.

சித்ரா : மிக அழகாகக் கூறினீர்கள். பள்ளிப் பருவத்திலேயே காந்தி உங்கள் மனதை ஆட்கொண்ட விதத்தை அழகாக ஒரு கதை போன்று சுவாரசியமாகக் கூறினீர்கள். ஜெயகாந்தன் அவர்கள் காந்தியைப் பற்றி ‘காந்தியம் ஒரு விதை போல இந்த இந்திய மண்ணில் கலந்திருக்கிறது அது வேலை வரும் போதெல்லாம் எழுந்து முளைக்கும்’ என்று கூறியிருக்கிறார். அதேபோலத்தான் பல்வேறு காந்தியர்களும் ஓர் கால கட்டத்தில் தோன்றி வளர்ந்து இருந்திருக்கிறார்கள். அந்த வரிசையில் பார்க்கும்பொழுது காந்தியர்களாக நீங்கள் முன்னிறுத்தக் கூடிய அல்லது உங்கள் மனதை கவர்ந்தவர்களாக யாரைக் குறிப்பிடுவீர்கள்?

பாவண்ணன் : காந்தியடிகளுக்கு உலகம் முழுவதிலும் அவரது கொள்கையைப் பின்பற்றக் கூடியவர்கள் இருந்தார்கள். அவருக்கான

சீடர்களை, அவர் கொள்கை மீது உள்ள ஆழமான ஈடுபாடு தான் உருவாக்கியது என்றுதான் கூற வேண்டும். எல்லோருக்குமே அந்த ஈடுபாடு இருந்தது. ஆனால் அந்த ஈடுபாட்டிற்கான செயல் வடித்தைக் கொண்டு வந்தது காந்தியடிகள் தான். ஒரு பள்ளிக்கூடத்தில் கேள்வி பதில் நடந்தது. அப்பொழுது இந்த அஹிம்சை வழிப் போராட்டத்தை காந்தியடிகள்தான் சொல்லிக் கொடுத்து அதை எடுத்துச் செயல்படுத்து கிறார் என்றால் அதற்குமுன் நடந்த போராட்டங்கள் எல்லாம் எவ்வாறு நடந்தது? ஏன் அப்போதெல்லாம் அகிம்சை வழி போராட்டங்கள் நடைபெறவில்லை? அகிம்சை வழிக் கொள்கை இந்த உலகம் தோன்றியதில் இருந்தே இருக்கிறது. உண்மை சத்தியம் என்பதெல்லாம் இருந்து கொண்டுதான் இருந்தது. உண்மை வழியாக ஒரு விடயத்தை எதிர்ப்பது என்பது இருந்துதான் வந்திருக்கிறது. ஆனால் அது ஒரு போராட்ட வடிவமாக காந்தியினுடைய தலைமுறைக்கு பிறகுதான் மாறுகிறது. அதற்கு முன்னாள் ஏன் இல்லை?என்ற ஒரு கேள்வி உண்டு. அப்பொழுது எங்கள் ஆசிரியர் , 'அதற்கு முன் ஒரு காந்தி இல்லை' என்று கூறினார். இந்த முறையில் போராடலாம் என்பதைச் சொல்வதற்கு ஒரு காந்தி இல்லை, அவர்வந்த பின்புதான் அகிம்சை என்பது ஒரு போராட்ட வடிவமாக மாறமுடியும் என்பது தெரிந்தது. அகிம்சைக்கு இவர்தான் செயல்வடிவத்தைக் கொடுக்கிறார். மற்றவருக் குச் சொல்லக்கூடிய கருத்தைத் தன்னை நோக்கிச் சொல்லி தன்னைத் தானே சீர்படுத்திக் கொள்வது என்பதுதான் அவரது அடிப்படை கூற்றாக இருக்கிறது. அதை அவர் வலியுறுத்துகிறார். இதை ஏற்கனவே வெவ்வேறு கோணங்களில் வெவ்வேறு தளங்களில் பின்பற்றி கொண்டிருந்தவர்கள் தாமாகவே காந்தியிடம் இணைகிறார்கள். உதாரணமாக ஜே.சி.குமரப்பா. குமரப்பா அவர்கள் பொருளாதார துறை சார்ந்து சிறப்பாகப் படித்துக் கொண்டிருந்தார். கொலம்பியா பல்கலைக் கழகத்தில் சென்று படிக்கிறார். அப்பொழுது அவர் ஒரு முக்கியமான ஆய்வுக் கட்டுரை எழுதுகிறார். பாவர்டி அண்ட் பப்ளிக் பைனான்ஸ் *(Poverty and Public Finance)* என்ற ஆய்வுக் கட்டுரை எழுதுகிறார். அது ஒரு முக்கியமான ஆய்வுக் கட்டுரை. அவர் மீண்டும் இந்தியா வருகிறார். இங்கு ஒரு தனியார் கம்பெனியில் ஆடிட்டராக வேலை பார்த்துக் கொண்டிருக்கிறார்.ரொம்ப நாள் கழித்து அவர் செய்த ஆய்வுக் கட்டுரைஞாபகம்வருகிறது.உடனேஅதைப் புத்தகமாகவெளியிடலாம் என்று முடிவு செய்கிறார். அப்பொழுது குமரப்பா அவர்கள் இருந்த இடத்திற்கு அருகில் காந்தி அவர்கள் வருகிறார். அங்கு ஒரு செயற்குழு மாநாடு ஒன்று நடைபெறுகிறது. அந்த மாநாட்டில் காந்தி அவர்களிடம் இந்தக் கட்டுரையைச் சமர்ப்பிக்கலாம் அதை அவர் படித்தால் நன்றாக

இருக்கும் என்று எண்ணி இருக்கிறார். உடனே தட்டச்சு செய்யப்பட்ட அந்த ஆய்வுக் கட்டுரையை எடுத்துக் கொண்டு குமரப்பா அவர்கள் செல்கிறார். அங்கே சென்றவுடன் காந்தியடிகளைப் பார்க்க அனுமதி கிடைக்கவில்லை. காந்தியடிகள் வேறொரு வேலையாக இருக்கிறார். குமரப்பா அவர்களும் வேலையாக இருக்கின்ற காரணத்தினால் கிளம்பவேண்டும் என்று அந்த ஆய்வுக் கட்டுரையை காந்தியிடம் ஒப்படைக்கச் சொல்லி கொடுத்துவிட்டுச் செல்கிறார். நிகழ்ச்சி முடியவும் அந்தக் கட்டுரையைக் காந்தியடிகளிடம் கொடுக்கின்றனர். அவர் அதை உள்ளே மேலோட்டமாகப் பார்த்ததுமே அது மிகவும் பிடித்தமான ஒன்றாக ஆகிவிட்டது. அதைப் படித்ததும் அவருக்கு ஆச்சரியம். அவருடைய சிந்தனையும் இவருடைய சிந்தனையும் கிட்டத்தட்ட ஒரே போன்று உள்ளது, தன்னைப் போன்று சிந்திக்கக் கூடிய ஒருவரைக் கண்டுபிடித்ததில் அவருக்கு மிகவும் ஆச்சரியம். உடனே எங்கே அவர் என்று கேட்கிறார். அவர் சென்று விட்டார் என்ற செய்தியைச் சொன்னவுடன் அவரை எப்படியாவது சந்திக்க வேண்டும் என்று காந்தியடிகள் கூறுகிறார். உடனே அவரை 22 ஆம் தேதி ஆசிரமத்திற்கு வந்து பார்க்கச் சொல்லுமாறு காந்தியடிகள் கூறுகிறார். உடனே காந்தியின் செயலாளர் குமாரப்பாவிடம் தொலைபேசியில் அழைத்து 22 ஆம் தேதி பகல் 11:30 மணிக்கு சபர்மதி ஆசிரமத்தில் காந்தியடிகள் தங்களைச் சந்திக்குமாறு கூறினார் என்று சொல்கிறார். அன்று 22 ஆம் தேதி பகல் 11:20 க்கு கோட் அணிந்து பத்து நிமிடம் முன்னதாகவே சென்று விட்டார். சீக்கிரம் வந்து விட்ட காரணத்தால் சபர்மதி ஆசிரமத்தை அவர் சுற்றிப் பார்க்கச் சென்றார். அவருக்கு மிகவும் ஆச்சரியம், அனைத்துமே மண் குடிசைகள். ஓலையால் வேயப்பட்ட கூரை. மிகவும் சுத்தமான இடமாக இருந்தது. அழகாக இருந்தது. அனைத்து வீடுகளும் சாணம் போட்டு மெழுகப்பட்டிருந்தது. ஒரு இடத்தில் கூட நாற்காலி இல்லை. விருந்தினருக்கு பாய் மட்டுமே போடப்பட்டிருந்தது. அவர் அப்படியே சுற்றிப் பார்த்துக் கொண்டே செல்கிறார். ஒரு மரத்தடியில் காந்தி அவர்கள், ராட்டையில் நூல் நூற்றுக் கொண்டிருந்தார். அவர் அருகில் சென்று நீங்கள் தான் காந்தியா என்று அவர் கேட்கிறார். காந்தியடிகளும் நீங்கள்தான் குமரப்பாவா என்று அழைக்கிறார். அந்த ஒரு நொடி மிகவும் முக்கியமான நொடி. காந்தி தனது ஒரு பாதியை குமரப்பாவிடம் பார்க்கிறார். குமரப்பா தனது ஒரு பாதியை காந்தியிடம் பார்க்கிறார். காந்தி, 'உங்களது ஆய்வைப் படித்தேன், மிகவும் நன்றாக உள்ளது எனக்கு நீங்கள் இன்னொரு உதவி செய்ய வேண்டும், நீங்கள் செய்த ஆய்வு பம்பாய் பகுதியைச் சுற்றி உள்ளது. இதே ஆய்வை தாங்கள் குஜராத்தில் 20, 30 கிராமங்களுக்குச்

சென்று இந்த ஆய்வைச் செய்ய வேண்டும்' என்று கேட்டுக் கொண்டார். 'தங்களுக்குத் தேவையான உதவியை காகா கலேல்கர் செய்வார், நீங்கள் அங்கு உள்ள மாணவர்களை உங்கள் ஆய்வுக்கு உட்படுத்திக் கொள்ளலாம்' என்று காந்தியடிகள் கூறினார். காந்தியடிகள் சொன்னதும் உடனே குமரப்பா அவர்களும் அந்த ஆய்வைத் தொடங்குகிறார். ஆய்வு நடந்து கொண்டிருக்கும் பொழுதுதான் உப்பு சத்தியாகிரகம் ஆரம்பிக்கப்பட்டு தொடர்ந்து நடைபெற்றுக் கொண்டிருக்கிறது. குமரப்பா அவர்களுக்கு அந்த ஆய்வு சீக்கிரம் முடிந்தால் நன்றாக இருக்கும் என்று ஒரு எண்ணம். மேலும் காந்தியடிகள் அந்த ஆய்விற்கு ஓர் முன்னுரை எழுதினால் நன்றாக இருக்கும் என்று குமரப்பா அவர்கள் நினைக்கின்றார். முன்னுரை எழுதுமாறு ஒரு தந்தியை அடிக்கிறார். காந்தியடிகளுக்கு உப்பு சத்தியாகிரகம் செல்லும் வழியில் அந்த தந்தி கிடைக்கின்றது. காந்தியடிகளும் பதிலுக்கு, தம்மை சந்திக்க ஒரு தேதியும் ஒரு இடத்தையும் குறிப்பிட்டு தந்தியை அனுப்புகிறார். மேலும் குமரப்பா அவர்கள் காந்தியடிகளுக்கு நடந்து செல்லும் பாதையில் சிரமம் கொடுக்கக் கூடாது என்பதற்காக காந்தியடிகள் எழுதியது போன்ற ஓர் முன்னுரையை தாமே தயார் செய்கிறார். காந்தியடிகள் சரி என்று சொன்னால் இதை உடனே புத்தகமாக மாற்றிவிடலாம் என்ற எண்ணத்தோடு காந்தியடிகளைச் சந்திக்கச் செல்கிறார். உப்பு சத்தியாகிரகத்தின்போது காந்தி அவர்கள் சொன்ன கிராமத்தில் குமரப்பா அவரைச் சந்திக்கிறார். ஆனால் காந்தியடிகள் குமரப்பாவை சந்திக்க அழைத்த காரணம் வேறு. காந்தியடிகள், 'நான் முன்னுரைக்காகத் தங்களை அழைக்கவில்லை, நான் எந்தநேரமும் கைது செய்யப்படலாம், உப்பு சத்தியாகிரக நடைபயணம் முடியும் இடத்திற்காகத்தான் அனைவரும் காத்துக் கொண்டிருக்கின்றனர், அங்கு நான் கைது செய்யப்படலாம். அவர்கள் என்னை கைது செய்து விட்டால் நாம் நடத்தும் பத்திரிகை வெளியில் வராது, இந்தப் பத்திரிகை தொடர்ந்து வரவேண்டும், நீங்கள் மகாதேவ் தேசாய்க்குத் துணையாக இருக்க வேண்டும் தாங்களும் செல்லவில்லை என்றால் அவர் தனியாக இருந்து கஷ்டப்படுவார்' என்று கூறுகிறார். பதிலுக்கு குமரப்பா அவர்கள், 'கணக்கு சம்பந்தமான வேலை கொடுத்தால் நான் செய்வேன் இந்த மாதிரியான வேலை எனக்குத் தெரியாது' என்று கூறுகிறார். 'நீங்கள் அங்கு சென்றால் அதைக் கற்றுக் கொள்வீர்கள், உங்களுக்கு அது பழகிவிடும்' என்று காந்தியடிகள் கூறுகிறார். 'நீங்கள் அவருடன் இருந்தால் அதைச் செய்து முடித்து விடலாம்' என்கிறார். சரி

என்று குமரப்பா அவர்களும் ஒத்துக் கொண்டார். அப்போதுதான் குமரப்பா அவர்கள் எழுதிய முன்னுரை பற்றியும் கூறுகிறார். உடனே காந்தியடிகள், 'என்னுடைய முன்னுரையை நான்தான் எழுதவேண்டும் நீங்கள் எப்படி எழுத முடியும்? நீங்கள் அதைப்பற்றி கவலைப்படாதீர்கள் எங்கள் ஆசிரமம் அதைப் புத்தகமாக்கும் வேலையைச் செய்து கொண்டிருக்கும் நீங்கள் பத்திரிகை வேலையைப் பாருங்கள்' என்கிறார். இதில் வேடிக்கையான விஷயம் என்னவென்றால் குமரப்பா அவர்கள் மகாதேவ் தேசாயை சந்திக்கச் செல்லும்போது, காந்தியடிகளுக்கு முன்பாகவே மகாதேவ் கைது செய்யப்பட்டார். மகாதேவ் தேசாய் மற்றும் படேல் இருவரையும் கைது செய்து விடுகின்றனர். எனவே முழு பொறுப்பும் குமரப்பா அவரிடம் வந்து விடுகிறது. உதவி செய்வதற்காக சென்றவர் பத்திரிகையின் ஆசிரியராக மாற வேண்டிய சூழல் ஏற்பட்டு விட்டது. ஒரு சமயத்தில் குமரப்பா அவர்களையும் கைது செய்து விடுகிறார்கள். இதுதான் இவரின் முதல் கைது. எ ஸ்டோன் ஃபார் பிரட் *(A stone for bread)* என்ற கட்டுரைக்காக, நான் உணவு கேட்டால் அதற்கு பதிலாக கல்லை கொடுக்கிறாய் என்ற பைபிளின் வாசகத்தைப் பயன்படுத்தி கட்டுரை எழுதுகிறார். இந்த கட்டுரை ஆங்கிலேயர்களைச் சீண்டும் விதமாக இருந்ததால் குமாரப்பா அவர்களையும் கைது செய்தனர். இதுபோன்று ஏதோ ஒரு வேலைக்காக வந்தவர் தொடர்ந்து காந்தியத்துக்குள் ஐக்கியமாகிவிட்டார். அவர் சிறைக்குச் சென்ற பின் *(Clive to Keynes)* க்ளைவ் டு கேய்ன்ஸ் என்று ஒரு புத்தகம் எழுதுகிறார். கிளைவ் காலத்திலிருந்து அந்த சமயத்தில் உள்ள அதிகாரிகள் வரைக்கும் யார் யாரெல்லாம் இந்தியாவில் சுரண்டிக் கொண்டு போனார்கள் என்பதைப் பற்றிய புள்ளி விவரத்துடன் கூறுகிறார். கிளைவ் இந்தியாவிற்கு வரும்பொழுது அவரது மாதச் சம்பளம் ஐந்து பக்கோடா. ஐந்து பக்கோடா என்பது இன்றைக்கு ஐந்து ரூபாய் என்று வைத்துக் கொள்ளலாம். அவர் 17 ஆண்டுகாலம் வேலை செய்து திரும்பிச் செல்லும்போது 5 லட்சம் பவுண்ட் பணத்தை எடுத்துச் சென்றார். ஐந்து பக்கோடா மாதச் சம்பளமாக வாங்கிக் கொண்டிருந்தவர் 5 லட்சம் பவுண்ட் எவ்வாறு எடுத்துச் செல்ல முடியும் என்பதைப் பற்றி எழுதியுள்ளார். இந்த நூலைத் தமிழில் 'கொள்ளையோ கொள்ளை' என்ற தலைப்பில் விநாயகம் அவர்கள் மொழிபெயர்த்திருப்பார். மிகவும் முக்கியமான புத்தகம். பொருளாதார விடயங்களில் இந்தியா எவ்வாறு சுரண்டப்படுகிறது, கிராமத் தொழில் எவ்வளவு முக்கியமானது என்பது பற்றியும், கிராமத் தொழிலுக்கான முக்கியத்துவத்தைப் பற்றியும் காந்தியும் குமாரப்பாவும் உணர்ந்த

அளவிற்கு வேறு தலைவர்கள் யாரும் உணரவில்லை. அவர் கடைசியாக கல்லுப்பட்டிக்கு வருகிறார். வரும்பொழுது அந்த சமயத்தில் மாட்டு வண்டிச் சக்கரத்திற்கு பதிலாக வாகனங்களில் பயன்படாத டயர்களை பயன்படுத்தி வண்டி ஓட்டினால் வேகமாக ஓடும் என்று அரசாங்கம் அதை ஒரு சலுகையாக நினைத்துக் கொண்டு சொல்கிறது. இந்தியாவில் அதை எதிர்த்த ஒரே மனிதர் குமரப்பா. மாட்டு வண்டியின் உடல் அமைப்பு வேகமா இழுப்பது என்னவென்றால் அந்த சக்கரத்துடைய விட்டம் ஐந்து அடி இருக்க வேண்டும், 5 அடியும் அதன் மேல் உள்ள இரும்பும் அதுதான் மாட்டின் இழுக்கும் சக்திக்குப் பொருத்தமான ஒரு சக்கரம், நீங்கள் டயர் வண்டியைப் போட்டால் டயர் உருளும் வேகத் திற்கு மாட்டினால் ஓட இயலாது, மாடு ஓடவில்லை என்றால் சக்கரம் மாட்டினை ஓட வைக்கும் சக்கரம் ஓட வைப்பதால் மாடு ஓடினால் மாட்டின் ஆரோக்கியம் கெட்டுவிடும் என்கிறார்.

மாட்டின் ஆரோக்கியத்தைப் பற்றிக் கூட இந்த உலகில் ஒருவர் யோசித்தார் என்றால் அது குமரப்பாவாக மட்டுமே இருக்க முடியும்.

கல்லுப்பட்டிக்குச் சென்று அவர் தங்குகிறார். அங்கு எண்ணை தயாரிப்பதற்காக ஒரு செக்கு இருக்கின்றது, அந்தச் செக்கில் ஒரு தடுப்பு உள்ளது. அந்தத் தடுப்பின் பட்டி மாட்டின் தோளில் வந்து இடிக்கின்றது போன்ற ஒரு அமைப்பு உள்ளது. குமரப்பா அவர்கள் அதை பார்த்து, இதன் பட்டை ஒரு மாதிரியாக உள்ளது, மாட்டின் தோளில் அடிப்படும், மாடு எப்படி இதைத் தாங்கும், வேதனையாக இருக்கும், இந்த அமைப்பினை எப்படியாவது மாற்ற வேண்டுமே என்கிறார். அதற்கு அவருடன் இருக்கக்கூடிய மாணவர், இந்த அமைப்பு காலங்காலமாகப் பயன்படுத்தப்பட்டு வருகிறது, இது இப்படித்தான் இருக்கின்றது என்கிறார், நீங்கள் கூறுவது சரிதான் ஆனால் இந்தச் செக்கின் அமைப்பை,மாட்டிற்கு அடிபடாதவாறு ஒரு தடுப்பினை உருவாக்குங்கள் என்று கூறுகிறார்.

அந்த மாணவர் இரவெல்லாம் யோசித்து ஒரு தடுப்பை உருவாக்குகிறார். ஒரு பொருத்தமான தடுப்பு உருவானது. அதனை மறுநாள் காலையில் காட்டி உடனே ஒரு ஆசாரியை வரச் செய்து இன்னொரு தடுப்பு செய்து அதைப் போட்டு, செக்கில் இழுத்துப் பார்க்கச் சொல்கிறார்கள். மாடு ரொம்ப உற்சாகமாக இழுக்கின்றது. அதுவரை மாடு தளர்ந்து போயிருந்தது. உடனே குமரப்பாவை அழைத்துக் காட்டுகிறார்கள். குமாரப்பாவிற்கு மிகவும் மகிழ்ச்சி. இதுதான் வேண்டியது என்று அவர் கூறுகிறார். மாட்டினுடைய மகிழ்ச்சியைக் கூட முக்கியம் என நினைக்கக் கூடியவர் காந்தியனாக மட்டும்தான் இருக்க முடியும். அதுவும் குமாரப்பாவாகத்தான் இருக்க முடியும்.

சித்ரா : தமிழ்நாட்டில், முக்கியமாகக் காந்தியினுடைய அழைப்பை ஏற்று தங்களுடைய அத்தனை வாழ்வையும் துறந்து வந்த காந்தியர்கள் மிக ஏராளமாக இருந்தார்கள். காந்தியினுடைய மிக முக்கியமான சிறப்பம்சம் என்னவென்றால் அவர் எந்தெந்த திட்டங்கள் எல்லாம் வகுத்தாரோ, அந்தத் திட்டங்களுக்கு எல்லாம் அருமையான சீடர்கள் அவருக்குக் கிடைத்தார்கள். குறிப்பாகத் தமிழ்நாட்டில் நிறைய பேர் பேசப்பட வேண்டியிருக்கிறார்கள். அதில் குறிப்பாக நீங்கள் யாரைச் சொல்ல வேண்டும் என்று நினைக்கிறீர்கள்?

பாவண்ணன் : காந்தியினுடைய மிக முக்கியமான திட்டங்களில் ஒன்று, தாழ்த்தப்பட்டோர் முன்னேற்றம். தாழ்த்தப்பட்டோருக்கான முன்னேற்றத்தை மிகவும் வலியுறுத்தி அவர் கூறுகிறார். தனக்கு சீடர்களாக இருப்பவர்களைப் பார்த்து, 'நீங்கள் தான் இதை முதலில் செய்யவேண்டும். நீங்கள்தான் முன்னிருந்து செய்யவேண்டும்' என்று கூறுகிறார். 'நீங்கள்தான் இறங்கி நின்று வேலை செய்தாக வேண்டும். கல்வியையும் சுற்றுப்புறத் தூய்மையையும் சரியான பழக்க வழக்கங்களையும் அவர்களிடத்தில் சேர்க்க வேண்டியது உங்களது கடமை' என்று காந்தி கூறுகிறார். அவருடைய எல்லா கூட்டத்திலும் எல்லா பயணங்களிலும் சுற்றுப்புறத் தூய்மை, கல்வி, கைத்தொழில், மற்றும் மதுவிலக்கு, இந்த நான்கையும் தான் அவர் முக்கியமாக முன்னின்று செயல்படுத்த வலியுறுத்துகிறார்.

அவருடைய அனைத்து மாணவர்களையும், 'அனைத்து திசைகளுக்கும் சென்று இந்த நான்கினையும் முதலில் செயல்படுத்துங்கள்' என்று சொல்கிறார். தமிழ்நாட்டைப் பொறுத்தவரை டி.எஸ்.எஸ்.ராஜன் தான் தலைமை பொறுப்பு வகிக்கிறார்.அவர் தமிழ்நாடு முழுவதும் பல கிளைகளை வைத்து இந்த வேலைகளைச் செய்து கொண்டிருக்கிறார். மதுரையில் வைத்தியநாதஐயர் மிகப் பெரிய காந்தியவாதி.தன்னுடைய வக்கீல் தொழிலைப் பார்த்துக்கொண்டே அதில் வரும் வருமானத்தைக் கொண்டு தாழ்த்தப்பட்டோர் பிள்ளைகள் படிப்பதற்கு ஆதாரக் கல்வியைத் தொடங்குகிறார். அந்தப் பிள்ளைகள் படிப்பதற்கான எல்லா ஏற்பாடுகளையும் செய்கிறார். தாழ்த்தப்பட்டோருக்கான தங்கும் விடுதியையும் அவர் ஏற்படுத்துகிறார். இதற்கிடையில் அவருக்குத் தாழ்த்தப்பட்ட மக்களைக் கோயிலுக்குள் அழைத்துச் செல்ல வேண்டும் என்ற ஒரு விருப்பம் இருந்தது. ஏனென்றால் காந்தி எந்த இடத்திற்குச் சென்றாலும் இந்த இடத்தில் தாழ்த்தப்பட்டோருக்கு அனுமதி உண்டா? என்று கேட்பார். காந்தியடிகள் குற்றாலத்துக்கு வருகிறார், குற்றாலத்தில் அருவி இருக்கின்றது வாருங்கள் பார்த்து விட்டு செல்லலாம் என்று கூப்பிடுகின்றனர், அதற்கு காந்தியடிகள்,

‘அருவியில் தாழ்த்தப்பட்டோர் குளிப்பதற்கு அனுமதி இருக்கின்றதா?’ என்று கேட்கின்றார். அதற்கு அவர்கள் சட்டத்தில் இடமில்லை என்று கூறுகின்றனர். அவர்கள் குளிக்காத அருவியில் நானும் குளிக்கவில்லை என்று காந்தியடிகள் வந்து விடுகின்றார். காந்தியடிகள் ஒரு கோவிலுக்குச் செல்கிறார். அந்தக் கோவிலில் தாழ்த்தப்பட்டோருக்கு அனுமதி இருக்கிறதா என்று கேட்கிறார். அனுமதி இருந்தால், தான் உள்ளே வருவதாகவும் அவர்களுக்கு அனுமதி இல்லை என்றால் அவர்களை அனுமதிக்காத கோவிலுக்குள் தான் வருவதில்லை என்றும் கூறுகிறார். இதேபோன்று வைத்தியநாத ஐயருக்கும் மனதிலே ஒரு எண்ணம் இருந்தது. தமிழ்நாட்டிலேயே முதல்முறையாக தாழ்த்தப்பட்ட மக்களை மதுரை மீனாட்சி அம்மன் கோவிலுக்கு அழைத்துச் செல்ல வேண்டும் என்ற எண்ணம் அவருக்கு இருந்தது.

அவருக்கு ஏன் அந்த எண்ணம் இருந்தது என்றால் 1930 களில் திருவிதாங்கூர் சமஸ்தானத்தில் முதல் முறையாக சமஸ்தானத்துக்கு உட்பட்ட அனைத்து கோவில்களும் தாழ்த்தப்பட்டவருக்குத் திறந்து விட வேண்டும் என்று மகாராஜா ஆணையின் மூலமாக தெரிவிக்கிறார். அந்த அறிவிப்பு இவருக்கு மிகவும் மகிழ்ச்சியைக் கொடுக்கிறது. நம்முடைய பகுதிகளிலும் தாழ்த்தப்பட்ட மக்கள் கோவிலுக்கு வரவேண்டும் என்ற எண்ணம் அவருக்கு உருவாகிறது. ஆனால் அது அவ்வளவு எளிதாக நடக்ககூடிய காரியம் அல்ல, கோவில் நிர்வாகத்தில் இருப்பவர்கள் மிக உறுதியாக இருக்கிறார்கள். இவர் கொஞ்சம் கொஞ்சமாக பேசி அவர்களைச் சமாதானம் செய்து ஒப்புக்கொள்ள வைக்கிறார். கிட்டத்தட்ட திருவிதாங்கூர் சமஸ்தானம் ஆணை வெளியிட்ட பின்பு 4 வருடங்களுக்கு பிறகு 1939 களில் தான் இதைச் செய்யமுடிந்தது. அப்பொழுது ஒரு நாள் காலையில் 6 பேர், அதில் 5 பேர் தாழ்த்தப்பட்டோர் ஒருவர் நாடார் வகுப்பைச் சேர்ந்தவர், அன்றைய தினத்தில் நாடார் வகுப்பினைச் சேர்ந்தவர்கள் கூட கோயிலுக்குள் வர அனுமதி கிடையாது.

வைத்தியநாத ஐயர், ‘நாங்கள் மதுரை மீனாட்சி அம்மன் கோவிலுக்குள் தாழ்த்தப்பட்டவர்களோடு சென்று வந்தோம்’ என்று இவ்வாறு இதனை காந்தியடிகளுக்கு தந்தியாக தெரிவிக்கிறார். உடனே காந்தியடிகளும் அதற்கான பதில் தந்தியாக அதற்கு மிகுந்த மகிழ்ச்சி தெரிவிக்கிறார். ‘உங்களது செயல் முக்கியமானது, நீங்கள் முதல் முறையாக செய்திருக்கிறீர்கள் அதற்கு மகிழ்ச்சி’ என்று காந்தி தெரிவித்தார். அதன் பின்பு மதுரையைச் சுற்றியிருந்த மற்ற ஊர்களிலும் இது நடைமுறைப்படுத்தப்படுகிறது. இது செயல்பட நான்கு ஐந்து

வருடங்கள் ஆகின்றன இதுபோன்ற சேவையில் ஒரு முக்கியமான காந்தியவாதியாக வைத்தியநாதரைப் பார்க்க முடிகிறது.

சித்ரா : நீங்கள் சொல்வது போன்று காந்தியினுடைய நிர்மாணத் திட்டங்கள் எல்லாவற்றுக்குமே அவருக்குத் தகுந்தாற் போன்று உழைக்கக்கூடிய காந்தியர்கள் கிடைத்திருந்தார்கள் என்று மிக முக்கியமாக குறிப்பிட்டுச் சொல்ல வேண்டும். குறிப்பாக வைத்தியநாதன் ஐயர் எந்த அளவிற்கு தனது எல்லா செல்வங்களையும் தொண்டுக்காகவே கொடுத்து அர்ப்பணித்தார் என்பதைப் பற்றி அழகாகக் கூறினீர்கள். மற்றொன்று, முக்கியமாக இந்திய வரலாற்றில் குறிப்பிட வேண்டிய விடயம் என்னவென்றால் பெண்கள் அதிக அளவில் அரசியல் போராட்டங்களுக்காகவும் சமூகத் தொண்டிற்காகவும் ஈடுபட்டது காந்தி யுகம்தான். இதில் நிறைய பேர் இடம்பெற்றுள்ளனர். சுசீலா, அம்புஜத்தம்மாள், ருக்மணி லட்சுமிபதி, கமலாதேவி என்று சொல்லிக் கொண்டே போகலாம்.

இதில் குறிப்பாக தமிழ்நாடு சார்ந்தும் இந்திய அளவிலும் வேலை பார்த்த முக்கியமான பெண் காந்தியர்கள் பற்றி நீங்கள் என்ன கூற விரும்புகிறீர்கள்?

பாவண்ணன் : பெண்கள் அரசியல் போராட்டங்களில் கலந்து கொள்ள வேண்டும் என்று நினைக்கின்ற முதல் தலைவர் காந்தியடிகள் தான். இரண்டு பேரை முக்கியமாகக் கூறுகிறேன். ஒன்று வடநாட்டில் ராஜ்குமாரி அம்ரித் கவுர், மற்றொரு நபர் நம் தமிழ்நாட்டைச் சேர்ந்த சௌந்தரம் அம்மாள். சௌந்தரம் அம்மாள் தமிழ்நாட்டில் இருந்து டெல்லி சென்று படித்து முடித்துவிட்டு இங்கு மருத்துவம் பார்க்கிறார்கள். அவர்கள் கிராம சேவை செய்கிறார்கள். அவர்கள் ஏற்கனவே காந்தியோடு அறிமுகம் ஆகி இருந்தார்கள்.

காந்தியடிகள் அவரிடம், 'கிராமப்புற பெண்கள், குறிப்பாகத் தாழ்த்தப்பட்ட பெண்கள் இவர்களுடைய முன்னேற்றத்திற்காக உங்களது சேவை இருக்க வேண்டும். அவர்களுக்கு இது வரை கிடைக்காத மருத்துவ வசதியை உங்கள் சேவை மூலம் கிடைக்கச் செய்ய வேண்டும்' என்று சொல்லியே அனுப்பியிருந்தார். அப்பொழுது அவர்கள் இரண்டு விடயத்தில் கவனம் எடுத்துக் கொள்கிறார்கள். ஒன்று ஆசிரியை பயிற்சி மையம், மற்றொன்று மருத்துவத்திற்குப் பயன்படக்கூடிய ஓர் மையம். இதன் மூலம் பெண்களை உருவாக்குதல். அவர்கள் இந்த இரண்டு மையங்களையும் தொடர்ந்து நடத்துகிறார்கள். அவர் மீண்டும் மீண்டும், 'இது நகரத்தில் நடத்தக்கூடாது, நகரத்தில் இருப்பவர்களுக்கு

ஏதாவது ஒரு வகையில் வசதி கிடைத்துவிடும், இதை நீங்கள் கிராமத்தில் போய்ச் செய்ய வேண்டும்' என்று வலியுறுத்திக் கூறுகிறார். அதேபோல அவர்கள் இரண்டு மையங்களை உருவாக்கி பயிற்சி கொடுத்து அதன் வழியாக சேவிகா என்ற சேவையாளர்களை உருவாக்கி அதன் வழியாக சிறியதாகச் சின்னச் சின்ன ஆரோக்கிய மையங்கள் உருவாக்கி அதன் வழியாக சேவை செய்கிறார்கள். 1942 ல் கஸ்தூரிபாய் அவர்கள் இறந்து விடுகிறார்கள். அவர்கள் இறந்த பின்பு அவரது பெயரால் ஒரு நிதி திரட்டப்படுகிறது. அந்த நிதியை காந்தி அவர்களுக்குக் கொடுக்கிறார்கள். காந்தி அவர்கள் அந்த நிதியே வேண்டாம் என்று மறுத்துவிடுகிறார். அதை ஒரு அறக் கட்டளை நிறுவனமாகச் செய்துவிடுங்கள் என்று கூறுகிறார். 'அந்த அறக் கட்டளையின் தலைவராக நான் இருக்கிறேன், இந்த அறக்கட்டளையில் இருந்து கிடைக்கக்கூடிய உதவிகளைக் கொண்டு இந்தியா முழுவதும் கிராமத்தில் தாழ்த்தப்பட்ட பெண்களுக்காக உதவி செய்யும் வகையில் ஏதாவது திட்டத்தை உருவாக்கி அதை செயல்படுத்துபவர்களுக்குக் கொடுக்கவேண்டும்' என்று கூறுகிறார். அதிலும் காந்தி அவர்கள் சில நிபந்தனை வைக்கிறார்கள். முதல் ஆண்டு 100% பண உதவி கிடைக்கும், இரண்டாவது ஆண்டு 50% தான் கிடைக்கும், மூன்றாவது ஆண்டு 25% தான் கிடைக்கும், நான்காவது ஆண்டு உங்களது சொந்த முயற்சியில் அது நடைபெற வேண்டும் என்ற நிபந்தனையும் வைக்கிறார். ''இந்தத் திட்டத்தைத் தமிழ்நாட்டில் ஆரம்பிக்க நீங்கள் தான் பொருத்தமான ஆள் நீங்கள் தான் தமிழ்நாட்டில் இதை ஆரம்பிக்க வேண்டும்'' என்று கூறுகிறார். சௌந்தரம் அம்மாளும் உடனடியாக செயலில் இறங்கி விடுகிறார்கள். மதுரைக்கு அருகே ஒரு இடம் கிடைக்கிறது. உடனே அங்கே ஆதார கல்வி மையம் மற்றும் சேவிகா மையம் தொடங்குகிறார்கள். ஒன்று படிப்பு சொல்லித் தருவது இன்னொன்று தொழில் பயிற்சி. இரண்டு மையத்தையும் சரிசமமாக நடத்துகிறார்கள். ஒன்றரை வருடத்தில் இந்தப் பயிற்சி முடிவில் பயிற்சி பெற்றவர்களுக்கான சான்றிதழ்களை வழங்குவதற்கு காந்தியை வர வைக்கிறார்கள். இந்திய அளவில் முதல்முறையாக சான்றிதழ் வழங்கக் கூடிய ஒரே பயிற்சி மையம் சௌந்தரம்மாள் உருவாக்கிய பயிற்சி மையமே. 36 பேருக்கு மையத்தின் வழியாக சான்றிதழ் கொடுத்துள் ளார்கள். அவர்கள் சென்று கிராமங்களில் வெவ்வேறு மையங்களை உருவாக்குகிறார்கள். திருநெல்வேலிக்கும் மதுரைக்கும் இடைப்பட்ட கிராமங்களில் 80 மையங்களை உருவாக்குகிறார்கள். அதன்பின்பு ஆதாரக் கல்வி பள்ளிப்படிப்போடு இருந்த மையங்களை உயர் நிலைப் பள்ளியாக மாற்றுகிறார்கள்.

பின்பு அதனை கல்லூரி ஆக மாற்றுகிறார்கள். கல்லூரிப் படிப்பு முடிந்த பின்பு அதனை பல்கலைக்கழகமாக மாற்றுகிறார்கள். இப்படித்தான் காந்திகிராம பல்கலைக்கழகம் உருவாகியது. சௌந்தரம் அம்மாளின் சேவை பங்களிப்பு மகத்தானது.

வட மாநிலங்களைப் பொறுத்தவரை அம்ரித் கவுர் அவர்களின் சேவை மிகவும் மகத்தானது. இந்த இரண்டு பெண்மணிகளும் பெரிய குடும்பத்தைச் சேர்ந்தவர்கள். அம்ரித் கவுர் ஒரு ராஜகுமாரி. ஜாலியன் வாலாபாக் படுகொலையைக் கண்டிக்கும் விதமாகக் கூட்டப்பட்ட ஒரு கூட்டத்திற்காக காந்தி அவர்கள் செல்கிறார். அது முடித்து வரும் பொழுது ஜலந்தர் வருகிறார். ஜலந்தர் வரும்போது அங்கு ஒரு பெரிய கூட்டம். அப்பொழுதுதான் முதல் முறையாக ராஜ்குமாரி அவர்கள் காந்தியைச் சந்திக்கிறார்கள். அவருடைய பேச்சு மிகவும் உணர்ச்சிகரமாக இருந்தது. அங்கே கூட்ட நெரிசல் தாங்கமுடியாமல் காந்தி அவர்களுக்குக் காய்ச்சல் வந்து விட்டது. அன்று இரவே தான் ஊருக்கு செல்ல வேண்டும் என்று காந்தி அவர்கள் சொல்கிறார். ஆனால் காய்ச்சல் கடுமையாக இருந்தது. மருத்துவர் வந்து பார்த்து விட்டு இந்த காய்ச்சலோடு நீங்கள் பயணம் செய்ய வேண்டாம் என்று கூறுகிறார். காந்தி அவர்கள் எனக்கு ஒன்றும் ஆகாது நான் தொடர்வண்டியில் ஏறி உட்கார்ந்தால் சரியாகி விடுவேன் என்று கூறுகிறார். ஆனால் அதற்கு ராஜகுமாரி மிகவும் கவலைப்படுகிறார். பயணத்தை ரத்து செய்யுமாறு கூறுகிறார்கள். ஆனால் காந்தியடிகள் பிடிவாதமாக இருப்பதைப் பார்த்துவிட்டு வெந்நீரை ஒரு பாட்டிலில் அடைத்து மகாதேவ் தேசாயிடம் கொடுக்கிறார்கள். அவருக்கு வெந்நீர் மட்டுமே கொடுங்கள் வேறு எந்த தண்ணீரும் கொடுக்காதீர்கள் என்று கூறுகிறார்கள். மறுநாள் காலையில் அம்ரித் கவுருக்கு அவர் கொடுத்து அனுப்பிய பாட்டில் திரும்ப அனுப்பப்பட்டது. காந்தியடிகள் சொன்னது போன்று தொடர்வண்டி 10 மணிக்கு கிளம்பியது. அவரது உடல்நிலை குணமாகிவிட்டது என்றும் குறிப்பிட்டு, தண்ணீரோடு பாட்டிலை அனுப்பி வைத்திருந்தார். மீண்டும் ஒருமுறை அந்தப் பகுதிக்கு வருகிறார். இப்பொழுது ராஜ்குமாரி வீட்டிற்கு வருகிறார். காந்தியடிகள் ராஜகுமாரியைப் பார்த்து நீங்கள் ஏன் இவ்வளவு நகை போட்டு இருக்கிறீர்கள் இந்த நகை எல்லாம் உங்களுக்குத் தேவை தானா என்று கேட்கிறார். இவ்வளவு ஆடம்பரமாக உடை உடுத்துகிறீர்கள் இது தேவைதானா என்று கேட்கிறார். நான் உலகமெல்லாம் சென்று அந்நிய துணியை உடுத்தக்கூடாது, எரித்து விடுங்கள் என்று கூறி வருகிறேன். நீங்கள் இவ்வாறு

ஆடம்பரமாக இருக்கலாமா என்று கூறுகிறார். அந்த அம்மாவிற்கு ஆடை மீது மிகவும் பிரியம். இதை எப்படி நான் விட முடியும் என்று அவர் கேட்கிறார்கள். காந்தியடிகள் ராஜ்குமாரி அவர்களை முழுக்க முழுக்க ஆடையில் இருந்தும் அணி கலன்களின் மீது இருந்த பிரியத்தில் இருந்தும் மெல்ல மெல்ல மாற்றி கதர் ஆடையை அணிய வைக்கிறார். படிப்படியாக அந்த அம்மாவை அவர் மாற்றுகிறார். அவர்கள் அதன் பின்பு கதர் இயக்கத்திற்காக ஊர் ஊராக சென்று கதர் துணிகளைத் தலையில் சுமந்து கொண்டு விற்கச் செல்கிறார்கள். இதேபோன்று அவர்களை முழு காந்தியனாக மாற்றுகிறார். அவர்களே நூற்று, ஒரு வேட்டியை காந்தி அவர்களுக்கு அனுப்புகிறார்கள். காந்தியினுடைய கொள்கைகள் வந்த உடனே அவர்கள் தானாகவே ரசாயன மாற்றத்திற்குள் வந்து விடுகிறார்கள்.

சித்ரா : மிக அருமையான கருத்துகளை பகிர்ந்து கொண்டீர்கள். மிக இளம் வயதிலேயே காந்தி எப்படி உங்களை ஆட்கொண்டார்கள் என்பதை பற்றியும் முக்கியமாக தமிழக ஆளுமைகள் மூன்று பேரைப் பற்றி விரிவாக கூறி உள்ளீர்கள். வைத்தியநாத ஐயர், சௌந்தரம் ராமச்சந்திரன், ஜே.சி.குமரப்பா அவர்களைப் பற்றி மிகவும் அழகான தகவலை இந்த நிகழ்ச்சியில் பகிர்ந்து கொண்டீர்கள். நன்றி.

பாவண்ணன்: நீங்கள் சொல்வது போன்று இன்னும் நிறைய ஆளுமைகள் இருக்கிறார்கள் டி.எஸ்.எஸ். ராஜன், அவிநாசிலிங்கம், ராஜாஜி, நடேசன் இதேபோன்று ஒரு பெரிய பட்டியல் உள்ளது. அவர்களைப் பற்றி நிதானமாக வேறு ஒரு சந்தர்ப்பங்களில் நிச்சயமாக பேசுவோம். நன்றி வணக்கம்.

அ. மார்க்ஸ்
பேராசிரியர்
களச்செயல்பாட்டாளர்

சித்ரா : காந்தியை ஒவ்வொருவரும் ஒவ்வொரு வகையில் சென்றடைவார்கள். விமர்சனம் மூலமாகவும் பாராட்டு உரைகள் மூலமாகவும் அல்லது நேரடி தேடல் காரணமாகவும் சென்றடைகிற இடமாக காந்தி இருக்கிறார். உங்களுடைய வாழ்க்கையில் காந்தியுனுடைய தொடக்கப் புள்ளி எங்கிருந்து ஆரம்பித்தது?

அ.மார்க்ஸ் : என்னுடைய ஊர் ஒரு ஜமின்தாரி ஊர். அந்த ஊரில், மக்கள் நிலத்தை உரிமையாக்க வேண்டும் என்று போராடிய போது கிருஷ்ணம்மாள் ஜெகந்நாதன் தம்பதியர் ஒரு மாநாடு நடத்தினார்கள். என்னுடைய தந்தை நாடு கடத்தப்பட்ட ஒரு கம்யூனிஸ்ட். ஆனாலும் அவருக்கு காந்தி மீது ஒரு மரியாதை உண்டு. லெனினை எப்படி நேசித்தாரோ, எனக்கு மார்க்ஸ் என்று எப்படி பெயர் வைத்தாரோ அதுபோல் காந்தியையும் மதிக்கக் கூடியவர். அப்போது சில புத்தகங்கள் கொடுத்து இதையெல்லாம் படிடா என்றார். அன்றைக்குத் தொடங்கி எனக்கு காந்தி மீது மரியாதையும் பற்றும் வந்தது. நான் இருந்த அரசியல் சூழல் காந்தியைக் கடுமையாக விமர்சிக்கக்கூடிய சூழல். அந்த சூழலுக்கு மத்தியிலும் எப்பொழுதும் காந்தியை எதிர்மறையாக பார்க்காமல் அவரிடம் நமக்கு என்ன கிடைக்கும் என்று தொடர்ச்சியாக கவனித்து வந்தேன். இன்றைய அரசியல் சூழலில் இந்தியாவில் ஏற்பட்டிருக்கக் கூடிய மாற்றங்களில் காந்தி மிகவும் தொடர்புபடுத்தக்கூடிய அம்சம் என்றால் இது ஒரு பல மதங்கள்; இனங்கள் மற்றும் மொழி பேசக் கூடிய மக்கள் வாழும் நாடு, அந்த வகையில் ஒற்றுமையையும் இந்த நாடு அனைவருக்குமானது என்ற சிந்தனையை ஏற்படுத்திய விஷயத்தில் காந்தி வியக்கத்தக்க மனிதராக இருந்தார். அதற்கு சமமாக என்னால் யாரையும் பார்க்க முடியவில்லை. ஏனெனில் அவர் எல்லா மதங்களையும் எல்லா கருத்துகளையும் நேசித்தார். தனக்கொரு மதம்; தனக்கொரு நம்பிக்கை இல்லை என்று சொல்லி வந்தார். அவர் தன்னுடைய நம்பிக்கையைக் கொண்டு தனக்கென ஒரு மதத்தைப் பின்பற்றினார். ஆனால் அதே சமயத்தில் பொதுவெளிகளில் தன்னை அப்படி அடையாளப்படுத்திக் கொண்டது கிடையாது. அந்த வகையில் காந்தியை எனக்குப் பிடிக்கும். அவர் அரசியலிலும் அதே போலத்தான் செயல்பட்டார்.முந்தைய காலத்தில் சுதந்திரப் போராட்டம் என்பது தனிநபர்கள் துப்பாக்கியைக் கொண்டு சுடக்கூடிய ஒன்றாகத்தான் இருந்தது. அதில் முஸ்லீம்கள் உள்ளடக்கப்படவில்லை. சுதந்திர போராட்டத்தில் திலகரும் பெரிய பங்களிப்பைச் செய்தாலும் அவர்கள் அனைவரையும் உள்ளடக்கி அதைச் செய்யவில்லை. அப்படியான சூழலில் காந்தி முதன்முதலில் இந்தியா வந்தபோது கோபால கிருஷ்ண

கோகலேவைச் சென்று சந்திக்கிறார். அவர் மிதவாதி என்று அறியப் பட்டவர். அவர், 'இந்தியா ஒரு பெரிய நாடு. சுற்றி அலைந்துவிட்டு முடிவு செய்' என்கிறார். அதைப் போல அனைத்துப் போராட்டங்களில் கலந்து கொண்டார். அவர், முஸ்லீம்கள் போன்ற பிற மக்களை இணைக்காமல் ஒரு அரசியல் போராட்டம் என்பது நியாயமாக இருக்காது என்ற அடிப்படையில் முதன்முதலாகத் தொடங்கிய போராட்டமே கிலாபத் இயக்கம். அதைப் போன்ற விடயம் அவரிடமிருந்து கிடைத்தது. அதுதான் காந்தியின் மீது ஈடுபாடு ஏற்படுவதற்கான அடிப்படை.

சித்ரா : காந்தியினுடைய மிக முக்கியமான அம்சங்களில் நாம் பார்க்கக் கூடியது அவருடைய உரையாடல் தன்மை. அவர் தொடர்ந்து, இந்தியா வந்த பிறகும் சரி, தன்னுடைய வாழ்நாள் இறுதி வரை உரையாடலை சாத்தியப்படுத்தியும் செயல்படுத்தியும் இருந்திருக்கிறார். ஒரு போராட்டக் களத்தில் இருப்பவருக்கு உரையாடல்தன்மை மிக முக்கியமான அம்சம். காந்தியினுடைய உரையாடலை எப்படிப் பார்க்கிறீர்கள் ?

அ. மார்க்ஸ் : காந்தியினுடைய எழுத்து, தொண்ணூற்று ஒன்பது தொகுப்பாக வெளி வந்திருக்கிறது. அவற்றில் அவர் புத்தகமென்று எழுதியது மிகக் குறைவு. பல்வேறு சந்தர்ப்பங்களில் மக்கள் கேட்கக் கூடிய கேள்விகளுக்கு பதில் சொல்வது போன்ற செயல்பாடுகள் எழுத்துகள் மூலமாகப் பதியப்பட்டுதான் இன்றைக்கு இத்தனைத் தொகுப்பாக வெளிவந்திருக்கிறது. அவர் என்றைக்கும் உரையாடலுக்குத் தயங்கியதில்லை. மாற்றுக் கருத்து உள்ளவரிடம் பேசுவதற்கு தயங்கியதோ ஒதுங்கி போவதற்கோ தயாராக இல்லை. அதே சமயம் தன்னுடைய கருத்துகளை விட்டுக் கொடுப்பதுமில்லை. அந்த வகையில் அவருடைய உரையாடல்கள் மிக முக்கியமானது. அதுமட்டுமின்றி அவருடைய எந்தவொரு உரையாடல்களையும் தனியாக வைத்து இதுதான் அவருடைய கருத்து என்று சொல்ல முடியாது. உதாரணமாக ஒரு சம்பவம் சொல்கிறேன், காந்தி ஒருமுறை தமிழ்நாட்டுக்கு வந்தபோது தேவதாசி ஒழிப்பு போராட்டம் நிகழ்ந்து கொண்டிருந்தது. டாக்டர் முத்துலட்சுமி போன்றோர் இப்போராட்டத் தில் முன்னிலையில் இருக்கிறார்கள். முத்துலட்சுமி இவர் மீது மிகுந்த மரியாதை உடையவர். அவரை இவர்கள் எங்களுடைய கூட்டத்திற்கு வரவேண்டும் என்று அழைக்கிறார்கள். இவரும் அக்கூட்டத்திற்குச் செல்கிறார். அன்றைய சூழலானது, சத்தியமூர்த்தி உட்பட இவரது கட்சிக்காரர்கள் தேவதாசி முறை ஒழிப்பிற்கு எதிராக இருக்கிறார்கள். அதற்குரிய மசோதாவும் கிடப்பில் இருக்கிறது. ஆனாலும் காந்தியை

அழைத்துக் கொண்டு செல்கிறார்கள். அவர் கூட்டத்தில் பேசுகிறார். அனைவரது கருத்துகளையும் கேட்கிறார். கேட்டுவிட்டு அவர் தமிழ் நாட்டில் சென்ற இடங்களில் எல்லாம் தேவதாசி முறை ஒழிப்புக் குறித்துப் பேசுகிறார். அவர் கட்சிக்கு எதிராகப் பேசுகிறார். எனவே அவரை சுலபமாக சின்ன சிமிழுக்குள் அடைத்திட முடியாது. சுயமரியாதை இயக்கத் தலைவர்களில் பன்னீர் செல்வம் உட்பட பெரிய தலைவர்கள் காந்தியைச் சந்திக்கிறார்கள். இங்கு உள்ள சாதி வேற்றுமை மற்றும் பார்ப்பன ஆதிக்கம் போன்ற விஷயங்களை நீங்கள் கண்டிக்க வில்லை என்று குற்றம் சாட்டுகிறார்கள். அவர், குறிப்பிட்ட ஒரு சமூகத்தைத் தாக்க முடியாது என்று விவாதத்தில் எதிர்த்தே பேசுகிறார். ஆனால் அன்று மாலை நடந்த பொதுக் கூட்டத்தில் அவர்களுடைய கருத்துகளை உள்வாங்கிக் கொண்டு, இங்கே தீண்டாமை மற்றும் சாதி வேற்றுமை இருக்கிறது. அதை முறிக்கவேண்டும். யாருக்கெல்லாம் முதன்மை கொடுக்க வேண்டுமென்ற மாறான கருத்துகளைப் பேசுகிறார். அவர் எந்த சந்தர்பத்திலும் கருத்துகளை உள்வாங்கிக் கொள்வதற்குத் தயாராக இருந்திருக்கிறார். உரையாடல்களில் மாற்றுக் கருத்துகளைச் சொன்னாலும் தன்னுடைய கருத்துகளை மாற்றிக் கொள்ளவில்லை. தன்னுடைய கருத்துகள் மாற்றிக் கொள்ளக்கூடியது என்று அவருக்குத் தோனறினால் அவர் மாற்றிக்கொள்வார். அவர் தன்னுடைய கருத்துகளை மாற்றிக் கொள்வதற்கு எப்பொழுதுமே தயாராக இருந்தார். அவரைப் பற்றிய சில விஷயங்கள் நமக்கு வியப்பாக இருக்கும். ஒரு ஊரில் காந்தி தங்கியிருக்கும்போது அந்த ஊரில் திருட்டு ஒன்று நிகழ்ந்திருக்கிறது. அங்கு உள்ள மக்கள் காந்தியைச் சந்திக்கிறார்கள். அவர் சொல்கிறார், கொள்ளை நடந்தால் நீங்கள் மூன்று விடயங்கள் செய்யலாம். போலிசாரிடம் புகார் கொடுக் கலாம். அவர்கள் வந்து லஞ்சம் வாங்குவார்கள் அல்லது விட்டு விட்டுச் செல்வார்கள். விட்டுவிட்டுச் சென்றால் கோழைத்தனம். மூன்றாவது உங்களின் தேவைக்கு அதிகமாக வைத்திருக்கிறீர்கள். உங்கள் பொருளைத் திருடுபவன் மட்டும் திருடன் அல்ல. தேவைக்கு அதிகமாக சொத்து வைத்திருப்பவனும் திருடன் தான். அந்த வகையில் நாம் எளிமையாக இருக்கப் பழகவேண்டும் என்று கூறுகிறார். அந்த மக்களும் வணங்கிவிட்டுச் செல்கிறார்கள். என்ன இவர் லூசுத்தனமாக பேசுகிறார் என்று நினைக்காமல் வணங்கிவிட்டுச் செல்லுமளவிற்கு அவரிடம் ஒரு கவர்ச்சி இருந்தது. சாய்ந்தமின் என்பவர் *Subaltern studies* துறையில் மிக விரிவாக மக்களின் பார்வையைப் பற்றி ஆய்வு செய்திருக்கிறார். மக்கள் காந்தியைக் கடவுளாக நினைத்தார்கள். காந்தி தங்களின் கனவில் வருவதாகவும் அவரை வேண்டினால் சில

நோய்கள் குணம் ஆகும் என்று பேசக்கூடியது போன்ற சூழல்கள் இருந்தது. அந்த அளவிற்கு கிராமத்தில் இணைந்து இருந்தார். இங்கிருந்து தென்னாப்பிரிக்கா செல்லும்போது விலையுயர்ந்த கோட் சூட்டோடு செல்கிறார். திரும்பி வரும்போது குஜராத்தி விவசாயி உடையில் வருகிறார். தமிழ்நாட்டுக்கு வந்த பிறகு குறைவான ஆடையோடு தன் வாழ்நாள் முழுவதும் செயலாற்றினார். அப்போது கிராமத்து மக்களில் ஒருவராக இருக்கிறார். ஆனால் மிகப்பெரிய அளவில் அவர் சொன்னால் உலகம் கேட்கிறது என்ற எண்ணத்தோடு மக்கள் அவரை சந்தித்தார்கள். எல்லோருடனும் உரையாடினார். எதிர்த் தரப்போடும் உரையாடினார். அரவிந்தர் இவரைச் சந்திக்க மறுக்கிறார். ஆனாலும் இவர் சந்திப்பதற்கு தமிழ்நாட்டில் தங்கிக் கொண்டு ஆள் அனுப்புகிறார். ஆனாலும் அவரைச் சந்திக்கவில்லை. காரணம் அவருடைய பாதை வேறு இவருடைய பாதை வேறு. இருந்த போதிலும் காந்தி அரவிந்தரைப் பார்ப்பதற்கும் பேசுவதற்கும் தயாராக இருந்தார். சங்கராச்சாரியார் இவரை பார்க்க வேண்டும் என்று சொல்கிறார். இவர் சந்திக்க செல்கிறார். சிலரிடம் சமஸ்கிருதம் தெரிந்தாலும் ஹிந்தியில் பதில் கூறுகிறார். அந்த உரையாடலில் இந்து மதத்திற்கு எதிரான பல பிரச்சனைகள் வருகிறது. கோயில் நுழைவை இவர் ஆதரிக்கிறார் என்பதற்காகவும் இவர் ஆதரிப்பது என்பது ஆற்றல் மிகுந்த சக்தியாக மாறுகிறது என்பதால் மன மாற்றத்தை நோக்கி பேசுகிறார். ஆனால் காந்தி இதையெல்லாம் கேட்டுவிட்டு தொடர்ச்சியாக ஆதரிக்கத்தான் செய்கிறார். ஒருமுறை இவர் குற்றாலத்திற்கு குளிக்கச் செல்லும்போது தாழ்த்தப்பட்ட மக்கள் இவரைச் சந்தித்து எங்களைக் குளிக்க அனுமதிக்கவில்லை என்கிறார்கள். உங்களைக் குளிக்கக் கூடாது என்று கூறினால் நான் ஏன் குளிக்க வேண்டும் என்று சொல்லி விட்டு வருகிறார். அதே போல மாற்றுக்கருத்து உள்ளவரைத் தவிர்ப்பதில்லை.

சித்ரா : காந்தியின் எதிர்த்தரப்போடு இருக்கக்கூடிய உரையாடலின் முக்கியமான அம்சத்தை எப்படிப் பார்க்கிறீர்கள்?

அ.மார்க்ஸ் : மாற்றுக் கருத்து உள்ளவர்களிடம் முடிந்த வரை அவர்களுடைய கருத்தை மாற்றுவதற்கு முயற்சி செய்கிறார். அப்படியான சூழலில் தன்னுடைய கருத்தை வலியுறுத்தி மக்களிடம் சொல்கிறார். அவர் உரையாடலைத் தவிர்த்தது கிடையாது. ஒருமுறை மன்னார்குடியில் தங்கியிருந்தபோது அங்கிருக்கக் கூடிய பெரிய ஆச்சாரியார் இவரை சந்திக்கிறார். அவர், காந்தி இந்து மதத்தைத் தாண்டி பல பிரச்சனைகளை விட்டுக் கொடுத்துப் பேசுவதாகக் கூறுகிறார். அந்த இடத்தில் உறுதியாக பதில் உரைக்கிறார் காந்தி,

'எந்த விஷயத்தையும் விட்டுக் கொடுப்பதில்லை. நாங்கள் நினைப்பது இந்துமதம் அல்ல. இந்துமதம் எப்போதும் திறப்புகளோடு இருந்த ஒன்றுதான்' என்ற விஷயத்தை சொல்கிறார். மற்ற மதங்களைப் போல எழுதப்பட்ட நூலுக்கு முக்கியத்துவம் தராத சூழ்நிலையில் பல நல்ல விஷயங்களை உள்வாங்கக் கூடிய மதமாக இந்து மதத்தை காந்தி பார்த்தார். அவருடைய உரையாடல் வெளிப்படைத் தன்மை உள்ளதாக இருந்தது. மாற்றுக் கருத்து உள்ளவர்களிடம் சென்று உரையாடிக் கொண்டே இருந்தார். தலித்களின் பிரச்சனைகளில் கூட ஒரு ஸ்டேட்மெண்டை வைத்துப் பார்க்க முடியாது. ஒரு இடத்தில் இந்து சனாதன தர்மம் மற்றும் அதனுடைய மரபுகளையும் தீண்டாமை களையும் அங்கீகரிக்க வேண்டும் என்று அவர் கூறியதுமாக ஒரு கேள்வி உண்டு. ஆனால் இறுதிக் காலத்தில் அவர் அப்படிக்கூறவில்லை. தன்னுடைய ஆசிரமங்களில் நடக்கும் திருமணங்களில் இரண்டு பேரில் ஒருவர் தலித்தாகவும் இருக்க வேண்டும். பிராமணப் பெண்கள் தலித் ஆண்களைத் திருமணம் செய்து கொள்வதைத் நான் விரும்புகிறேன் என்று கூறுகிறார். தென்னாப்பிரிக்காவில் கம்யூன்களை உருவாக்குகிறார். கம்யூன்களில் அனைவரும் அவரது மனைவி உட்பட மலம் அள்ளுகிற நாட்களில் மலம் அள்ள வேண்டும் என்று நடைமுறையைக் கொண்டு வந்தார். அவரை ஒரு மதத்திற்குள் அடக்க முடியாது. இந்து மதத்தை தீண்டாமை சாதிபேதம் மற்றும் வருணம் முதலான பிரச்சனைகளை தூக்கிப் பிடிக்காமல் திறப்புள்ள மதமாக மற்ற மதங்களைக் காட்டிலும் தனித்துவமான நல்ல விடயங்களைக் கொண்டது என்பதை வலியுறுத்தினார்.

சித்ரா : காந்தி மரபு சார்ந்தவர் தானே தவிர பழமைவாதி அல்ல. சில விடயங்களை அவர் தொடர்ச்சியாக கடைபிடித்து வந்தார். அந்த சிறப்பம்சங்களை அவர் எடுத்துக்கொண்டார். பழமை சார்ந்து சமஸ்கிருதத்தில் இருப்பதே உண்மை என்ற பழமைவாதத் தன்மை அவரிடம் இல்லை. அவர் மரபு சார்ந்தவர் என்பது தானே தவிர பழமைவாதி என்பது அல்ல என்ற கருத்தை எப்படி பார்க்கிறீர்கள்?

அ. மார்க்ஸ் : உதாரணமாக அவர் தமிழ்நாட்டுக்கு வந்தபோது திருச்சி நேஷனல் கல்லூரியில் வரவேற்பு கொடுத்தார்கள்; திருச்சி நேஷனல் கல்லூரியைப் பற்றி தெரியும். இங்கு இருக்கக்கூடிய உயர் சாதி மக்கள் படிக்கக்கூடிய கல்லூரி. அங்கு அவர்கள் சமஸ் கிருதத்தில் வரவேற்புரை வாசிக்கிறார்கள். காந்தி பேசும்போது இங்கு இருப்பவருக்கு எத்தனை பேருக்கு சமஸ்கிருதம் தெரியும் என்று கேட்கிறார். ஒரு ஐந்து பேர் தெரியும் என்று கூறுகிறார்கள். இந்தமாதிரி சூழலில் நீங்கள் ஏன் சமஸ்கிருதத்தில் வாசிக்க வேண்டும்? என்று

கேட்கிறார். எல்லோருக்கும் தெரிந்த மொழி தமிழ். உங்கள் மொழி இலக்கியத்தில் சிறந்தது. அதில் நீங்கள் வரவேற்புரை கூறாததனால் நான் ஏற்றுக் கொள்ளவில்லை என்று கூறுகிறார். அவருடைய எல்லா கருத்துகளும் புரட்சிகரமான சிந்தனைகளை உடையதாக இருக்கிறது. உதாரணமாக தன்னை இந்துபிரஜை என்று அழைத்துக் கொண்டார். அந்த சொல்லுக்கு நியாயமான பொருளில் சிறந்த மனிதராக வாழ்ந்து கொண்டிருந்தவர். ஆனால் அவர் இந்து கோவிலுக்குச் சென்று வணங்குவதில் ஆர்வம் காட்டவில்லை. ஒரு முறை அல்லது இரண்டு முறை மட்டுமே கோவிலுக்கு சென்றதாகக் கூறுகின்றனர். பிறருடைய அழைப்பின் பெயரில் விஸ்வநாதர் கோவிலுக்குச் செல்கிறார். கோவிலில் எதுவும் சுத்தமாக இல்லை என்று கூறிவிட்டுச் செல்கிறார். அவர் கடவுளை அப்படித்தான் வணங்க வேண்டும் என்று கூறவில்லை. அதேபோல அவரது பிரார்த்தனைக் கூட்டங்கள் அனைத்தும் சர்வசமய கூட்டங்கள் தானே தவிர எந்த ஒரு கடவுளையும் வணங்கக்கூடியது அல்ல. அங்கு முஸ்லிம்களும் கிறிஸ்துவர்களும் இருந்தார்கள். அவருக்கு மிகவும் பிடிந்தமான பாடல் ஈஸ்வர அல்லா தேரே நாம். இவற்றையெல்லாம் எந்த மரபுக்குள்ளும் அடக்க முடியாது. அவர் புதிய மரபை உருவாக்கினார். புதிய மரபை இந்தியர்களின் புதிய சூழலுக்காவும் ஒற்றுமைக்காகவும் உருவாக்கினார். ஆகவே அவரை மாடர்னாகத் தான் பார்க்க வேண்டியுள்ளது. கிளாட் மார்க்கோவிச் என்பவர் *Postmodern Gandhi* என்ற முக்கியமான புத்தகத்தை எழுதினார். *Post modern* என்று சொல்லும்போது மாடர்டனை தாண்டி வருபவர் என்று பொருள். மார்டனிசத்தை முந்தைய சனாதனக் கருத்துகளை சுமந்தவர் என்று அவரைக் கூறுகிறோம். இவர் சனாதனிகளை விமர்சிக்கிறார். அதைத் தாண்டி வருபவர்களையும் விமர்சிக்கிறார். அதனால்தான் அவரை *Postmordern thinker* என்று சொல்கிறார்கள். அவருடைய இந்து சுயராச்சிய புத்தகத்தில் இந்தியா அடிமைப் பட்டதற்குக் காரணம் பிரிட்டிஷாரின் ராணுவ பலம் கிடையாது. நீங்கள் அவர்கள் காண்பித்த புதுமைகளுக்கு ஆசைப்பட்டவர்கள். அதனால் அவர்களிடம் அடிமையாக வேண்டிய நிலைமை ஏற்பட்டது. எனவே தேவைகளுக்கும் ஆசைகளுக்கும் தகுந்தாற் போல அரசியலைத் தேர்ந்தெடுத்தீர்கள் என்றால் நீங்கள் அடிமைப்பட்டிருக்க மாட்டீர்கள் என்று கூறினார். அதிகமாக ராட்டை சுற்றிய அவர்தான் அதிக ரயில் பயணங்களிலும் செய்தவர். மைக்கை *(Microphone)* அதிகமாகப் பயன்படுத்தியவரும் அவர்தான். அவர் வறட்டுத்தனமான பிடிவாதத்தோடு இருந்தவர் இல்லை. மிகவும்

நவீனமான சிந்தனைகளை உள்ளடக்கியவர்தான். ஆனால் நளினம் நம்முடைய அடிமைத்தனத்திற்கும் ஆசைக்கும் காரணமாக இருக்கக்கூடாது என்றார். சுயக்கட்டுபாட்டை முன்வைத்தார். சுயராஜ்யத்திற்கு புதிய விளக்கம் கொடுத்தார். சுயராஜ்யம் என்பது நம்மை நாமே ஆண்டு கொள்வது மட்டுமல்ல. ஆசைகளுக்கு கட்டுப்படாதபடி நம்மையும் நாம் ஆண்டு கொள்ள வேண்டும் என்றார். நம்மை ஆள்வதற்குமான சுயராஜ்ஜியத்தை முன் வைத்தார்.

சித்ரா: மாற்று சூழலில் இருந்தவர்கள் ஒரு கட்டத்தில் காந்தியினுடைய பல வழிமுறைகள் சரியானது என்று முடிவுக்கு வருகின்றனர். குறிப்பாக தீவிர கம்யூனிஸ்டாக இருந்தவர் எம்.என்.ராய். அவர் காந்திய வழிமுறை சரியானதாக இருக்கும் என்று நம்புகிறார். இப்படிப் பலபேர் காந்திய வழிமுறைகளை ஒத்துக் கொள்கிறார்கள். காந்தியினுடைய முக்கியமான கூற்றை எப்படி விளக்குவீர்கள்?

அ. மார்க்ஸ் : எம்.என்.ராய் ரஸ்யாவிற்குச் சென்று லெனினிடம் நேரடியாக விவாதமெல்லாம் செய்தவர். லெனினுடைய பல கருத்துக் களைக் கூட விமர்சித்தவர். அவர் காந்தி மீது கடுமையான மாற்றுக் கருத்தை வைத்திருந்தார். ஆனால் அவரது இறுதிக் காலத்தில் அவருடைய கருத்துகளை மாற்றிக் கொள்கிறார். அந்த வகையில் அவரைப் பாராட்ட வேண்டும். அவர் காந்தியினுடைய கருத்துகளை முழுவதுமாக ஏற்றுக் கொண்டவரில்லை. அப்படி ஏற்றுக்கொள்ள வேண்டும் என்ற அவசியமில்லை. நமக்கு காந்தியுனுடைய சில கருத்துகளில் மாறுபாடு இருக்கலாம். காந்தியினுடைய பாதையை அவ்வளவு எளிதில் புறக்கணித்துவிட முடியாது. அனைவரும் அங்கீகரிக்கக்கூடிய நிலையில் இருந்தது. இ.எம்.எஸ் நம்பூதிரிபாட் கூட *'The Mahatma and the Ism'* என்ற புத்தகத்தை எழுதுகிறார். கம்யூனிஸ்ட்கள் காந்தியை ஏற்றுக்கொள்ளக் கூடிய சூழல் இருந்தது. ஆனால் காந்தியை எதிர்த்தவர்கள்கூட அவரை ஏற்றுக்கொள்ளக்கூடிய நிர்பந்தம் ஏற்பட்டது. சிலவிடயங்களில் யோசித்துப்பார்த்தால், அம்பேத் கருக்கும் அவருக்குமான முரண்பாடுகளை யோசித்துப் பார்த்தால் இரண்டு பேருமே தீண்டாமையை ஒழிக்க முயற்சி செய்தார்கள். காந்தியைப் பொறுத்த அளவில் தீண்டாமைக்குக் காரணமானவர்களை மனம் மாற்றி தீண்டாமையை ஒழிக்க நினைக்கிறார். ஆனால் அம்பேத்கார் அவர் கூறியது சாத்தியமில்லை என்று நினைக்கிறார். மக்களை ஒன்று திரட்டி போராடுவது மூலமாகத்தான் தீண்டாமையை ஒழிக்க முடியும் என்று நினைத்தார். இரண்டு பேரும் இரண்டு வழியில் முயற்சி செய்தும் ஒழிக்க முடியவில்லை. ஆனால் காந்தி மதுரை மீனாட்சி அம்மன் கோவில் போராட்டத்தில் பார்ப்பன

தலைவரை தலைமை தாங்க வைத்தார். அதன்பிறகு தலித்துகள் இங்கே வரமுடியாது என்று யாரும் சொல்ல முடியாது. ஆனால் காந்தியினுடைய போராட்டங்களை மறுபரிசீலனை செய்யத் தேவை இருந்தது. இ.எம். எஸ். நம்பூதிரிபாட் போன்றவர்கள் பார்ப்பதற்கும் நான் பார்ப்பதற்கும் இடைவெளி இருக்கிறது. காந்தியைப் புறக்கணித்துவிட முடியாது. அவரை எதிர் மறையாகப் பார்ப்பது அபத்தம்.

சித்ரா : காந்தி, மக்கள் மீது தீராத நம்பிக்கை உடையராகவும் அவர்களுக்காக உழைக்கக் கூடியவராகவும் தன்னை வெளிப்படுத்திக் கொண்டார். வெறுப்பில்லாத தன்மை, காந்தியினுடைய முக்கியமான ஒன்றாக இருக்கிறது. அதை நீங்கள் எப்படிப் பார்க்கிறீர்கள்?

அ. மார்க்ஸ் : காந்திக்கு மக்கள் மீது நம்பிக்கை இருந்தது. அவநம்பிக்கை இல்லை. மக்களும் அவரை நம்பினர். அவர் சொல்வதைக் கேட்கக் கூடிய நிலை இருந்தது. அந்தக் கவர்ச்சி அவருக்கு முன்னும்;பின்னும் யாரிடமும் இல்லை. புத்தரிடம் மட்டும் இருந்தது. புத்தர் ஒரு நாடோடியாக தன் வீடு, மனைவியை விட்டுச்சென்று ஊர் ஊராய்ப் போய் பேசினார். எங்காவது யாகம் நடந்தால் அழைக்காமல் செல்வார். நீ தீண்டதகாதவன் என்று சொல்லும்போது, நான் கேள்வி கேட்பதற்கு பதில் சொல்லுங்கள் என்று பேசும்பொழுது கூட்டம் கூட்டமாக யாகம் செய்தவர்கள் பௌத்த மதத்திற்குச் சென்றதாக வரலாறு இருக்கிறது. அவரைப் போன்ற கவர்ச்சி இவரிடம் இருந்தது. அவரின் எளிமையை சர்ச்சில் இவரைக் கிண்டலடித்ததைக் கேள்விபட்டிருப்போம். மக்கள் அவரைகிண்டலாக நினைக்கவில்லை. மக்கள் நேசிக்கக்கூடிய தலைவர் என்பது முற்றிலும் ஏற்கக் கூடியது. அடிப்படையில் நாம் தேவைகளைக் குறைத்துக் கொள்ள வேண்டும் என்று சொன்ன காந்தியின் வழிதான் இறுதியானது. நன்றி.

எஸ். இராமகிருஷ்ணன்

எழுத்தாளர்

சித்ரா : "காந்தியை ஒவ்வொருவரும் ஒவ்வொரு விதமாக அணுகுவார்கள். உங்களுடைய வாழ்க்கையில் காந்தி எப்படி உள்ளே வந்தார்? காந்தியை எந்தப் புள்ளியில் இருந்து வாசிக்க ஆரம்பித்தீர்கள்?"

எஸ்.ராமகிருஷ்ணன் : "பள்ளி வயதில் காந்தி எனக்கு அறிமுகமாகிறார் என்று சொல்லலாம். குறிப்பாக, காந்தி அறிமுகமான விதம் சிலையாகவும் புகைப்படமாகவும் ஓவியமாகவும் தான் அறிமுகமாகிறார். அப்படித்தான் காந்தியைச் சிறுவயதில் பார்த்திருக்கிறேன். அவர் ஒரு தேசத் தலைவர் என்பது எனக்குத் தெரியும் அதைத் தாண்டி காந்தியைப் பற்றி எதுவும் தெரியாது. காந்தி தேச சுதந்திரத்திற்குப் பாடுபட்டவராகவும் ஒரு தலைவராகவும் பாட புத்தகத்தின் வழியே அறிமுகமாகிறார். ஒருமுறை கட்டுரை எழுதும் போட்டியில் கலந்து கொண்டேன் அதற்கு எனக்கு காந்தியினுடைய 'சத்திய சோதனை' நூலைப் பரிசாகக் கொடுத்தார்கள். அந்த வயதில் காமிக்ஸ் புத்தகங்களையும் பாரதியார் கவிதைகளையும் மட்டும் படித்த எனக்கு ஒரு பெரிய புத்தகம் பரிசாக கிடைத்ததால் சனி, ஞாயிறு விடுமுறை காலங்களில் வேப்பமரத்தடியில் உட்கார்ந்து படித்தேன். எனக்கு அந்த புத்தகம் புதிதாக இருந்தது. அதில் இருக்கக்கூடிய அனைத்தையும் அவர்தான் எழுதினாரா? என்று ஆசிரியரிடம் போய்க் கேட்டேன். அவர்கள் யாரும் அதை முழுமையாக படிக்கவில்லை. ஆனால், அந்த புத்தகம் என்னிடம் பெரிய மாற்றத்தை உருவாக்கியது ஒரு மனிதன் தன் சொந்த வாழ்க்கையைப் பரிசோதனை செய்து கொள்ள முடியுமா? ஒரு சமூகத்தின் பொருட்டு, தான் ஒரு சமூக மனிதனாக வாழ முடியுமா? அனைத்தையும் தாண்டி ஒரு அடிப்படை அறத்தோடும் நேர்மையோடும் வாழ முடியுமா! என்று வியப்படைந்தேன். அதன்பிறகு நூலகத்திற்குச் சென்று காந்தியைப் பற்றிய சிறிய நூல்களைத் தேடுகிறேன் இதன்வழி காந்தி எனக்கு அறிமுகம் ஆகிறார். தொடக்கத்தில் காந்தி இங்கிலாந்து செல்லும் போது ஆங்கிலம் தெரியாத சாதாரண இந்திய பையனாகச் செல்கிறார். பின்னாளில் ஒரு பாரிஸ்டராக தென்னாப்பிரிக்கா சென்று ஒரு மகத்தான தலைவராக இந்தியாவிற்குத் திரும்பினார். இந்தியா முழுவதும் பயணம் செய்யும் காந்தியிடமிருந்தே என் வாழ்வின் பயணங்களையும் உலகத்தோடு தொடர்புபடுத்தக்கூடிய அனைத்து விஷயங்களையும் கற்றுக்கொண்டேன். காந்தி இந்தியா வந்தபோது நான் பொது வாழ்க்கைக்கு வருவதாக இருந்தால் முதலில் இந்தியாவைப் பார்க்க வேண்டும் என்கிறார். ஓராண்டுக்கு மேலாக பயணம் மட்டுமே செய்தார். அதைத்தான் என் இலக்கிய வாழ்வுக்கு ஆதாரமாக எடுத்துக் கொண்டு காந்தியைப் போன்றதொரு பயணத்தைத் தொடங்கினேன். அந்தப் பயணம் வியப்பூட்டுவதாக இருந்தது.

அனைத்து ஊர்களுக்கும் காந்தி சென்றிருக்கிறார். எங்கள் ஊரான விருது நகருக்கும் வந்திருக்கிறார். விருதுநகர் ரயில் நிலையத்திற்கு வெளியே காந்தி இங்கு வந்திருக்கிறார் என்ற கல்வெட்டோடு காந்தியினுடைய சிலை ஒன்றும் இருக்கும். அதற்குக் கீழே ஒரு செய்தி. ''அன்று மழை பெய்தது எங்கள் ஊரைப் பொறுத்தவரையில் காந்தி வந்ததும் மழை பெய்ததும் அதிசயம்தான்.' காந்தியுடனான உறவு ஒரு தாத்தாவோடு இருக்கின்ற உறவு போல் இருந்து ஒரு தலைவரோடு இருப்பது போன்ற உறவாகி தற்போது ஒரு தோழரோடு இருப்பது போல் இருக்கிறது. நீண்ட காலம் காந்தியினுடைய வழியில் சென்று கொண்டிருக்கிறேன்.'

சித்ரா : ''காந்தி ஒரு எழுத்தாளராக தன்னுடைய அனுபவங்களைத் தானே பதிவு செய்து கொள்ள வேண்டும் என்ற முயற்சியில் இருந்திருக் கிறார். அவருடைய சத்திய சோதனையில் தென்னாப்பிரிக்கச் சத்தியாகிரகத்தைப் பதிவு செய்திருக்கிறார் காந்தியினுடைய எழுத்தை எப்படிப் பார்க்கிறீர்கள்?

எஸ்.ராமகிருஷ்ணன் : ஒரு எழுத்தாளர் என்ற முறையில் வியப்பூட்டக்கூடிய காந்தியினுடைய நூல்கள் 50,000 பக்கங்களாக 100 தொகுதிகளைக் கொண்டுள்ளது. தமிழ்நாட்டிலும் இந்தியாவிலும் எந்தவொரு எழுத்தாளரும் 100 தொகுதிகளை எழுதியதில்லை. அரசியல் தலைவர்களும் பேச்சு, எழுத்து என்று உலக அளவில் இவ்வளவு எழுதியிருப்பார்களா என்பது தெரியவில்லை. காந்தி தான் செய்ய நினைத்த அனைத்தையும் எழுதியிருக்கிறார். எனக்கு அவரிடம் பிடித்தது தனது சுயசரிதை எழுதும் போது கூட குஜராத்தியில் தான் எழுதுகிறார். அது அவருடைய தாய் மொழி. லண்டன் சென்று படித்து வந்தாலும், அவர் வழக்கறிஞராக இருந்தாலும் தனது சுயசரிதையை எழுதும்போது தாய்மொழியில் தான் எழுதவேண்டும் என்று கற்றுக் கொடுக்கிறார். அது என்னைப் போன்றவர்களுக்கு வழிகாட்டல். காந்தியினுடைய நூலை மொழிபெயர்ப்பு செய்யும்போது யாரும் திருத்தம் செய்யவில்லை. ஆனால் அவரே ஆங்கிலத்திலும் இந்தியிலும் எழுதியிருக்கலாம். ஆனால் அவர் அப்படி எழுதவில்லை. எனக்கு காந்தி எழுதிய நூல்களில் மிகவும் பிடித்தது ஹிந்து சுயராஜ்யம். அந்த சின்ன நூலில் அவருடைய கனவுகள் அனைத்தையும் குறிப்பிட்டுள்ளார். நூலில் சொன்ன அனைத்தையும் காந்தி தன் வாழ்வில் நடைமுறைப்படுத்திப் பார்த்தார். இன்றும் அவருடைய கனவில் பாதி கூட நிறைவாகவில்லை. ஆனால் காந்தியினுடைய பன்முகத்தன்மை அவருடைய சமகாலத்தில் எல்லா பிரச்சனைகள் குறித்தும் சிந்தித்திருக்கிறார். மக்களிடையே சென்று சேரவேண்டுமென்றால்

முதலில் நாம் செய்ய வேண்டியது நாம் அன்றாடம் செய்யக்கூடியதை எளிய மக்களிடம் தெரியப்படுத்த வேண்டும் என்றார். அதற்கான சாதனங்களையும் பயன்படுத்தினார். பத்திரிகையாளரிடம் இணக்கமாக இருக்கிறார். நேர்காணல் கொடுக்கிறார். காந்தி தொடர்ந்து தன்னை எழுத்தாளராக முதன்மைப்படுத்தியிருக்கிறார். பத்திரிகைகளில் அவருடைய உரைகளைத் தொகுத்திருக்கிறார். அவர் எழுதிய ஐம்பதாயிரம் பக்கங்களை படிக்க வேண்டும் என்றால் ஒரு வாழ்நாள் போதாது. அவரது சுயசரிதையை எழுத முற்படும் போது, அதற்கு "my experiment with truth" என்று எழுதியிருக்கிறார்? அதில் எனக்கு மிகவும் பிடித்த சொல் experiment. experiment என்ற சொல் அறிவியலுடையது. எல்லாப் பரிசோதனையிலும் வெற்றியும் தோல்வியும் உண்டாகும். எந்த பரிசோதனையாக இருந்தாலும் அதனுடைய தீர்வை எதிர்பார்ப்பதை விட பரிசோதனை செய்வது தான் முக்கியம். தீர்வைப் பொருத்தமட்டில் இந்த பரிசோதனையில் இல்லையெனில் இன்னொரு பரிசோதனையில் இருக்கும். அவர் வாழ்க்கையின் ஒப்புதலோ விளக்கமோ அல்லது வரலாறோ சொல்லவில்லை. அறிவியல் பூர்வமாக சொல்கிறார். இது ஒரு சத்திய சோதனை, நான் சோதனை செய்து கொண்டிருக்கிறேன் என்றார். தன்னுடைய தவறுகளை ஒப்புக்கொண்ட ஒருவர் இருக்கிறாரென்றால் காந்தி மட்டும்தான். ஒரு முயற்சி தோல்வியடையும் போது இது என்னுடைய தோல்வி, என்னுடைய எண்ணத்தினுடைய தோல்வி, எனது செயலினுடைய தோல்வி அதை நான் மாற்றிக்கொள்கிறேன் என்கிறார். இது அறிவியல் பூர்வமான பார்வை. காந்தி தன்னை மரபான மனிதனாகவோ வைதீக மனிதராகவோ காண்பித்துக் கொள்ளவில்லை அவர் அறிவியல் பூர்வமாகத்தான் தன் சொந்த வாழ்க்கையை எழுதினார். அந்தப் பெரிய நூலில் தன்னுடைய குடும்பத்தின் பிரச்சனையையோ அவருடைய சகோதரர்கள் மற்றும் பிள்ளைகளைக்குறித்தோ ஒன்றும் எழுதியது கிடையாது. தன்னுடைய வாழ்க்கையை எழுத முற்படும் போது தான் ஒரு சமூக மனிதன் தான் என்றும், இந்தியாவிற்குப் பொதுவானவன் என்றும் இந்திய மக்களுடைய வாழ்க்கையில் தான் முக்கியம் என்றும் நினைக்கிறார். அவருடைய குடும்பத்தில் இருக்கும் பலருக்கும் அவர் எங்களைப் பற்றி எழுதவில்லை என்ற அதிருப்தியே இருந்தது எனினும் அவர் அதைப் பொருட்படுத்தவில்லை. ஆனால் காந்திய இயக்கத்தில் இருக்கக்கூடியவர்களையும் அவர்களது குடும்பங்களையும் விசாரிக்கிறார் அவர்களுக்கு ஆலோசனை வழங்குகிறார் மருத்துவம் குறித்து சொல்கிறார் கூடுதலாக வாழ்க்கையினுடைய அறத்தை

போதிக்கிறார்? ஆனால் சொந்த பிள்ளைகளை மதிக்கவில்லை. அவருடைய குடும்பம் என்பது என்னுடைய மனைவி, பிள்ளைகள் என்பதெல்லாம் கிடையாது. இந்தியாதான் தன்னுடைய குடும்பம் என்று கூறுகிறார். தன்னுடைய உடலை பரிசோதனைக்குரியதாக மாற்றிய இந்திய அரசியல்வாதிகளில் அவர் அளவிற்கு உடலை பரி சோதனைகளாகப் பார்த்தது யாரும் கிடையாது. உணவு முறையையும் மருத்துவ முறையையும் மாற்றுகிறார் அவருடைய ஒரு நாள் காலை மூன்றரை மணிக்கு தொடங்குகிறது மூன்றரை மணிக்கு தொடங்கி இரவு வரைக்கும் தொடர்ந்து பணியாற்றிக் கொண்டிருக்கிறார். ஒரு நிமிடம் கூட வீணடிக்கவில்லை. அவர் தேச தலைவராக இருந்தாலும் பெரிய ஆளுமையாக இருந்தாலும் அவர் தொடர்ந்து வேலை செய்துகொண்டு இருந்தார். மனிதனுக்கு உழைப்பு தான் முக்கியம் என்று நமக்கு கற்றுக் கொடுக்கிறார். மற்றொரு விஷயம் காந்தி தன் வாழ்நாளில் ஒரு முறை கூட விமானத்தில் சென்றதில்லை. விமானத்தில் செல்லாத ஒரே ஒரு அரசியல் தலைவர் காந்திதான். அவர் அனைத்து இடங்களுக்கும் மூன்றாம் வகுப்பில் மக்களோடு தான் பயணிக்கிறார். சில நேரங்களில் அவரோடு பயணம் செய்த தலைவர்கள் இரண்டாம் அல்லது முதல் வகுப்பில் பயணிக்க, இவர் மூன்றாம் வகுப்பில் தான் பயணித்தார். ஏனென்றால் அவர் முதல் வகுப்பில் சென்றதால் தான் தள்ளப்பட்டார். தன் உடைகளை கலைந்து விட்டு மேலுடை அணியாமல் ஒரு தலைவர் வருவதை இந்திய மக்கள் பார்த்தது கிடையாது. கிராமப்புறங்களில் கூடிய மக்கள் காந்தியைக் கண்டு ஆச்சரியமடைகிறார்கள். நம் ஊரில் இருக்கக்கூடிய விவசாயிகள், கூலித் தொழிலாளர்கள் போல் தோற்றமளித்தார். கடலோடு உறவாக இருக்கிறார்; கடலை ரசிக்கிறார். ஆனால் தேம்ஸ் நதியைப் பற்றியோ அவர் பயணம் செய்த ஆப்பிரிக்காவினுடைய புல்வெளிகளையோ கடந்து வந்த பெரிய மலைத்தொடர்களையோ ரசிக்கவில்லை. காந்திக்குள் இருக்கக்கூடிய எழுத்தாளனுக்குப் பிடித்தமானது கடல் தான். அவர் உப்புக் காற்றில் பல கிராமங்களைத் தாண்டிச் செல்கிறார். அப்போதும் எளிய மனிதர்களுடைய வீடுகளை ரசிக்கிறார். அவர் 17 முறை உண்ணாவிரதம் இருக்கிறார். ஒருமுறை கூட பிரிட்டிஷருக்கு எதிராக உண்ணாவிரதம் இருந்ததில்லை. அத்தனை முறையும் காந்தி இந்தியர்களை ஒன்று சேர்ப்பதற்காக உண்ணாவிரதம் இருக்கிறார். குறிப்பாக இந்தியர்கள் அனைவரும் வன்முறை இல்லாமல் கலவரங்கள் இல்லாமல் சகோதரர்களாக வாழ வேண்டும் என்று அவர் எழுத்தின் வழியாக உணர்ந்து கொண்டேன். ஒரு எழுத்தாளன் கதை, புனைகதை வழியாகவோ இந்த உலகிற்கு என்ன கொடுக்க முடியுமோ

காந்தி அதை தன் நேரடி அனுபவம் மூலமாக கொடுத்திருக்கிறார் என்பது உண்மை.'

சித்ரா : இந்திய இலக்கியம் என்பது ஒரு காலத்தில் காந்தி யுகம் என்று பரந்து விரிந்து இருந்தது. அவற்றில் தமிழிலும் இந்திய அளவிலும் படைப்புகள் வெளிவந்திருக்கிறது அவற்றில் மிக முக்கியமான புத்தகமாக எதைக் குறிப்பிடுவீர்கள்?'

எஸ்.ராமகிருஷ்ணன் : காந்தியைப் பற்றிய படைப்புகளில் காந்தி புனை கதைகளிலும் நாவல்களிலும் கதாபாத்திரமாக வருகிறார். காந்திய இயக்கம் சார்ந்து நிறைய எழுதி இருக்கிறார்கள். காந்தியை பற்றி நூற்றுக்கும் மேற்பட்ட புத்தகங்கள் இருக்கின்றன. அவற்றில் மிக முக்கியமானது லூயிஸ் ஃபிஷர் எழுதிய 'காந்தி' என்ற நூல். அந்த நூலில் காந்தியைப் பற்றி துல்லியமாக விவரங்கள் எழுதப்படுகிறது. காந்தியைப் பற்றி ஏதாவது தகவல் வேண்டுமானால் அந்த நூலைத்தான் பார்ப்பேன். அதேபோல ரோமன் ரோலண்ட் காந்தியைப் பற்றி எழுதியிருக்கிறார். துணைக் கதைகள் நிறைய காந்தியைப் பற்றி எழுதப்பட்டிருக்கிறது. குறிப்பாக தெலுங்கில் 'இதய வெளி' என்ற நாவல் எழுதப்பட்டிருக்கிறது. அவருடைய தண்டி யாத்திரையை வைத்து முழுமையாக எழுதப்பட்டது. தண்டி யாத்திரைக்கு காந்தி செல்கிறார் என்பதைக் காண்பதற்கு ஒருவர் காத்திருப்பதும் காந்தி வந்த பிறகு அவருடன் ஒன்றாக சென்றதைப் பற்றியும் எழுதி இருக்கிறார். இந்நாவல் சாகித்ய அகாடமி விருது பெற்றது'.

சித்ரா : உங்கள் மனதை கவர்ந்த காந்தியைப் பற்றிய புனைவு என்னவாக இருந்தது?

எஸ்.ராமகிருஷ்ணன் : துணைக் கதைகளில் காந்தி ஒரு கதா பாத்திரமாக வருகிறார். 'புத்ர' என்ற ல.ச.ராவின் நாவலில் வருகிறார். அந்த நூலின் பின்புலத்திலாம் காந்தி வந்து செல்கிறார். ஆனால் காந்தியைக் கதாபாத்திரமாக வைத்து எழுதப்பட்ட நூல்கள் நிறைய இருக்கின்றன. அவற்றில் காந்தியினுடைய விஷயம் சரியாக இருக்கிறதா என்று பரிசீலனை செய்யப்படுகிறது. நானே கூட 'காந்தியோடு பேசுவேன்' என்ற நூலை எழுதியிருக்கிறேன். இந்தியாவில் காந்தியை விமர்சனம் செய்யக்கூடியவர்கள் ஆண்கள்தான். பெண்கள் ஒருபோதும் காந்தியை விமர்சித்தது கிடையாது. கணவன் கேட்டால் கூட நகைகளைத் தராத பெண்கள், காந்தி கேட்டவுடன் கொடுத்தார்கள். காந்தி பெண்களால் ஆதர்சிக்கப்பட்டு வழி நடத்தப்பட்டார். பெண்களால் காந்தியைப் புரிந்து கொள்ள முடிந்தது. ஆண்களால் காந்தியைப் புரிந்து கொள்ள முடியவில்லை அதற்குக் காரணம்

காந்தியிடம் பெண்மை இருந்தது. அவர் அமர்கிற நிலையிலும் பேசுகின்ற விதத்திலும் அவர்கள் எளிமையிலும் தாய்மையின் கூற்றைத்தான் பார்க்கிறேன். காந்தி இந்தியாவின் தாய்தான்; தந்தை அல்ல. பெண்கள் அவரோடு தங்கியிருக்கிறார்கள். உதவி செய்கிறார்கள். சிறைக்குச் செல்கிறார்கள். அதனால் பெண்களை நோக்கி வரவும் புரிந்து கொள்ளவும் முடிந்தது. இந்தியாவின் சுதந்திரத் திற்குத் தடையாக இருப்பது இரண்டு. ஒன்று தீண்டாமை; மற்றொன்று பெண் அடிமைத்தனம் என்று கூறினார். இந்த இரண்டையும் வாழ்க்கை முழுவதும் எதிர்த்தார். நீங்கள் யாருக்கும் அடிமையாக இருக்கவேண்டாம் என்று கூறுகிறார். சமுதாயத்தில் அவர்களுக்கான பணியை மேற்கொண்டார். காந்தி பெண்களுக்காகவே பொதுக் கூட்டங்கள் நடத்தியிருக்கிறார். இன்றைக்கு வரைக்கும் எந்தவொரு அரசியல் கட்சியும் இப்படி செய்ததில்லை. காந்தி ஒரு முறை லங்காய்சியர் UK-க்குச் செல்லும்போது நெசவாளர் குடும்பத்தைச் சேர்ந்த பெண்களோடு நிற்கிறார். அவர்களுடைய வேலை இழப்பிற்கு காரணமாக இருந்தவர் காந்திதான். ஏனென்றால் அவரது இயக்கம் மூலமாக தான் அவர்களின் நிறுவனம் நிறுத்தப்பட்டது. ஆனால், அவர்கள் ஒருவர் முகத்திலும் வெறுப்பு இல்லை. உங்கள் வேலை போக காரணமாக இருந்தார். உங்களிடம் உங்களைப் போன்ற சகோதரர்களுக்காக செய்தேன் என்று கூறுகிறார். பெண்களிடம் மனம் திறந்து உரையாடல் நடத்துகிறார். அவரைத் தேடி பலதரப்பட்ட பெண்களும் வந்திருக்கிறார்கள். அதைத்தான் என்னுடைய கதையிலும் சொல்லி இருக்கிறேன். அவருக்கு இந்திய பெண்களின் மனநிலை நன்றாகத் தெரிந்திருக்கிறது. என்னை போன்ற சமகால எழுத்தாளர்கள் நிறைய பேர் காந்தியைக் குறித்து தொடர்ந்து எழுதுகின்றனர். இந்தியாவில் அரசியல் தலைவர்கள் மாறும்போது கூட காந்தி மட்டும் நிலைத்திருக்க காரணம் அவரது அறமே அதை வலியுறுத்தி நிறைய கதைகள் எழுதப்பட்டிருக்கின்றன. காந்தியினுடைய சித்தாந்தங்களை ஏற்றுக்கொண்ட மனிதருக்கு ஏற்படும் சிக்கலென்பது இந்திய இலக்கியத்தில் பெரிய மரபு போல் இருக்கிறது. காந்தி கற்றுக் கொடுத்த பாடத்தை ஒருவன் கடைபிடிக்கும் போது அவர் கொடுத்த நம்பிக்கையில் நடந்து செல்கிறான். அதைப்பற்றி இந்தத் தலைமுறைக்குத் தெரியாமல் இருக்கலாம். ஆனால் சென்ற தலைமுறைக்குத் தெரியும். காந்தி அறத்தினுடைய பிரதிநிதி. அவர் ஒருபோதும் அறம் இழந்த செயல்களைச் செய்தது கிடையாது. காந்தியைப் பற்றி விமர்சனம் எழுதுபவர்கள் அவரது குறைகளைக் கண்டுபிடிக்கவில்லை. அவரது ரகசியங்களை எல்லாம் காந்தி

வெளிப்படையாகவே முன்வைத்துள்ளார். அனைத்தையும் தாண்டி அவர் பிரிட்டிசாரை எதிரிகளாக அல்லாமல் நண்பர்களாக பகையே இல்லாமல் வெளியேற்றலாம் என்கிறார். அன்பை மட்டும் மையப்படுத்திய நாடாக இந்தியாவை மாற்றியதால் தான் அவர் இலக்கியத்தில் நாயகனாக வலம் வருகிறார்.

சித்ரா : "சமீபத்தில் இந்தியா மட்டும் இல்லாது உலகம் முழுவதும் காந்தியைப் பற்றி நூல்கள் வெளிவந்து கொண்டிருக்கின்றன. அவற்றில் உங்களுக்குப் பிடித்தமான நூலைப் பற்றிக் கூற முடியுமா?'

எஸ்.ராமகிருஷ்ணன் : காந்தியினுடைய கொலை தான் சுதந்திர இந்தியாவின் மிகப்பெரிய துயர சம்பவம். சுதந்திர இந்தியா சந்தித்த மிகப் பெரிய கொலை வழக்கு எப்படி நடந்தது? அதை எப்படி விசாரித்தார்கள்? வழக்கு ஷாஜகான் நீதி விசாரணை நடந்த இடத்தில் காந்திக்கான நீதிமன்றம் அமைக்கப்பட்டது. அந்த விசாரணையில் யார் கலந்து கொண்டார்கள் அன்றாடம் அங்கு நீதி விசாரணை நடந்தது. முதல் முதலாக நீதி விசாரணையில் பத்திரிக்கையாளர்கள் அனுமதிக்கப்பட்டார்கள். அவர்கள் செய்தி சேகரித்த விதம், நீதி விசாரணைகள் நடந்த நாட்கள், கேட்கப்பட்ட கேள்விகள் போன்ற மொத்த நீதி விசாரணை அடங்கிய நூலாக இருக்கிறது. காந்தியினுடைய நீதி விசாரணையை அறிந்து கொள்ள அந்த நூலைப் படிக்கலாம். அந்த நூலில் காந்தியைப் போன்ற ஒருவரை கொலை செய்தால் காந்தி அதை ஏற்றுக் கொள்வாரா? காந்தி ஒரு கொலை செய்கிறார் அதற்கு கொடுக்கக்கூடிய தண்டனை என்பது வன்முறை இல்லையா? அந்த மரணத்தை ஏற்றுக் கொள்வாரா? அது அகிம்சைக்கு எதிரான செயல் இல்லையா? என்பதைப் போன்ற கேள்விகள் எழுப்புகிறது. அதற்கு நீதியரசர், நியாயமானதுதான். காந்தியைப் போல அன்பையும் அகிம்சையையும் போதித்த மனிதனை ஒருவர் கொல்ல முடியுமென்றால் அதை ஏற்றுக் கொள்ள முடியாது என்கிறார். நீதியரசர்கள் நீதியைக் காப்பாற்ற செயல்பட்டார்கள். யார் வேண்டுமானாலும் இந்நூலைப் படிக்கலாம். ஆனால், எதுவும் தெரியாமல் காந்தி போன்ற ஒரு ஆளுமை மீது அவதூறுகள், வெறும் வசைகள் என இந்தத் தலைமுறைகள் அவர் செய்த சேவையைத் துளிகூட அறியாமல் அவரை வெறுக்கிறது. இது வெறும் கருத்தியல் திரிபு வாதம். ஒருவேளை காந்தி இப்போது இருந்தால் இதை பொருட்படுத்தியிருக்கமாட்டார் அவருக்கு செயல் தான் முக்கியம் என்று தெரியும். இந்தத் தலைமுறைக்கு திரும்பத் திரும்பச் சொல்வது காந்தியைப் படியுங்கள். அவர் மீதான விமர்சனங்களுக்கான பதிலைப் பெறுவீர்கள். அனைத்தையும் தாண்டி, வாழ்க்கையினுடைய சிறிய பகுதியைச் செயல்படுத்தி பாருங்கள். உங்கள் கழிப்பறையை நீங்களே சுத்தம் செய்யுங்கள். உங்களுடைய

ஆடையை நீங்களே நெய்து பாருங்கள். அனைத்தையும் தாண்டி காசு இல்லாமல் வாழ்ந்து பாருங்கள். காந்தியைப் பற்றி அப்போது தெரியும்.

சித்ரா : ''கருத்தியல் ரீதியாக இளைஞர்களிடமும் மாணவர்களிடமும் காந்தியைக் கொண்டுசெல்ல எதைப் போன்ற வழிமுறைகளைக் கைக்கொள்ள வேண்டும் என்று நினைக்கிறீர்கள்?'

எஸ்.ராமகிருஷ்ணன் : பள்ளி, கல்லூரி அளவில் இந்தப் பணிகள் நடக்க வேண்டும் என்று நினைக்கிறேன். நான் பெரும்பான்மையான பள்ளிகளுக்குச் சென்று காந்தியினுடைய குரலை ஒலிக்கச் செய்திருக்கிறேன். காந்தி பேசிய உரைகள் இணையதளத்தில் கிடைக்கின்றன. நான் பள்ளிகளுக்குச் செல்லும்போது காந்தியின் குரலைக் கேட்ட மாணவி என்னிடம் இவ்வளவு எளிமையாகக் காந்தி பேசுகிறார் என்று கூறினார். லண்டன் சென்ற காந்தியின் ஆங்கிலமும் லண்டன் சென்ற நேருவின் ஆங்கிலமும் எப்படி இருக்கிறது என்று ஒலிக்க விடுவேன். நேரு ஒரு கவிஞன் பேசுவது போல பேசுவார். ஆனால் காந்தி ஒரு சாமானியனைப் போல பேசுவார். அந்தக் குரலில் ஒரு ஈர்ப்பு இருக்கிறது. காந்தியைப் பற்றி பள்ளிகளில் எடுத்துச் சொல்ல வேண்டியுள்ளது. குறிப்பாக காந்தியின் பிம்பத்தை தாண்டி அவரை மாணவர்களுக்குத் தெரிந்த வடிவங்களில் கொண்டு சேர்க்க வேண்டும். மாணவர்கள் மூலம் ஒரு ஆண்டு முழுவதும் காண்பிக்கப்பட்டு நிகழ்வுகளை நடத்த வேண்டும். தமிழகத்தில் அனைத்து நகரத்திலும் உள்ள பூங்காக்களிலும் கடற்கரைகளிலும் காந்தியைப் பற்றிய திரைப்படத்தைத் திரையிடலாம். காந்தியை கௌரவிக்கும் விதமாக தமிழக அரசால் முயற்சி மேற்கொள்ளலாம். நான் சென்ற ஆண்டு ஒரு லட்சம் மாணவர்களைச் சந்தித்தேன். அந்த உரையைக் கேட்டு மாணவர்கள் கண்ணீர் விடுகிறார்கள் அவர்களுக்குக் காந்தியைப் பற்றித் தெரியாது. இப்படியும் ஒரு மனிதன் இருந்தாரா என்று நெகிழ்ந்து போகிறார்கள். அவர்களை காந்திய வழியில் கொண்டு செல்வது தான் நம் பணி. அந்த மனிதன் எளிமையைக் கடைப்பிடித்தார். எளிமை தான் இன்றைக்குத் தேவை. சாதி வேறுபாடு, இனக் கலவரங்கள் என்ற சமுதாயத்தில் காந்தியத்தால் மாற்றத்தை ஏற்படுத்த முடியும். அதற்கான நம்பிக்கையை இளைஞர்களிடம் உருவாக்க வேண்டும். வெளிநாடுகளில் இருப்பவர்கள் காந்தியை நேசிப்பார்கள். அந்த நாட்களில் இசை விழாக்கள் நடைபெறும். ஆனால் நம்முடைய கொண்டாட்டங்கள் வெறும் குடியும் பொழுதுபோக்கும் தான். என்னைப் போன்றவர்களுக்கு வருத்தம் இருக்கிறது நம்முடைய அறத்தை மீட்டெடுக்க வேண்டும் அந்த வகையில் காந்திக்கு முதல் இடம் கொடுப்பேன்.'

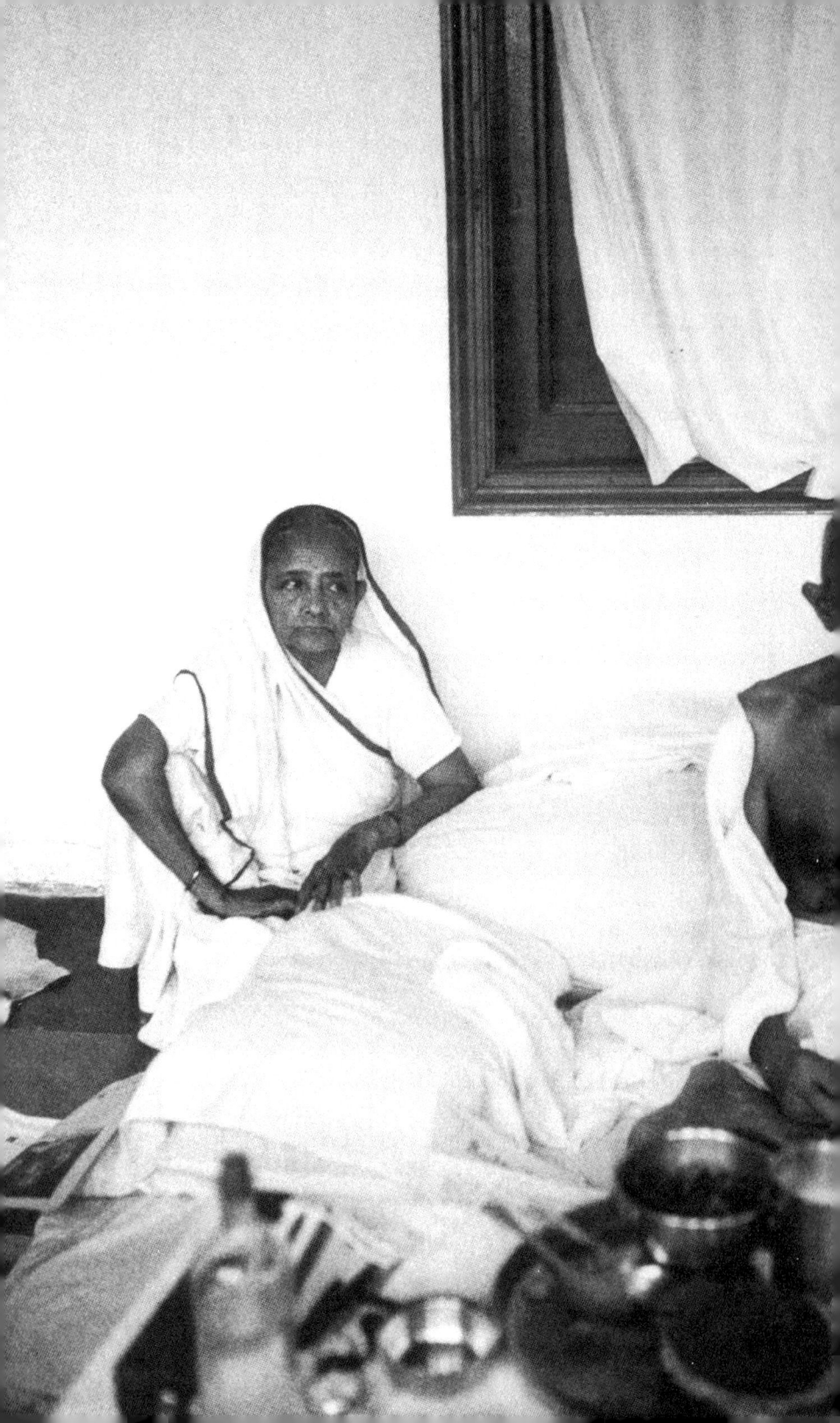

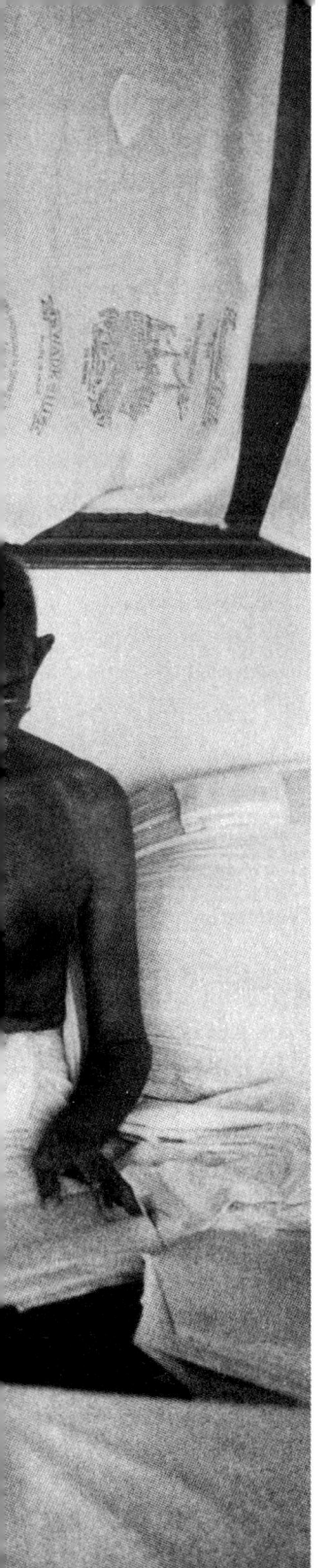

வாசுதேவன்

எழுத்தாளர்

சித்ரா : நீங்கள் தொடர்ந்து காந்தியைப் பற்றிப் பேசியும் எழுதியும் வருகிறீர்கள். பொதுவாக காந்தியைப் பலர் பலவிதமாக அணுகுவதுண்டு. நேர்மறையான அணுகுமுறையில் காந்தியை அனுகுபவர்களும் உண்டு எதிர்மறையான விமர்சனம் மூலம் அவரை சென்றடைந்தவர்களும் உண்டு. நீங்கள் எப்படி காந்தியை அறிந்து கொண்டீர்கள்?

வாசுதேவன் : ''அனைவரது வீட்டிலும் இருப்பது போல தான் எங்கள் வீட்டிலும் காந்தி ஒரு புகைப்படமாகச் சட்டகத்துக்குள் இருந்தார். என்னுடைய தந்தை ஒரு ஆசிரியர், அவர் வாழ்நாள் முழுவதும் கதராடையைத்தான் உடுத்தியிருந்தார். அவர் அரசியல்வாதி இல்லையென்றாலும் கதராடையைத் தவிர வேறு எதையும் உடுத்தியதில்லை. கதராடையினுடைய முக்கியத்துவம் எனக்கு அப்போது தெரியாது. பின்பு நான் கல்லூரியில் படித்தேன். வேலைக்காக வடநாட்டிற்கெல்லாம் சென்றிருக்கிறேன். மும்பை, டெல்லி, கல்கத்தா, நாக்பூர் மற்றும் குஜராத் போன்ற பல இடங்களுக்கெல்லாம் சென்றேன். அப்போது கதராடையினை எளிய மக்களோடு பலரும் உடுத்தியிருந்தார்கள். Even corporate world-லும் கூட பல நபர்கள் உடுத்தியிருந்தார்கள். அப்போது எனக்குப் புரியவில்லை. 1991ல் பணி நிமித்தம் காரணமாக ஹைதராபாத்தில் வாழ வேண்டிய நிர்பந்தம் ஏற்பட்டது. அங்கே வடக்கு தெலுங்கானா பகுதியில் தான் வசித்தேன். அப்போது எனது வீட்டிற்கு அருகில் ஏழ்மையான குடியானவர் ஒருவர் வசித்தார். அவர் எப்போதும் சட்டை அணிய மாட்டார் ஒருநாள் அவர் சட்டை அணிந்து வெளியே வந்தார். அது ஒரு கதர் சட்டை. அப்போது எனக்கு கொஞ்சம் தெலுங்கு தெரியுமென்பதால் அந்தப் பெரியவரிடம் அது குறித்துக் கேட்டேன். அந்தப் பெரியவர் எனக்கு இன்றைக்கு பிறந்தநாள் அதனால் இந்த கதர் சட்டையை அணிந்திருக்கிறேன். இதை கதர் சட்டை என்று சொல்லக்கூடாது என மீண்டும் கூறியவாறு இது காந்தி, இது கடவுள் கதர் சட்டை கிடையாது. இதை உடுத்தினால் நான் பாதுகாப்பாக உணர்கிறேன் என்றார். இந்த சின்ன சம்பவம் complete open out. அந்த சமயத்தில் இடதுசாரி நூல்களை ஆர்வமாக படித்துக் கொண்டிருந்தேன். அப்போதுதான் இந்த சம்பவம் காந்தியின் மீது ஈடுபாட்டை ஏற்படுத்தியது. ஒரு சாதாரண மனிதன் தான் என் கண்ணைத் திறந்தது. அதன் பிறகு காந்தியைப் பற்றி நூலகங்களில் படிக்க ஆரம்பித்தேன். அப்போதுதான் எனக்கு பல விஷயமும் தெரிய ஆரம்பித்தது 1991லிருந்து 2006வரை ஒவ்வொரு முறை படிக்கும் போதும் எனக்கு பல்வேறு கோணங்கள் உருவானது. நாம் சிறுவயதில்

காந்தியை 'காந்தி தாத்தா' என்றும், அவர் 'இந்தியாவுக்கு விடுதலை வாங்கித் தந்தவர்' என்றும் ஒற்றை வரியில்தான் அறிந்திருப்போம். ஆனால், அவர் பன்முக ஆளுமை கொண்ட மனிதர். இந்தியாவுக்கு மட்டுமல்ல உலகம் முழுவதும் இன்றைய அளவில் இரண்டே பேருக்குதான் ஆய்வு நூல் வெளியிடப்பட்டு இருக்கிறது. ஒருவர் காரல் மார்க்ஸ் மற்றொருவர் காந்தி. இரண்டு பேரும் அரசியல் தளத்தில் மட்டுமல்ல கலாச்சாரத் தளத்திலும் பண்பாட்டுத் தளத்திலும் இன்னும் பல அறிவார்ந்த தளங்களிலும் தங்களுடைய பங்களிப்பை அளித்திருக் கிறார்கள். சமீபத்தில் கூட நூல் ஒன்று வந்திருக்கிறது. அகில் பிகாமி, இமாம் அபிப் ஆகியோரெல்லாம் இடதுசாரி அமைப்பின் தத்துவ அறிஞர்களாவர். அவர்கள் கார்ல் மார்க்சையும் காந்தியையும் இணைத்து அவர்கள் இரண்டு பேருக்குமான ஒப்புமைகளைப் பேசுகிறார்கள். புத்திசாலித்தனமான பகுப்பாய்வுகளெல்லாம் செய்கிறார்கள். அவற்றையெல்லாம் பார்க்கப் பார்க்க எனக்கு பிரம்மிப்பாக இருந்தது. காந்தியினுடைய தேவை என்பது அதிகரித்துக் கொண்டே இருக்கிறது. நான் இளைஞர்களிடம் அதிகம் சொல்வ தெல்லாம் வேறு எதையும் படிக்காதீர்கள் காந்தியைப் படியுங்கள் பல விஷயங்களை அவற்றில் இருந்து கற்றுக் கொள்ளலாம்.

சித்ரா : காந்தியைப் பற்றி பார்க்கும்போது அவர் அரசியல் போராட்டங் களை முன்னெடுத்தவர் என்றில்லாமல் மிகவும் நுட்பமான அரசியல் தளத்தில் ஈடுபட்டிருக்கிறார் என்று தான் சொல்ல வேண்டும். முதலில் ஒரு கருத்தை உருவாக்குவதல், அதனை மக்களிடம் கொண்டு போய் சேர்த்தல், அவர்களைப் புரிந்துகொள்ள வைத்தல், பின் போராட்டக் களத்திற்குக் கொண்டுவருதல் என்று ஒரு நுட்பமான அரசியலைச் சாத்தியப்படுத்தி இருக்கிறார். காந்தியினுடைய நுட்பமான செயல்பாட்டை எப்படிப் பார்க்கிறீர்கள்?

''காந்தியினுடைய அரசியல் தளத்தை மட்டும் நான் கொடுக்க விரும்பவில்லை அப்படி பார்க்கவும் முடியாது. அவருடைய பங்களிப்பில் முக்கியமான விஷயம் ஆன்மிகத்தையும் அரசியலையும் இணைத்ததுதான் புத்திசாலித்தனமானது. இதை எப்படிக் கொண்டு வந்தார் என்பதை அவருடைய ஆரம்ப காலங்களில் இருந்து தெரிந்து கொள்ள வேண்டும். அவர் பாரிஸ்டரை லண்டனில் முடித்து திரும்பி இந்தியாவிற்கு வருகிறார். வந்தவுடனே அப்துல்லா என்ற வணிகருக்காக வழக்காடுவதற்கு தென் ஆப்பிரிக்கா செல்கிறார். அவர் தென்னாப்பிரிக்காவில் வாழ்ந்த 21 வருடங்கள் மிக மிக முக்கியமான காலகட்டம். அப்போதுதான் அவர் கடுமையாகப்

படிக்கிறார். அவருடைய ஆன்மாவை முழுவதுமாக மாற்றியது இரண்டு பேர். ஒருவர் விவிலியம். மற்றொருவர் ஹென்றி தோரோ, லியோ டால்ஸ்டாய். ஜான் ரஸ்கினையும் படிக்கிறார். அதன் பிறகு பைபிள், குரான் மற்றும் பகவத் கீதையைப் படிக்கிறார். புத்திசம் *(Buthism)* படித்ததோடு அவர் ராய்சந்திரா என்றொரு சமணரோடு கடிதத்தொடர்பு வைத்திருக்கிறார். சமணத்தையும் படிக்கிறார். பின்னாளில் அரசியலில் சத்தியாகிரகம், உண்ணாவிரதம் மற்றும் நடைபயணம் போன்ற போராட்ட வடிவங்களையும் அகிம்சை போன்ற பல விஷயங்களையும் பல மதங்களில் இருந்து எடுக்கிறார். உலக வரலாற்றில் அரசியலையும் ஆன்மீகத்தையும் இணைத்த ஒரே மேதை இவர்தான். ஒரு திருடன் காந்தியை எனக்காக நீங்கள் வழக்காட வேண்டும் என்று கேட்கிறான். காந்திக்கு இரண்டு விஷயங்களில் சிக்கல் வருகிறது. ஒன்று தொழில் ரீதியாக, மறுக்க முடியாதது. மற்றொன்று ஒரு திருடனுக்காக வாதாடுவது. ஆனால் அதை காந்தி புத்திசாலித்தனமாகக் கையாண்டார். நீ செய்தது தவறு அனுபவித்து தான் ஆக வேண்டும் என்று அவனுக்குப் புரிய வைத்தார். இன்னொரு இடத்தில் ஒரு இளைஞன் அவரை கொல்வதற்காக வருகிறான் தினமும் நடைபயிற்சிக்குச் செல்லும்போது பின்னாலேயே அருகில் சென்று திரும்பி விடுகிறான். நான்கு நாட்களுக்குப் பிறகு அவருக்கு இந்த விஷயம் தெரிந்துவிடுகிறது. அவனை உட்கார வைத்து பேசுகிறார் கடைசியில் அவன் ஒரு பொட்டலத்தைக் கொடுத்துவிட்டுப் போகிறான். திறந்து பார்த்தால் அதில் கத்தி இருந்தது. அவனுக்கு புரிய வைத்தார். *make him understand* அதுதான் முக்கியம். பீனிக்ஸ் ஆசிரமத்தில் வேலை செய்பவர்கள் கையாடல் பண்ணியவுடன் அங்குள்ள நிர்வாகிகள் காந்தியிடம் அவர்கள் மீது வழக்கு போட வேண்டும் என்று சொல்கிறார்கள். அதற்கு அவர், அவர்கள் என் மக்கள், அவனோ என்னிடம் வேலை பார்ப்பவன். அவன் தவறு செய்தால் அவனுக்குப் புரிய வைக்க வேண்டும், தவிர அவனைப் போலீஸிடம் காட்டிக் கொடுக்க வேண்டும் என்பது எவ்வளவு தவறான விஷயம். தவறில்லையா என்று புரிய வைக்கிறார். அவர் இதே போல் அனைத்து விஷயங்களிலும் அனைத்து செயல்பாட்டிலும் சாத்வீகமான முறையில் பயிற்சி பண்ண ஆரம்பித்தார். பீகாரில் அங்குள்ள விவசாயிகளுக்காக மிகப்பெரிய போராட்டம் நடத்தினார். குஜராத்தில் இரண்டு போராட்டங்கள், பீகாரில் ஒரு போராட்டம். இந்த மூன்று போராட்டங்களும் இந்திய சுதந்திரப் போராட்டம் அல்ல. இது அடித்தட்டு மக்களுக்கான போராட்டம். விவசாயிகளின் கூலி உயர்வுக்காகவும் பிரிட்டிஷார் வரி உயர்வு செய்து

மக்கள் வயிற்றில் அடிக்கிறார்கள் என்பதற்கும் அவர்களுக்கு ஆதரவாக இறங்கினார். இந்த சமயத்தில் அவர் மகாத்மாவும் கிடையாது, காங்கிரசினுடைய தலைவரும் கிடையாது, ஒரு சாதாரண ஆள் மட்டுமே. ஆனால், பிரிட்டிஷார் சரியாக புரிந்து கொண்டார்கள் *he is going to be a very very powerful leader.* ஏனெனில், இந்த மூன்று போராட்டத்திலும் அவருடைய *charisma figure* அந்த மாதிரி இருந்தது. சில சமயம் அவருக்கே தெரியவில்லை அவர் பின்னால் லட்சக்கணக்கான மக்கள் போராட்டத்திற்கு வருவார்கள். பின்னாளில் நாம் ஒரு மகாத்மாவாகவோ தலைவனாகவோ ஆகப் போகிறோம் என்பதெல்லாம் அவருக்குத் தெரியவே தெரியாது. ஆனால் அவருக்குள் உள்ளர்த்தமாக உண்மையை நோக்கி ஒரு தேடல் இருந்து கொண்டே இருந்தது. அவரை போல ஆன்மிகத்தையும் அரசியலையும் இணைத்த மேதை வேறு யாரும் கிடையாது. எல்லா மதத்திலிருந்தும் சாரத்தை எடுத்து போராட்ட வடிவத்தை மாற்றினார். அதனால் அவரை பிரிட்டிஷாரால் ஒன்றும் செய்ய முடியவில்லை. அவருடைய அகிம்சை என்பது என்னை அடியுங்கள், நான் திரும்ப அடிக்க மாட்டேன் என்பதே. அதனை கற்பனை கூட பண்ண முடியாது *impossible to imagine.*

சித்ரா : ''*Gandhi is the mother of all debates* என்பது விமர்சகர்கள் சொல்லக்கூடிய கருத்து. தொடர்ந்து 150 ஆண்டுகள் கடந்தும் அவர் மேல் இருக்கக்கூடிய பாராட்டுகளைத் தவிர அவர் மேல் இருக்கக் கூடிய அவதூறுகள் ஏராளம். நிறைய விஷயங்களில் காந்தி புரிந்து கொள்ளப்படாமலே அவதூறுகளுக்கு ஆளாகி இருக்கிறார். நிறைய அது பற்றிப் பேசப்பட்டுக் கொண்டிருக்கின்றன. ஆனாலும் கூட பூனா ஒப்பந்தம் *Epic fast* என்று சொல்லக்கூடிய மிக முக்கியமான உண்ணாவிரதம் மிக தவறான புரிதல்களைக் காந்தியின் மீது வைத் திருக்கிறது. காந்தி இன்னும் விமர்சிக்கப்படக் கூடியவராக பூனா ஒப்பந்தத்தைப் பொறுத்த அளவில் இருக்கிறார். நீங்கள் எப்படி அதைப் பார்க்கிறீர்கள்? உண்மையில் காந்தியின் மீது தவறு இருந்ததா? இல்லை அந்த சூழலில் அப்படி நடக்க வேண்டியிருந்ததா?'

நான் பூனா ஒப்பந்தத்தைப் பற்றி சொல்வதற்கு முன்னால் எந்த அளவிற்கு முன்னோக்கிய திட்டத்தோடு அவர் இருந்தார் என்பதை ஒரு சில உதாரணத்தோடு கூறுகிறேன். அவர் 1915ல் இந்தியாவிற்கு வருகிறார். அவருடன் நாயக் என்ற தலித் சிறுவனை அழைத்து வருகிறார். அதன் பிறகு லட்சுமி என்கிற தலிப் பெண்ணை தத்து

எடுக்கிறார். இந்த இரண்டு விஷயங்களுமே தென்னாப்பிரிக்காவில் இருந்து இந்தியா வரும்போது செய்தது. ஆசிரமத்தில் எந்த ஏற்ற தாழ்வும் இருக்கக் கூடாது அனைவரும் அனைத்துத் தொழிலையும் செய்ய வேண்டும். தோட்டவேலையில் தொடங்கி சுத்தம் செய்வது சமைப்பது என எல்லாவற்றையும் எல்லாரும் செய்யவேண்டும் என்கிற நிலைமையைக் கொண்டு வந்தார். கடைசி வரைக்கும் அவருக்கு சமைத்து தந்தது கோவிந்த் என்கிற தலித் தான். இவற்றையெல்லாம் காந்தி உணர்வுகளோடு செய்கிறார்.நாம் பார்க்கிற பிம்பங்களில் அவர் பட்டியல் இன மக்களுக்கு எதையும் செய்யவில்லை என்கிற விமர்சனம் எல்லாம் வருகிறது. அதனால் தான் பூனா ஒப்பந்தத்தைப் பற்றி சொல்வதற்கு முன்னால் அவருடைய தனிப்பட்ட வாழ்க்கையைச் சொல்ல வேண்டியிருக்கிறது. இந்துமதி என்ற தலித் பெண்ணை டெண்டுல்கர் என்கிற பிராமண பையனுக்குத் திருமணம் செய்து வைத்தார். அதற்கும் ஒரு படி மேலே சென்று தன்னுடைய மகன் தேவதாஸ்காந்தியை கலப்பு மணம் செய்ய வைத்தார். இவையெல்லாம் அளவு கடந்த விஷயம். அவர் வாய்ச்சொல் வீரர் கிடையாது. அவர் அனைத்து செயலும் ''செய் அல்லது செத்துமடி ' என்பதுதான். *let come to the Pune act*. பூனா ஒப்பந்தத்தை எப்படி வேண்டுமானாலும் பார்க்கலாம் ஒன்று உங்களின் வசதிக்குத் தகுந்தார் போல் காந்தியை வில்லனாகவும் பார்க்கலாம். ஆனால் அவருடைய நோக்கம் உன்னதமானது அதை மட்டும் என்னால் நிச்சயமாக சொல்ல முடியும். நான் மட்டும் சொல்லவில்லை உலகத்தில் இருக்கிற அத்தனை அறிஞர்களும் சொல்லிவிட்டார்கள். ஆனால், காந்தியை வில்லனாக பார்ப்பது என்பது தவறான கண்ணோட்டம். அந்த சமயத்தில் இரண்டாவது உலக வட்ட மேசை மாநாடு நடந்தது. அப்போது பிரிட்டிஷார் தனித்தனியாக முஸ்லிம் பிரதிநிதிகளை அழைக்கிறார்கள். இந்து மகாசபையினரை அழைக்கிறார்கள். தலித் மக்களுக்காக அம்பேத்கரை அழைக்கிறார்கள். ஆனால் ஒட்டுமொத்தத் தலைவராகக் காந்தி இருக்கிறார். பிரிட்டிஷ் அவர்களுடைய பிரித்தாலும் சூழ்ச்சியைச் செய்கிறது. இதில் இன்னொரு விஷயம் அந்த சமயத்தில் முஸ்லிம்களுக்கும் சீக்கியர்களுக்கும் தனித் தொகுதி இருந்தது. அதனுடைய எதிர்மறை விளைவுகளைக் காந்தி உணர்ந்திருந்தார். இதே போல் பிரிந்திருந்தால் இவர்களால் மைய நீரோட்டத்திற்குள் வரவே முடியாது பிரித்தாலும் சூழ்ச்சியால் தான் பிரிட்டிஷார் ஆட்சி செய்ய முடியும். அதுதான் அவர்களுடைய *strategy*. இந்த *strategy*-க்காக நாம் பலியாகக் கூடாது என்பதில் மிகத் தீர்மானமாக இருந்தார். ஏனெனில் அவருடைய ஒரே நோக்கம் தலித் மக்களை மைய

நீரோட்டத்துக்குக் கொண்டு வர வேண்டும் என்பதுதான். ஏற்கனவே முஸ்லிம்களை சீக்கியர்களைஅப்படித்தான் பிரித்தார்கள். தலித்துகளை அப்படி பிரிக்கக் கூடாது என்று சொன்னார். ஆனால் அந்த சமயத்தில் அம்பேத்கரினுடைய அரசியல் தேவை என்பது நியாயமான கோரிக்கை தான் தவறே சொல்லக்கூடாது. ஆனால் காந்தி பார்த்தது வேறு. அரசியல் அதிகாரம் மட்டும் போதாது. அவர்கள் மைய நீரோட்டத்திற்கு வர வேண்டும். அதில் முக்கியமான விஷயம் என்னவென்றால், பிரிட்டிஷ் ஓட்டுரிமை வயது வந்தவர்களுக்குக் கிடையாது. அப்போது சொத்து உரிமை, கல்வி அறிவு இருப்பவர்களுக்குதான் ஓட்டுரிமை உண்டு. அந்த சமயத்தில் பட்டியலின மக்கள் எவ்வளவு பேருக்கு சொத்துரிமையும் கல்வி அறிவும் இருக்கும். தனித் தொகுதியை அவர் சீர்குலைத்தார் என்பது உண்மை இல்லை. 20-ம் நூற்றாண்டில் ஹரிஜன் சேவா சங்கம் பற்றி இங்கு பல பேருக்குத் தெரியாது. அம்பேத்கர் அரசியல் அதிகாரத்தை நோக்கிக் கனவு கண்டார். ஆனால் காந்தி கிராமத்தில் இருப்பவர்களை அடித்தட்டு மக்களை மைய நீரோட்டத்திற்குக் கொண்டுவர வேண்டும் என்றார். அவர்களுக்குக் கைத்தொழில், கல்வியறிவு மற்றும் பள்ளிக்கூடம் கட்டித்தந்தது அனைத்துமே காந்தியினுடைய ஹரிஜன் சேவா சங்கம். முதலில் காந்தி தமிழ் நாட்டுக்கு வருகிறார். இங்கே தூத்துக்குடி, திருநெல்வேலியில் இருந்து மெட்ராஸ் வரைக்கும் 2 கோடி மக்களை சந்திக்கிறார். ஒரு மாதம் இங்கே தங்கி இருக்கிறார். அப்போதும் நிறைய பேர் வெளியே வருகிறார்கள். வைத்தியநாத ஐயர் தான் தமிழ்நாடு முழுவதும் உடன் செல்கிறார். கோயம்புத்தூரில் அப்பாவு என்பவர் சேரி மக்களுக்காக உழைக்கிறார். அவரைக் காண காந்தியும் வைத்தியநாத ஐயரும் முழங்கால் அளவு சேற்றில் நடந்து செல்கிறார்கள். ஜெகந்நாதனை பார்க்கிறார் அதன் பின்னர் முக்கியமான சீடர் வினோபாபாவேவைச் சந்திக்கிறார். அவர் தான் பூமிதான சங்கம் ஆரம்பித்து ஹரிஜன் மக்களுக்காக நில தானத்தை வழங்கி இயக்கத்தை அடுத்த கட்டத்திற்குக் கொண்டுபோகிறார். இதற்கு அரசியல் அதிகாரம் மட்டும் போதாது அதற்கு ஆன்ம சுத்திகரிப்பு தேவை. பண்பாட்டுத் தளத்தில் நாம் உழைக்க வேண்டும் என்று ஆரம்பித்தது காந்திதான். அவர் ஹரிஜன் சேவா சங்கத்திற்கு வரும்போது ஒரு சொற்பொழிவு ஆற்றுகிறார். சொற்பொழிவில் ஒன்றே ஒன்று சொல்கிறார். சூரியன் என்பது ஒன்றுதான். சூரியனை நீங்கள் கடவுளாக வைத்துக் கொள்ளலாம். அவன் பணக்காரன், ஏழை, அந்த சாதிக்காரன், இந்த சாதிக்காரன் என்றா ஒளி வீசுகிறான். அப்படியெல்லாம் இல்லையே? எல்லோருக்கும் ஒரே போல்தான் இருக்கிறது ஏன் இந்த ஏற்றத்தாழ்வு கடவுள் முன்

அனைவரும் சமம் என்று பேசுகிறார். அவருடைய இன்னொரு புத்திசாலித்தனமான விஷயம் திருச்சிக்குச் செல்கிறார். அங்கே அனைத்து மக்களும் கலந்து இருக்கிறார்கள். சிலர் இந்து மதத்தில் உள்ள ஏற்றத்தாழ்வுகளைக் களைய ஒத்துழைக்க வேண்டும் என்கிறார். எவ்வளவு அற்புதமான விஷயம் ஒரு மாற்று மதத்தவரிடம் சென்று என் மதத்தை சீரமைக்க வேண்டும் என்கிறார். ஒரு மிகப்பெரிய ஜனநாயகவாதியால் தான் இப்படி பேச முடியும்.

சித்ரா : இப்போது உலகத்தினுடைய அடுத்தகட்டத்திற்கு நாம் சென்று கொண்டிருக்கிறோம் நுகர்வினுடைய பெரும் பசியினால் உலகம் வெடித்து சிதறக்கூடிய நிலைமையில் இருக்கிறது. அடுத்த கட்ட நிலைமை நோக்கிச் செல்லும்போது *minimalism simplicity* போன்ற இடங்களிலும் காந்திதான் தொடக்கப் புள்ளியாக இருக்கிறார். தொடர்ந்து அதைப்பற்றி நீங்கள் எழுதியும் வருகிறீர்கள். இன்று இந்த நுகர்வு கலாச்சாரத்தைக் குறைத்துக் கொள்வது அல்லது எளிமையான வாழ்க்கையைத் தொடங்க ஆரம்பித்தோம் என்றால் காந்தி எங்கே தொடக்கப் புள்ளியாக வருவதை நீங்கள் பார்க்கிறீர்கள்?

வாசுதேவன் : முக்கியமான கேள்வி. காந்தி தன் வாழ்நாள் முழுவதும் அளவுக்கு மீறி எந்த பொருளையும் உபயோகித்தது கிடையாது. மிகவும் எளிமையான வாழ்க்கையைத்தான் வாழ்ந்தார். இரண்டாவது அவர் சொன்ன சில விஷயங்கள் இன்றும் செல்லுபடி ஆகி இருக்கிறது. உதாரணமாக நாம் கேள்விப்பட்ட அமேசான் காட்டுத்தீ, தென் ஆப்பிரிக்கா காட்டுத்தீ. இதற்கு முக்கியமான பல்வேறு காரணம் சொல்லுகிறார்கள். முதலாளித்துவம், பன்னாட்டு நிறுவனங் களினுடைய பேராசை, இயற்கை, கனிமவளத் திருட்டு போன்ற முக்கியமான காரணங்கள். மற்றொன்று இறைச்சி, உணவுக்காக காடுகள் அழிக்கப்படுகின்றன. இதனால்தான் காந்தி இறைச்சி உணவு சாப்பிடுவது தவறு இல்லை ஆனால் அதை குறைத்துக்கொள்ள வேண்டும் என்கிறார்.

அவர் சொன்ன மற்றொரு முக்கியமான விஷயம் நிலம், இயற்கை, சூழலைப் பாதுகாக்கவேண்டும். விவசாயத்திற்கு மிகவும் முக்கியத்துவம் கொடுத்தார். இப்போது நீங்கள் பார்த்த இயற்கை வளம் அழிந்து போய்விட்டது. விவசாயம் கிட்டத்தட்ட பேரழிவு நிலைக்குச் சென்று விட்டது. விவசாயம் எப்படி வளரப்போகிறது என்று தெரியாது. இப்போது காந்தி தேவையா? என்பதை யோசித்துப் பாருங்கள். அன்றைக்கு விவசாயத்தைப் பற்றி அவர் கூறியது இன்றும் செல்லுபடி ஆகிறது. ஐக்கில் பிகாரி போன்ற *Western scholars* அனைவரும் கார்ல்

மார்க்ஸ் முதலாளித்துவத்தையும் *consumerism*-த்தையும் எதிர்த்தார் என எழுதி இருக்கிறார்கள். காந்தி ஆரம்பகாலத்தில் இருந்தே இந்த இரண்டையும் எதிர்த்தார். தேவைக்கு அதிகமாக எந்த பொருளையும் உபயோகிப்பதை எதிர்த்தார். இன்றும் *consumerism, capitalism* எந்த அளவிற்கு பாதிப்பை ஏற்படுத்துகிறது என்பதை நீங்கள் பார்க்கலாம். இப்போதும் காந்தி செல்லுபடியாகத்தான் இருக்கிறார். அனைத்தும் *back to small* அவர் கூறியது. *small is beautiful, be simple.* அவருக்கு மிஞ்சிப் போனால் இரண்டு வேஷ்டிகளைத் தவிர வேறு எதுவும் கிடையாது. காந்தி இயற்கையோடு சேர்ந்துதான் வாழ்ந்தார். குறைவாக அனைத்தையும் நுகர்வு பண்ணினார். தென்னாப்பிரிக்காவின் மழைத் தண்ணீரைப் பீனிக்ஸ் ஆசிரமத்தில் சேர்த்து வைத்திருந்து பழங்குடி மக்களுக்கு அவற்றைப் பயன்படுத்தக் கொடுத்திருக்கிறார். இரண்டாம் உலகப் போருக்குப் பிறகு ஐரோப்பா முழுவதும் இனிமேல் வாழ்க்கை என்பது சாத்தியமா? என்று அவநம்பிக்கை நிலவியது. கலை இலக்கியத் துறையில் *minimals* நோக்கி சென்றார்கள். *simple clarity* என்று கொண்டு வந்தார்கள். வாழ்க்கை முறையை மாற்றிக் கொண்டார்கள். அதேபோன்ற வாழ்க்கை முறை இனிமேல் வரப்போகிறது. இன்று அனைத்து இயற்கை வளங்களும் குறைந்து கொண்டு வருகிறது. *it is going to be a problem water is going to be a big problem air is polluted*. உலகம் முழுவதும் பிரச்சனை இருக்கிறது. *Gandhism is only solution for that*. காந்தி இந்தியாவின் தந்தை மட்டும் கிடையாது அவர் கூறியதை அனைவரும் பின்பற்றலாம். அனைவரும் பரிசோதனை முயற்சிதான் செய்கிறார்கள் அனைத்தும் நிரூபிக்கப் பட்டது. இன்றைக்கும் சுற்றுச்சூழலில் மேதாபட்கரும், வந்தனா சிவாவும் காந்தியின் வழியில் போராடுகிறார்கள். இன்றைக்கு ஜே.சி. குமாரப்பா வழியில் காந்தியின் பொருளாதாரத்தைக் கொண்டுசெல்ல வேண்டும் என்று சொல்கிறார்கள். அரசியல் துறையில் மார்ட்டின் லூதர்கிங்கில் இருந்து நெல்சன் மண்டேலா வரைக்கும் காந்தியைப் பாராட்டுகிறார்கள். ஒபாமா தன்னுடைய ஏற்புரையில் காந்தியைத்தான் குறிப்பிடுகிறார். எல்லாத்துறையிலும் சுற்றுச்சூழல் முதல் அரசியல் வரை அனைத்து அரசியல் துறைகளிலும் காந்தியிசம் முக்கியமான விஷயம். நீங்கள் அவரை ஒதுக்க முடியாது.

சித்ரா : காந்தியைப் பற்றி சொல்லக்கூடிய முக்கியமான விஷயம் அனைத்தும் சரி. ரசிக்கலாம், பாராட்டலாம் ஆனால் பின்பற்றுவது என்பது கடினமான ஒன்று. அவரது அனைத்து பரிசோதனைகளில் உணவாகட்டும் அவருடைய பொய் கூட இல்லாத வாழ்க்கை

முறையாகட்டும் இவற்றை எல்லாம் எப்படி கடைபிடிப்பது? கணக்கு வழக்குகளைச் சுத்தமாகப் பராமரிப்பது போன்ற அனைத்து விஷயத்திலும் வெளிப்படையாக இருக்கிறார். நம்மால் அப்படி இருக்க முடியாது என்று காந்தியிடம் எதைப் பார்க்கிறீர்கள்?'

வாசுதேவன் : அவரிடம் ஒரு மாணவனாக நான் கற்றுக்கொண்டது ஏராளம். அதை நான் பின்பற்றுவதற்கு நடைமுறைச் சிக்கல்கள் உள்ளன. மிக முக்கியமான விஷயம் அவரிடம் வெறுப்பு என்பது துளி கூட கிடையாது. தன்னை வெறுத்தவர்களையும் அன்பால் பணிய வைத்தார். universal love-ஐ கற்றுக் கொடுத்தார். there is about Gandhi. கடைசி வரை அவர் யாரையும் வெறுக்கவில்லை. அவரை முஸ்லிம்கள், மேல்சாதி இந்துக்கள், கிறிஸ்தவர்கள் மற்றும் பட்டியலின மக்கள் அனைவரும் வெறுத்தனர். அவரை உதாசீனப்படுத்துவதோ புறம் தள்ளுவதோ சுலபம் அவரைப் புரிந்து கொள்வது மிகவும் கஷ்டம். ஏனென்றால் அவரை ஆழமாகப் படிக்க உழைப்பு தேவை. நான் புரிந்து கொண்டவரையில் அவருடைய அன்பு தான் மிகவும் தூய்மையானது. ஒரு இடத்தில் மிகவும் அருமையாகக் கூறுவார் humanity is a big Ocean, even infact some drops maybe dirty. that it means that whole ocean is dirty. அதனால்தான் அவருக்கு உரையாடல் மீது நம்பிக்கை இருந்தது. மனிதன் பிறக்கும்போதே கெட்டவனாகப் பிறக்கவில்லை ஏதோ ஒரு சந்தர்ப்பத்தில் கெட்டவனாக மாறுகிறான் அவர்கள் மிகவும் நல்லவர்கள்; மனிதர்கள் மிகவும் அற்புதமானவர்கள் என்று ஆழமாக நம்பினார்.

சித்ரா : 150 வருடம் கடந்தும் உயிர்ப்போடு இருக்கக்கூடிய காந்தியை அடுத்த நிலைக்குக் கொண்டுசெல்லவேண்டும் என்பது எப்படி சாத்தியப்படும் என்று நினைக்கிறீர்கள்? காந்தியத்தை அடுத்த நிலைக் குக் கொண்டுசெல்ல யோசனை சொல்ல முடியுமா?

வாசுதேவன் : எனக்கு காந்தி சொன்ன சில விஷயங்களில் நம்பிக்கை இருக்கிறது. நான் என் பணி நிமித்தமாக ஒரு கல்லூரிக்குச் சென்றேன். அங்கே ஒரு கல்லூரி மாணவன் சத்திய சோதனை புத்தகத்தைப் படித்துக் கொண்டிருந்தார். மிகவும் மகிழ்ச்சியுடன் கைகுலுக்கி வாழ்த்துகள் கூறி அந்த மாணவனிடம் காந்தியைப் பற்றிக் கேட்டேன். அதற்கு அவர் காந்தியை எனக்குப் பிடித்திருக்கிறது என்றார். எனக்கு அந்த சந்தோஷம் போதும். இதைப்போன்று இயக்கமாக அல்லாமல் தனி மனிதனாக தன்னை மாற்றிக் கொள்வது தான் ஆன்ம சுத்திகரிப்பு. காந்தி தென்னாப்பிரிக்கா வாழ்க்கையில் இருந்து 1948-இல் அவர் படுகொலை செய்யப்பட்ட நாள் வரை ஆத்ம சுத்திகரிப்பு செய்து கொண்டே

இருந்தார். ஒரு இந்திய சுதந்திரப் போராட்டத்தை பிரிட்டிஸாருக்கு உணர வைத்தார். அவர் அனைத்தையும் சத்தியாகிரகம் வழியாக உணர வைத்தார் அதை உணர்ந்தால் ஒழிய அடுத்த கட்டத்திற்கு நகர முடியாது. ஆனால் எனக்கு ஒரு நம்பிக்கை இருக்கிறது காந்தி மனிதநேயத்தின் மேல் கண்ட கனவு போல் இளைஞர்கள் வருவார்கள்.

சித்ரா : நன்றி.

மரு. வெ. ஜீவானந்தம்
களசெயல்பாட்டாளர்

சித்ரா : வணக்கம். காந்தி எந்த புள்ளியல் உங்க வாழ்க்கையில் நுழைந்தார் அல்லது காந்தியைப் பற்றிய அறிமுகம் உங்களுக்கு எந்த வகையில் வழங்கப்பட்டது.

வெ. ஜீவானந்தம் : காந்தியினுடைய தாக்கம் இல்லாத என் வயது உடையவர்கள் இருக்கவே முடியாது. இப்போது இருக்கின்றவர்களுக்கு வேண்டுமென்றால் காந்தி தெரியாமல் இருக்கலாம் என்னுடைய வயதுடையவர்கள் நான் காந்தியைப் பாத்ததில்லை என்றாலும் கூட அவர் உயிரோடிருக்கின்ற பொழுது நான் பிறந்துவிட்டேன். அதனால் அவருடைய தாக்கம் இல்லாமல் இருந்திருக்கவும் முடியாது. அதுவும் என்னுடைய தகப்பனார் ஒரு சுதந்திர போராட்ட வீரர் ஆகையினால் குடும்பமே ஒரு மாதிரி ஒரு அரசியல் குடும்பம். எங்கள் தந்தை காங்கிரஸ்காரராக இருந்து பின்பு கம்யூனிஸ்டாக மாறியவர். அதனால் எப்போதுமே காந்தியைப் பற்றிய விவாதமும், காந்தி சார்ந்த ஆட்களுடைய வருகையும் இருக்கும். தந்தை இறுதிவரைக்கும் கதர் ஜிப்பா அணிந்துகொண்டு இருப்பார். வேட்டி அணிந்து கொண்டு இருப்பார். ஜீவானந்தம் போன்றவர்கள் கதர் வேட்டி கதர் சட்டையில் தான் எங்கள் வீட்டுக்கெல்லாம் வருவார்கள். அதனால் காந்தியைப் பற்றிய செய்திகளும், காந்தி பற்றிய விவாதங்களும் என்னைச் சுற்றி நடந்துகொண்டு இருக்கும். ஆகையினால் காந்தி மீது எனக்கு ஒரு ஈர்ப்பும் கம்யூனிஸ்ட்களோடு மிகவும் நெருங்கிய தொடர்பில் இருக்கின்றதினால் அவர்களோடு எல்லை எதுவென்று தெரிந்து அந்த எல்லையை மீறி இந்தியாவுக்குத் தேவையானவர் காந்தி. காந்தியின் மூலம்தான் எதையுமே சாதிக்க முடியும்மென்ற நம்பிக்கை உண்டு. ஆகையினால் நான் வேறெந்த அரசியல் கட்சிகள் எதிலும் அதிக ஈடுபாடு கொள்ளவில்லை.

சித்ரா : மிக இளம் வயதிலேயே காந்தியால் கவரப்பட்டிருக்கிறீர்கள் என்பதை மிகவும் அழகாக பகிர்ந்துகொண்டீர்கள். காந்தி ஒரு பன்முகப் பரிமாணம் கொண்டவர். அதிலும் முக்கியமாக மருத்துவத்துறை சார்ந்து அவரைப் பற்றி பேசுவதற்கு ஏராளமான விசயங்கள் நம்மிடம் இருக்கின்றன. குறிப்பாகச் சொல்லவேண்டுமென்றால் இரண்டு உலகப் போர்களிலும் ஒரு செவிலியராகவே காந்தி பங்கு பெற்றிருக்கிறார். போயர் யுத்தத்திலும் சரி முதல் உலகப் போரிலும், இரண்டாம் உலகப் போரிலும் ஆம்புலன்ஸ் சேவை சார்ந்தும் காந்தி மருத்துவ சேவை ஆற்றியிருக்கிறார். அவருக்கு மருத்துவத்தின் மேல் ஒரு மிகப்பெரிய நம்பிக்கையும் இருந்திருக்கிறது. அதை ஒரு மருத்துவராக நீங்கள் பார்க்கிற விதம் எப்படி?

வெ. ஜீவானந்தம் : காந்தி மருத்துவத்தின் மீது மிகுந்த ஈடுபாடும் ஆர்வமும் கொண்டவராக இருந்தார். வக்கீல் ஆகவேண்டும் என்பதெல்லாம் அவருடைய ஆசை இல்லை. முதல் முதலில் அவர் தான் ஒரு மருத்துவராக வேண்டும் என்றுதான் விருப்பப்படுகிறார். ஒரு மருத்துவக் கல்லூரியில் சேர்ந்து தான் மருத்துவர் ஆக வேண்டும் என்று விருப்பப்படுகிறார். ஆனால் அவருடைய சனாதன குடும்பச்சூழல், மனிதனை அறுப்பது, பிணத்தைத் தொடுவது இது மாதிரியான தீட்டான விசயங்களைச் செய்யக் கூடாது என்று சொல்லித் தடுத்து விடுகிறார்கள். இருந்தாலும் கூட காந்தி அன்று மனித குலத்திற்காகச் சேவை செய்வதற்கு ஏற்ற மிகச்சிறந்த ஒரு தொழில் என்று காந்தி ஏற்றுக் கொண்டதனால் தான் அதை ஏற்றுக்கொண்டார். அதை அவருடைய வாழ்நாள் முழுவதும் அவர் பாராட்டினார். அதே சமயத்தில் அது கேடு செய்தபோது அது தன்னுடைய தர்மத்தில் இருந்து விலகிய போது அது பற்றி மிகக் கடுமையான விமர்சனங்களையும் வைத்தவர் காந்தி. காந்தியைப் போல மருத்துவத்துறையை விமர்சனம் செய்தவர்களையும் பார்க்க முடியாது. ஏனென்றால் அது பணம் சாந்த ஒரு தொழிலாக மாறும் பொழுது மனிதன் நலனை மறந்து காசுக்காகப் பணிபுரியக் கூடிய மருத்துவத்தை அவர் கடுமையாகச் சாடுகிறார். ஆனால் மருத்து வத்தின் ஒவ்வொரு முறையையும் அவர் தொட்டிருக்கிறார். அவர் தொடாத மருத்துவத்தினுடைய எந்த துறையும் கிடையாது. முதலில் அவர் தென் ஆப்ரிக்காவில் இருக்கின்ற போது, போயர் யுத்தம் வருகிறது அப்பொழுது ஒரு ஆம்புலன்ஸ் திட்டத்தில் சென்று முதலுதவி செய்பவராகத் தான் போகிறார். அங்கு சென்று அதற்கு பிரிட்டிஷ் அரசாங்கமே மிகச்சிறந்த விருது கொடுத்தது அதற்குப்பின் முதல் உலகப் போர் வருகிறது. வருகின்றபோதும் ஒரு தன்னார்வலராக ஆம்புலன்ஸில் சென்று, சேவை செய்கிறார். இரண்டாம் உலகப்போரிலும் தன்னை ஒரு சேவகராக ஈடுபடுத்துகிறார். அதாவது எங்கெல்லாம் சவால் வருகின்றதோ அந்த எல்லா இடத்திலுமே தன்னை ஒரு சேவகனாக மட்டும் காட்டிக்கொண்ட ஒரு உன்னதமான சேவகர் அவர்தான். அப்பொழுது அவர் பெயர், புகழ் எதுவும் இல்லை. இந்தியா வந்து இருபது வருடங்களுக்குபின்தான் மகாத்மா ஆனார். தென் ஆப்பிரிக்காவில் இருந்த போது அவர் சாதாரண மோகன் தாஸ் கரம்சந்த் காந்தி தான். ஆனால் அப்போதே தன்னுடைய சேவையைத் தொடங்குகிறார்.

சித்ரா : சமீபத்தில் ஒரு புத்தகத்தைப் பார்க்க நேர்ந்தது அதாவது காந்தியுடைய உடல் நலஅறிக்கை பற்றி மருத்துவக் குழு ஒரு புத்தகம் வெளியிட்டு இருக்கிறார்கள். அதில் பார்த்தால் அவர் தொடர்ந்து

பல்வேறு விதமான நோய்களுக்கு ஆட்பட்டு இருக்கிறார். அவருடைய ரத்த அழுத்தம் பற்றிய தகவலைப் பார்க்கும் பொழுது மிகவும் ஆச்சரியமானதாக இருக்கிறது. ஒரு மருத்துவராக அந்த புத்தகத்தை நீங்கள் எப்படிப் பார்க்கிறீர்கள். அதனுடைய பங்கு என்ன?

வெ. ஜீவானந்தம் : பொதுவாகவே மருத்துவத் துறை சார்ந்தவர்கள் அவர் ஒரு நாட்டு வைத்தியர் அவர் அலோபதி மருத்துவத்துக்கும் மருந்துகளுக்கும் எதிரானவரென்று சொல்லக்கூடிய ஒரு அரைகுறை அறிவு இருக்கிறது. ஆனால் அப்படியெலாம் இல்லை. நீங்கள் ஆழமாகச் சென்றீர்கள் என்றால் காந்தி ஆங்கில மருத்துவத்தை ஒதுக்கியவரும் அல்ல, வெறுத்தவரும் அல்ல, தள்ளி வைத்தவரும் அல்ல. தனக்குப் பயன்படும் என்ற போது அதைப் பயன்படுத்தியவராக இருக்கிறார். காந்தியினுடைய மருத்துவத்தைப் பற்றிய 'காந்தியும் உடல் நலமும்' என்ற இந்திய மருத்துவ ஆய்வு இதழ் வந்தபோது, அதைப் பார்த்து மிகவும் ஆச்சரியப்பட்டேன். அடடா நமது ஆட்கள் இதை கண்டறிந்திருக்கிறார்களே என்று ஏனென்றால் சாதாரணமான மருத்துவர்களிடம்ஒரு தவறான அணுகுமுறை இருக்கின்றது. அவர் ஒரு பாரட்லா *(Bar-at-law)* என்பதைப் படித்தவர்கள் கூட புரிந்து கொள்ளவில்லை அவர் ஒரு பாரட்லாவாக இருந்து கொண்டுதான் ஒரு சாதாரண ஏழை விவசாயி போலத் தன்னைக் காட்டிக்கொண்டார். அந்தப் புத்தகம் மிக அற்புதமானது. மருத்துவத்துறை காந்திக்கு செய்த மிகப் பெரிய கௌரவம் என்பது அந்த புத்தகமாக நான் நினைக்கிறேன். அது எல்லா மொழியிகளிலும் வர வேண்டும்.ஒவ்வொரு மருத்துவரும் படிக்கவேண்டும். காந்தி ஒரு பிறவி நோயாளி. அவர் ஒரு நோயாளிதான். வாழ்நாள் முழுவதும் நோயாளியாக மரணத்தோடு போராடிக்கொண்டு தான் இருக்கிறார். ஆனால் அதற்கு நடுவில் ஒரு வீரம் மிகுந்த போராட்டத்தை அவர் ஒரே நேரத்தில் கொண்டுபோகிறார். அவருக்கு மலேரியா வருகிறது, ஃபுளு வருகிறது, டெங்கு வருகிறது, பைல்ஸ் வருகிறது, அப்பெண்டிக்ஸ் *(appentix)* வலி வருகிறது. தனக்கு வந்த இந்தக் குறைகளுக்குக் காரணம் என்ன? இந்தக் குறைகளை எப்படி நிவர்த்தி செய்வது. எப்படி மருத்துவர்கள் செய்ய வேண்டும் என்பதில் மருத்துவர்களுக்கு முன்னோடியாக விளங்கினார்.

சித்ரா : இந்த இரத்த அழுத்தம் பற்றி ஒரு விஷயம் இருக்கின்ற தல்லவா டாக்டர்?

வெ. ஜீவானந்தம் : அவர் ஒரு உயர் இரத்த அழுத்த நோயாளி. நீங்க கேட்டீர்கள் என்றால் உங்களுக்கு தலை சுற்றும். அவருடைய உயர்ந்தபட்ச இரத்த அழுத்தம் 220/120. இதெல்லாம் சாதாரணமாக ஒரு

மனிதனுக்கு இருந்தால், எனக்கு இருந்தால் நான் நடக்கமாட்டேன். ஆனால் அந்த மனிதர் அந்த உயர் இரத்த அழுத்தத்தை வைத்துக் கொண்டு தன் வாழ்நாள் முழுவதும் அலைந்தார். அவருக்கு துணையாயிருந்தது தியானம்,யோகா, நடைபயிற்சி முதல் சித்தம். அதற்குப்பின் சாப்பாட்டில் கட்டுப்பாடு, விரதம். 'லங்கணம் பரமா ஔசதம்' என்று சொல்வார்கள் பெரியவர்கள். அதாவது விரதமே ஒரு பெரிய மருந்துதான். நாம் அறிவியல் என்ற பெயரில் சொல்லாமல், எல்லாவற்றிற்கும் மருந்து கொடுத்துக்கொண்டு இருக்கிறோம்.

காந்தி ஒருவரைச் சென்று பார்க்கிறார் என்றால், நீ எப்படி வாழ்ந்து கொண்டு இருக்கிறாய், எந்த இடத்தில் வாழ்கிறாய், என்னென்ன வேலை செய்கிறாய். இதையெல்லாம் கேட்கிறார். அதற்குப் பின்தான் நீ எப்படி இருக்க வேண்டும் என்கிறார். நீ இந்த வேலையைச் செய்யாதே. நீ நடந்து போ. நீ இதை சாப்பிடு. இதை சாப்பிடாதே. இத்தனையும் சொல்லக்கூடியவராக இருக்கிறார். இப்பொழுது, நோய்நாடி நோய் முதல் நாடி, என்று கூறியதைச் செய்யக்கூடியவராகக் காந்தி இருக்கிறார்.

சித்ரா : அவருடைய இரத்த அழுத்தம் பற்றி சொல்லும் பொழுது மிகவும் ஆச்சரியமாகத் தான் இருக்கின்றது. எப்படி அதனோடு அவர் எல்லா போராட்டங்களையும் முன்னெடுத்திருக்கிறார்? மற்றொன்று, அவர் எப்படி சமூகத்தில் இருந்த ஒரு நோயான தீண்டாமைக்கு எதிராக எவ்வளவு போராடினாரோ அதே அளவிற்கு தொழுநோய் என்பதைப் பற்றியதான தீண்டாமையும் மிகப்பெரிய அளவில் அந்த காலக்கட்டத்தில் இருந்த ஒன்று. அந்த தொழுநோய்க்கு எதிரான தீண்டாமையை அவர் எப்படி அணுகினார்.அதில் ஒரு பெரிய மாற்றத்தைக் கொண்டுவரவேண்டும் என்பதற்கான பெரிய முன்முயற்சிகளை காந்தி எடுத்துக்கொண்டார். அதை நீங்கள் எப்படிப் பார்க்கிறீர்கள். தொழுநோய்க்கு எதிரான தீண்டாமையில் காந்தியுடைய பங்கு என்னவாக இருக்கிறது?

வெ. ஜீவானந்தம் : அதாவது இன்று இருக்கக்கூடிய நிலையில் இருந்து பேசினால் அதனுடைய தாக்கம் நமக்குப் புரியாது. தொழுநோய் ஒருவனுக்கு இருக்கிறது என்றால், கிறிஸ்துவின் காலத்தில் தூக்கிக்கொண்டு போய் ஊருக்கு வெளியே இருக்கக்கூடிய குகையில் தூக்கிப்போட்டு, சாப்பாட்டை எங்கிருந்தோ மலையின்மேல் இருந்து தூக்கி வீசுவார்கள். அதை சாப்பிடால் சாப்பிடலாம். சாகிறது என்றால் சாகலாம். அப்படி உலகம் முழுவதும் தொழுநோய் என்பது ஒரு கொடிய வியாதியாகக் கருதப்பட்ட காலம். அப்போது

காந்தி இந்த தீண்டாமையை, சமூகத் தீண்டாமையை மாத்திரமல்ல நோயால் தீண்டாமை என்பதையும் அவர் எதிர்க்கிறார். எதிர்க்கிறது என்பது வெறும் போராட்டம் என்பதெல்லாம் இல்லை. நான் என்னுடைய சேவை மூலமாகதான் அதை எதிர்ப்பேன் என்கிறார். பர்ச்சுரி சாஸ்திரி என்கிறவரோடு சிறையில் இருக்கிறார் அப்போது அவருக்கு தொழுநோய் என்று கண்டறிகின்றனர். தொழுநோய் என்ற உடனே அவரைதனி செல்லில் போட்டுவிடுகிறார்கள். காந்தி அனுமதி கேட்கிறார். நான் போய் அவருக்கு சேவை செய்யணும் என்கிறார். இல்லை சிறைக்குள் நீங்கள் உள்ளே சென்று உங்களுக்கும் நோய் தொற்றிவிட்டால் நாங்கள் பதில் சொல்ல வேண்டும் விடமாட்டோம் என்கிறார்கள். அப்போது சொல்கிறார். நான் எப்படியாவது வந்து அவருக்கு சேவை செய்யவேண்டும். அதற்குப் பிறகு சிறையில் இருந்து வெளிவந்த பிறகு, தன்னுடைய வார்தா ஆசிரமத்தில் அவருக்கான தனி இடத்தைக் கொடுத்து முதல் வேலையாக காந்தி போய் அவரை சுத்தம் செய்து தினமும் அவரை பராமரிக்கின்ற வேலையை செய்துகொண்டு இருந்தார். இதுதான் என் வாழ்க்கை என் செய்தி என்று சொல்வதற்குத் தகுதியுடைய ஒரே மனிதர்அவர் தான். நான் மருந்துச் சீட்டு மட்டும் எழுதி கொடுப்பேன். அவ்வளவுதான் நான் செய்வேன் தொட மாட்டேன். இன்றைக்கு இருக்கின்ற மருத்துவர்கள் பல பேர் எந்த நோயாளியையும் தொடுவதே இல்லை. தொடுதலே சிறந்த மருத்துவம். ஒரு மனிதனைத் தொடுவது போல, பார்ப்பது போல, சிரிப்பது போல ஒரு உன்னதமான மருந்து இருக்க முடியாது. இதை நவீன மருத்துவம் மறந்துவிட்டது. இதை காந்தி நமக்கு மீண்டும் மீண்டும் சொல்லித்தருகிறார். இதை எடுத்துக்கொண்டபோது தொழுநோய்க்கு எதிரான அவருடைய போராட்டம் தொடர்ந்து நடக்கிறது. அவரின் பதினொரு உறுதிமொழிகள் வாழ்க்கையை வழிகாட்டி செல்வதில் அடக்கம் ஒன்று தொழுநோய்க்கு எதிரானது. மற்றொன்று தொழுநோய்க்குத் தொடர்புடையதாக உள்ள காசநோய் அது பற்றியும் அவர் மிகவும் அக்கறை எடுக்கிறார் நம்முடைய சென்னையில் இருக்கக்கூடிய தாம்பரம் சானடோரியத்தை டேவிட் சவுரிமுத்து என்கிறவர் ஆரம்பிக்கும் போது காந்தி அவருக்கு ஆதரவு தெரிவிக்கிறார். உணவு ஒரு மிகப்பெரிய மருந்து அதை காந்தி வலியுறுத்துகிறார். அவருடைய வார்தாவில் இருக்கக்கூடிய அவருடைய ஆசிரமத்திற்குச் சென்றிருந்த பொழுது நான் பார்த்தேன் அங்கு அவருடைய அறை கீழே சாதாரணமாக நம்முடைய வீட்டு ஜன்னல்கள் உயரம் தான் இருக்கும். ஆனால் அவரும் ஜே.சி. குமரப்பாவும் அந்த இடத்தில், இருந்து மேலே அதே போல்

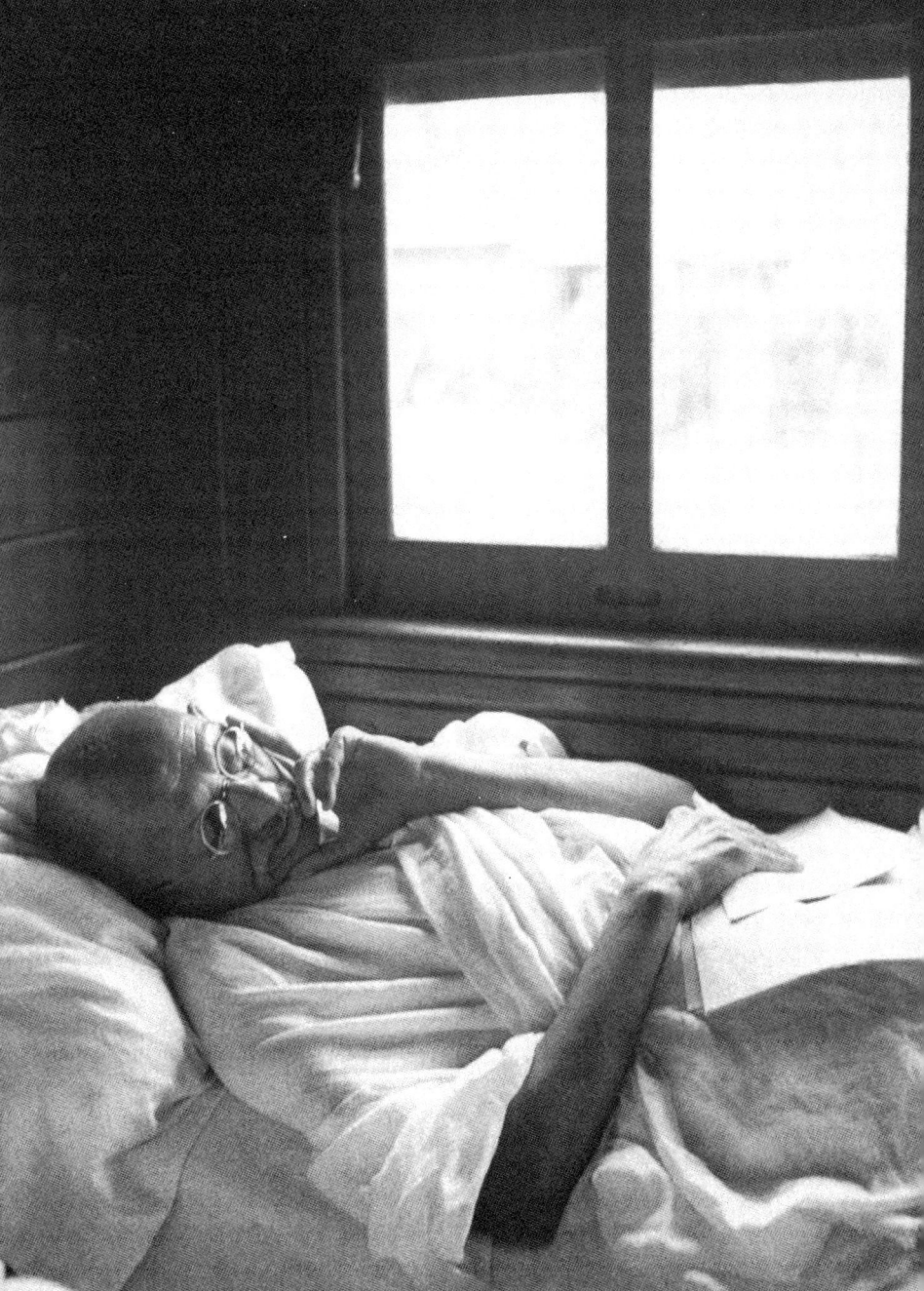

சிறிய ஜன்னல் இருக்கும். என்னவென்று கேட்டால் ஜே.சி. குமரப்பா சொல்வாராம்; காற்று கனமா இருக்கும் குளுமையாக இங்கு வரும் நாம் மூச்சுவிடுவோம் அது அசுத்தமாகி அப்பொழுது இளகாகி வெளியே போகும். அதனால ஒரு சுழற்சி இருக்கணும். இந்தச் சுழற்சியை இந்த நவீன கட்டடவியல் செய்ய மறந்துவிட்டது. பின் நமக்குக் குளிரூட்டப் பட்ட அறைகள் வேண்டும் மின்விசிறி வேண்டும். ஆனால் காந்தி காற்றின் சுழற்சியைப் புரிந்துகொண்டு வீட்டைக் கட்டியவர்.

சித்ரா : காந்தியினுடைய மருத்துவம், உணவு, கல்வி இப்படி எல்லா கருத்துக்களுமே ஒரு முழுமையான அணுகுமுறையில் தான் முன்னெடுக் கப்பட்டிருக்கிறது என்பது நீங்கள் சொல்லும் போது புரிந்துகொள்ள முடிகிறது. இன்னொன்று அவர் மனிதக் கழிவுகள் பற்றி தொடர்ந்து பேசியிருக்கிறார். அதைச் சார்ந்து அதை எப்படி சுத்தப்படுத்துவது அதை எப்படி பராமரிப்பது எப்படி அதை ஒரு உரமாக மாற்றுவது என்பது பற்றி தொடர்ந்து பேசியவராக காந்தியை மட்டுமே நாம் இந்திய வரலாற்றில் பார்க்க முடிகிறது. இது தனிப்பட்ட ஒரு சிறப்பு அம்சமும் கூட. ஒரு மருத்துவராக மனிதக் கழிவுகளைப் பற்றி பேசுவது முக்கியம் என்பது நீங்கள் எப்பொழுதுமே சொல்வீர்கள். அதை நீங்கள் எப்படிப் பார்க்கிறீர்கள்.

வெ. ஜீவானந்தம் : ஒரு வார்த்தை சொல்லுவேன் நீங்கள் அதிர்ச்சி அடையாதீர்கள். மல தரிசனம் என்று சொல்கிறார். மலத்தை நாம் பார்க்க கூடாது என்று நினைக்கக்கூடிய ஒரு போலி அறிவியல் நமக்கு இருக்கிறது. மலத்தைப் பார். ஏனென்றால் உன் மலத்தைப் பார்த்தால் உனக்கு என்ன வியாதி என்று தெரிந்துவிடும். மலத்தில் பூச்சி இருந்தால் தெரியும். மலம் கருப்பாக சென்றால் வயித்துக்குள் ஏதோ பழுது இருக்கின்றது. இரத்தகசிவு உள்ள நோயாளிகள் பல நாட்கள் இரத்தக் கசிவினால் கருப்பாக மலம் போய் பார்க்காமல் பரிசோதனை செய்யும்பொழுது மட்டும் பார்த்தபோது இது அதிக நாட்கள் இப்படி சென்றிருக்கவேண்டுமே. தெரியவில்லை என்கிறான். அப்போது இரத்த சிவப்பு அணுக்கள் மிகவும் குறைவாக இருக்கும். அப்போது மல தரிசனம் என்பதை சொல்றார். இரண்டாவது மலம் என்பது கழிவு அல்ல, செல்வம். இதை ஜேசி குமரப்பா சீனா சென்றபொழுது சொல்கிறார். இந்த ஊரினுடைய மலக்கழிவெல்லாம் என்ன செய்வீர்கள் ஆற்றில் சேர்த்துவிடுவீர்களா? என்று கேட்கின்றார் ஏன் அப்படி? எங்கள் ஊரில் நாங்களெல்லாம் சாக்கடையில் இணைத்து விட்டு ஆற்றில் சேத்துருவோம். அந்தத் தண்ணீரை யார் குடிப்பார்கள்? அவன் கேட்கிறான். அப்போது அவர் கன்னத்தில் அறைந்தது போல

இருக்கிறது. அப்போது சொல்கிறார் காந்தியத்தை நாம் செயல்படுத்து வதை விடவும் சீனா மிக உண்மையாக செயல்படுத்துகிறது. மலத்தைக் கழிவு என்று கருதாமல் அதை ஒரு செல்வமாக கருதி அதை உரமாக மாற்றியது என்று சொல்கிறார். நாம் இன்றைக்கு அந்த மலத்தை உரமாக்கும் கலையை கற்றிருந்தால் வெளிநாட்டில் இருந்து இரசாயண உரங்களை வரவழைத்து நம்முடைய உடலையும் நம்முடைய மண்ணையும் நம்முடைய உணவையும் விசமாக்கி மருத்து வமனையில் சென்று படுத்திருக்க மாட்டோம். நாம் எதைக் கழிவு என்று கருதுகிறோமோ அதை செல்வமென்று உணர்த்தியவர் காந்தி. நான் வார்தா சென்றபோது பார்த்தேன். எல்லாருடைய முதல் வேலை கழிப்பறையைச் சுத்தம் செய்வது. அதை எல்லோரும் செய்கிறார்கள். அது எந்த ஜாதிகாரர் என்பது எல்லாம் இல்லை. உயர் ஜாதிக்காரர்கள் வரும் பொழுது குறிப்பாக அவர்கள் மலம் இருக்கக்கூடிய இடத்தை சுத்தம்செய்வது, அரிஜனங்கள் இருக்கக்கூடிய இடத்தில் சுகாதாரத்தைக் கற்றுக்கொடுக்கக்கூடிய பொறுப்பை மேல் ஜாதியினருக்குக் கொடுத்து அவர் செய்ய வைத்தார். தேசபக்தியெல்லாம் வேறு எதும் இல்லை இதுதான் தேச பக்தி சென்று செய் என்று சொல்கிறார். தூய்மை என்பது நாம் உண்பதுதான் தான் மலமாக வருகிறது. அதன்மேல் எப்படி ஒரு அருவருப்பு வரலாம். இதுதான் நம்முடைய வாழும் முறை மேல் சாஸ்திரங்கள் தவறான ஒரு புரிதலைச் செய்திருப்பதாகும். அதை உடைத்தவர் காந்தி.

சித்ரா : காந்தி முன்வைத்த மிக முக்கியமான கொள்கைகளில் ஒன்று கல்விக் கொள்கை. அவர் நைதாலீமை வடிவமைக்கும் போது உடல் உழைப்பு சார்ந்த ஒரு விசயத்தை முதலில் இருந்தே கற்றுக்கொடுக்கவேண்டும் என்பதை வலியுறுத்துகிறார். பாடத்திட்டத்தின் ஒரு பகுதியாகவே அது இருக்கிறது. இன்று இருக்கின்ற நவீன மருத்துவத்திலும் உடல் உழைப்பு சார்ந்த விசயத்தை அதிக அளவில் வலியுறுத்துகிறது. அதுதான் உடல் நலனிற்கான அதிக பட்சதேவை என்று சொல்கிறது. எனவே நீங்கள் ஒரு மருத்துவராக காந்தியினுடைய இந்தக் கொள்கைகளை எப்படிப் பார்க்கிறீர்கள்?

வெ. ஜீவானந்தம் : நாம் எல்லாவற்றையுமே தனித்தனியாக வைத்திருக்கிறோம் சாப்பாடு, சத்துணவு, படிப்பு, உழைப்பு, ஓய்வு, அன்பு, இதெல்லாமே தனித்தனியாக இருக்கிறது. உங்களிடம் அன்பு செலுத்துவதற்கு ஒரு பத்து நிமிடம். அதுவல்ல முழு மனிதனாக ஒன்றில் பலவனவற்றையும் காண்பது. அண்டத்தில் இருப்பது பிண்டத்தில் இருக்கும் என்று சொல்வார்கள். எல்லாவற்றிலும்

இருக்கிறது. ஒரு புல்லை பார்க்கின்ற போது அதை அன்போடு பார்க்கக்கூடிய பார்வை வேண்டும். என்னுடைய ஆசிரியர் ஓடிக்கொண்டு இருக்கின்ற போது சொல்வார் எங்கு ஓடுகிறாய். இந்தப் பூ உன்னைப் பார்த்து சிரிக்கிறதே அதைப் பாரென்று, ஏனென்றால் அவர் ஒரு காந்தியர். பூ உன்னிடம் பேச வேண்டும் என்கிறது நின்று பேசு எனில் மலரோடு பேசுவது மரங்களோடு பேசுவது, ஆற்றுடன் பேசுவது, நீருடன் பேசுவது. இதெல்லாம் நமக்கு மறந்துவிட்டது. எல்லாம் வணிகமாக ஆகி விட்டது. தமிழ்நாட்டின் சோகம் என்னவென்றால் இதைக் குலக்கல்வி என்று சொன்னதனால் அதை எதிர்த்துப் போராட வேண்டியது வந்து விட்டது. ஆனால் காந்தி அப்படி சொல்லவில்லை. தான் செருப்புத் தைத்திருக்கிறார். தான் தைத்த செருப்பை தன்னை அடித்து சிறையில் போட்ட ஸ்மட்சுக்குக் கொண்டு போய் கொடுக்கிறார். அனேக காலத்திற்குப் பிறகு ஸ்மட்சிடம் போய் கேட்கிறார்கள். உங்களுக்கு காந்தி ஒரு செருப்பு கொடுத்தாரே அதை நீங்கள் அணிந்தீர்களா? என்று. நான் என்ன முட்டாளா, ஒரு மகான் தைத்துக் கொடுத்த செருப்பை நான் அணிகின்ற அளவுக்கு நான் முட்டாள் இல்லை. அது என்னுடைய காட்சி அலமாரியில் இருக்கின்றது என்கிறான் ஆகையினால் அப்படிப்பட்ட மனிதர் காந்தி. அவர் வெள்ளையர், இவர் கருப்பர் என்பதற்கெல்லாம் அப்பாற்பட்டோம் என்றால் நம்முடைய பண்பாடு, விழுமியங்கள், அறம் இது சார்ந்ததுதான் கல்வி. நம்முடைய கல்வி இன்று அறத்தைச் சொல்லித்தருகிறதா? அன்பைச் சொல்லித்தருகிறதா? பாசத்தைச் சொல்லித்தருகிறதா? பரிவைச் சொல்லித்தருகிறதா? விட்டுக்கொடுக்கச் சொல்லித்தருகிறதா? எதுவும் இல்லை. நான் தேர்ச்சி பெற வேண்டும். அருகில் இருப்பவன் தோல்வியடைய வேண்டும். இது எப்படி கல்வியாக முடியும். ஒரு செடியை வளர்க்கத் தெரிய வேண்டும். மண்ணைத் தொட வேண்டும். இந்த நாட்டினுடைய கேவலம் எந்த அளவிற்குச் சென்றிருக்கின்றதென்றால் மண்ணைத் தொடாதே என்று விளம்பரப் படுத்தகூடியது. மண்ணை தொட்டால் சோப்பு போட்டு கழுவு என்கிறான். கழுவ வேண்டியது உண்மை சுத்தம் வேண்டியது தான். ஆனால் மண் அசிங்கம் என்று நினைக்கின்றது இருக்கின்றதல்ல,என் தாயை என் தாய் மண்ணை அசிங்கம் என்று சொல்லக்கூடிய கல்வி எனக்குத் தேவையில்லை. எனக்குத் தேவை என் மண்ணை நேசிக்கக் கூடிய கல்வி, என் மாதாவை நேசிக்கக்கூடிய கல்வி, என்னுடைய சக மனிதனை நேசிக்கக்கூடிய கல்வி. அதுதான் நை தாலிம். நை தாலிம் என்பது புதுமைக்கல்வி. அவ்வளவுதான். இதை இந்தியா

கடந்த 75 ஆண்டுகள் கடைபிடித்திருக்குமானால் நாம் ஒரு மாற்று நாகரீகத்தை உலகத்திற்குக் கொடுத்திருக்க முடியும். காந்தி விரும்பியது அதுதான். எல்லாவற்றிலும் ஒரு மாற்று கொடுக்க நினைத்தார். இந்தியா தரக்கூடிய அளவிற்கு நாகரீக பண்பாடு மிக்க நாடு இதை நாம் மேற்கத்திய மோகத்தால் இழந்துகொண்டு இருக்கிறோம். அதனிடம் இருந்து கற்றுக்கொள்ள வேண்டியதை கற்றுக்கொள்ள வேண்டும். விடவேண்டியதை விடவேண்டும். உழைப்போடு சேர்ந்த கல்வி ஒன்றுதான் இந்தியாவை முன்னேற்றும். உழைப்பை மதிக்காத கல்வி இந்தியாவை தாழ்மையுறச் செய்யும். மீண்டும் அடிமையாக்கும் . காந்தி மிக அழகாகச் சொல்றாறே வெள்ளக்காரன் ஆண்டால் என்ன நாம் ஆண்டால் என்ன நமக்கு தேவை நம்முடைய நிறைவு. இந்தக் கல்வி இந்த நாட்டுக்கான மக்களை உருவாக்க வேண்டும். அதனால் கல்வி என்பது நை தாலிம் என்றுசொல்லக்கூடிய காந்திய கல்வி முறையை நாம் புரிந்து கொண்டு ஏற்றுக் கொண்டால், குருட்டுத்தனமாக ஏற்றுக்கொள்ள வேண்டாம். புரிந்துகொண்டு ஏற்றுக்கொண்டால் அது சரியாக இருக்கும்.

சித்ரா : நீங்கள் தொடர்ந்து சூழலியல் சார்ந்த நடவடிக்கைகளையும் செய்துகொண்டு இருக்கிறீர்கள். தமிழில் முன்னோடியான எழுத்தாளர்கள் எல்லோரும் சூழலியல் சார்ந்து தங்களுடைய பார்வையைத் திருப்புவதற்கு உங்களுடைய பங்கு மிக மிக முக்கியமானது என்பது முக்கியமாக பதிவு செய்யபட்டிருக்கிறது. அப்படி நீங்கள் சூழலியலை நோக்கிப் பயணப்படுவதற்கு காந்தியம் எந்த வகையில் உங்களுக்கு உதவியாக இருந்தது?

வெ. ஜீவானந்தம் : நாம் இயற்கையைத் தனியாவும் மனிதனைத் தனியாவும் பார்க்கிறோம். இயற்கை இல்லாமல் மனிதன் இல்லை. அதை இந்த பொருள்சார்ந்த உலகம் மறக்க வைத்துவிட்டது. அண்மைக் காலத்திலே தொழில் புரட்சிக்கு பிறகு வந்த சிந்தனை என்னவென்றால் அத்தனையும் பணம். மனிதகுலம் இதுவரை எதையெல்லாம் புனிதமானதென்று போற்றிப் பாராட்டி வணங்கியதோ அவற்றையெல்லாம் சந்தைப் பொருளாக விலைக்குக் கொண்டுவந்து விட்டதுதான் இந்த உலகமயத்தினுடைய மிகப்பெரிய ஆபத்து. இதை நாம் உணரவில்லை. இந்தக் காடு முக்கியம், இந்த மண் முக்கியம், இந்தத் தண்ணீர் முக்கியம்.

இன்றைக்கு நம்முடைய ஆறுகளில் 70% கெட்டுப்போயிருக்கிறது. ஏன் தண்ணீர் பஞ்சம்? இங்கே இருக்கின்ற தண்ணீரை எடுத்துக் குடிக்க முடியுமா? ஆற்றில் ஓடுகிற தண்ணீரைக் குடிக்க

முடியுமா? ஏன் கிராமத்தில் இருக்கக்கூடிய குளத்தில் இருக்கின்ற தண்ணீரைக் குடிக்க முடியுமா? இதைக் கெடுக்கிறது யார்? என்னுடைய உணவைக் கெடுத்தது யார்? என்னுடைய காற்றைக் கெடுத்தது யார்? எல்லாரும் கெடுக்கவில்லை. ஒரு சிலருடைய நலனுக்காக உலகத்தினுடைய பொது உடைமையாக இருக்கக்கூடிய வாழ்வாதாரமாக இருக்கக்கூடிய இயற்கை வளங்கள் அத்தனையும் பணப்பேராசை எடுத்துக்கொள்கிறது. அதனால்தான் காந்தி சொல்கிறார் உலகம் முழுவதும் இன்றைக்குப் பேசக்கூடிய மேற்கோள் இதுதான். பூமி நமக்கு தேவையான அனைத்தையும் தரும். ஆனால் நம்முடைய பேராசைக்கு தருவதற்கு அதனிடம் எதுவும் இல்லை இதுதான் இன்றைய டேலிஸ்மன்ட் *(Talisman) (25:33)*

இதுதான் நம்முடைய உலகத்திற்க்குக் கொடுக்கக்கூடியது. எந்த மனிதன் கொடுக்கக்கூடிய உன்னதமான செய்தியும் இதுவே. இது தவிர வேறில்லை. எனக்கு தேவையானதை நான் எடுத்துக்கொள்வேன். நான் எதையெல்லாம் உங்களுக்குத் தர முடியுமோ அதை உங்களுக்குத் தருவேன். இதுதான் சர்வ ஜீவன சுவிதோ பவன்ந்த். எல்லா உயிர்களும் இன்புற்றிருப்பதே அன்றி வேறொன்று அறியோம் பராபரமே. இந்த புத்தி ஏன் சென்றது? இது ஏன் அழிந்தது? யார் அழித்தது? இதை அழித்தவர்கள் தான் மனித குலத்தின் முதல் எதிரிகள். இது தான் நாம் புரிந்துகொள்ள வேண்டியிருக்கிறது. காந்தி இதை மிகவும் தெளிவாகவே சொல்லிக் கொடுத்திருகிறார்.

சித்ரா : மிக உணர்வுபூர்வமாக சூழலியல் சார்ந்து விசயங்களை நீங்கள் பகிர்ந்துகொண்டீர்கள் டாக்டர். நூற்றைம்பது வருடங்களைக் கடந்தும் காந்தியம் என்பது இன்றைக்கும் நம்முடைய ஒரு தேவையான ஒரு சித்தாந்தமாக இருக்கிறது. அடுத்து வரக்கூடிய காலங்களிலும் நம்மைப் பாதுகாக்கக்கூடிய ஒரு கொள்கையாக காந்தியம் திகழும் அப்படியென்றால் அதை எப்படி நாம் முன்னெடுத்துக் கொண்டு போக வேண்டும் என்று நீங்கள் நினைக்கிறீர்கள்?

வெ. ஜீவானந்தம் : நாம் செய்ய வேண்டியது என்ன என்கிற கேள்வி ஒரு புறம். நாம் செய்யவில்லை என்றால் என்ன ஆகும் என்பது மற்றொரு புறம். வேறு வழியில்லை. இதைச் செய்யவில்லை என்றால் நான் வாழ்வேனா என்பது தான் கேள்வி. இன்றைக்கு உலகமயமாதலின் வளர்ச்சியினுடைய முதிர்ச்சி என்னவென்றால் பருவ நிலை மாற்றம். இந்த பூமி உயிரோடு இருக்குமா? இந்த பூமி மனிதன் வந்தபிறகு வந்தது அல்ல. மனிதனுக்காக படைக்கப்பட்டதும் அல்ல. இந்த பூமியில் கடைசியாக வந்த உயிரினம் இந்த மனிதன். நீ இல்லாமல் இந்த

பூமி வாழும். பாரதி சொல்வதுபோல நாம் புரிந்துகொள்ள வேண்டியது ''நல்லறம் பாடிய மன்னரை வாழ்த்தி நலம் புரிவாள் எங்கள் தாய் அவர் அல்லவராயின் அவரை விழுங்கி ஆனந்தக் கூத்திடுவாள்'' அதனால் இந்த பூமி உன்னையும் என்னையும் நம்பி இல்லை. யாருக்கும் பிச்சை போடுவதற்க்கெல்லாம் இல்லை. நீ ஒரு பிச்சை போடப்பட்டவன். இதைப் புரிந்து கொண்டு வாழ்ந்தால் வாழ்வாய்; இல்லையென்றால் உன் மரணத்தின் மீது நடனமாடும் இந்த உலகம். அந்த அழிவை உன்னால் தடுக்க முடியாது. நீ அழிவாய் உலகம் வாழும்.

தேவைப்படும் அனைவருக்கும் எதையும் கொடுக்க பூமியால் முடியும், ஆனால் பேராசை உள்ள யாருக்கும் கொடுக்க முடியாது *(Earth can give anything for everybody in need, but not for anybody in greed)* எடுத்துக்கொள் தாய் நிறைய சமைத்து வைத்திருக்கின்றாள் சாப்பிடு. தாயைச் சாப்பிடாதே. தாயைச் சாப்பிடுவது பிள்ளைக்கறியை சாப்பிடுவது மாதிரி. தாய்க்கறியைத் திண்ணக்கூடிய ஒரு அசுர பிறவிகளாக மனிதர்கள் மாறிக்கொண்டு இருப்பதைக் காந்தி தடுப்பதற்கான முயற்சி செய்கிறார். காந்தியை ஏற்றுக்கொண்டால் வாழ்வோம். காந்தியை ஏற்றுக்கொள்ளவில்லை என்றால் தாய் ஆனந்த நடனமாடுவாள்.

சித்ரா : காந்தியத்தைப் பின்பற்றினால் இன்னும் பல தலைமுறை களுக்கும் நாம் இந்த உலகத்தில் சுகமாக நலமாக வாழமுடியும் என்கின்ற நல்ல குறிப்போடு உங்களின் இந்த பேட்டியை நிறைவு செய்திருக்கிறீர்கள். ஒரு மருத்துவராக காந்தியினுடைய உடல் நிலை சார்ந்தும் அந்த உடல்நிலையோடே அவர் எப்படி பல போராட்டங்களையும் மானுட வாழ்க்கை குறித்த நம்பிக்கையையும் முன்னெடுத்தார் என்பதையும் யாருமே பேச தயங்கக்கூடிய பல விசயங்களை மனித கழிவுகள் தொட்டு தொழுநோய் காசநோய் இப்படி பல பிரிவுகள் சார்ந்தும் அவர் எப்படி ஒரு மருத்துவத்தை முன்னெடுத்துச் சென்றார் என்பதையும் மருத்துவத்தின் மீது விமர்சனங்கள் இருந்தாலும் மருத்துவர்களோடு அவர் எப்படி இணக்கமான உறவு கொண்டிருந்தார்.

அவருடைய மருத்துவம் என்பது மானுட சேவை சார்ந்தது என்பதையும் நீங்கள் மிகவும் அழகாகவும் தெளிவாகவும் சுற்றுச்சூழலியல் சார்ந்தும் நீங்கள் காந்தியத்தை இந்த நிகழ்ச்சியில் விளக்கினீர்கள்.

வெ. ஜீவானந்தம் : இது எனக்குக் கிடைத்த ஒரு பெரிய வாய்ப்பென்று நினைக்கிறேன். ஏனென்றால் லட்சக்கணக்கான மனிதர்களிடம்

காந்தியைப்பற்றியும் அவர் சொன்ன வாழ்வு அறம் பற்றியும் பேசுவதற்கான வாய்ப்பு என்பது ஒரு மிகப்பெரிய அருள் தான், அதற்காக நான் உங்களுக்கு நன்றி சொல்கிறேன்.

சித்ரா : நன்றி வணக்கம்.

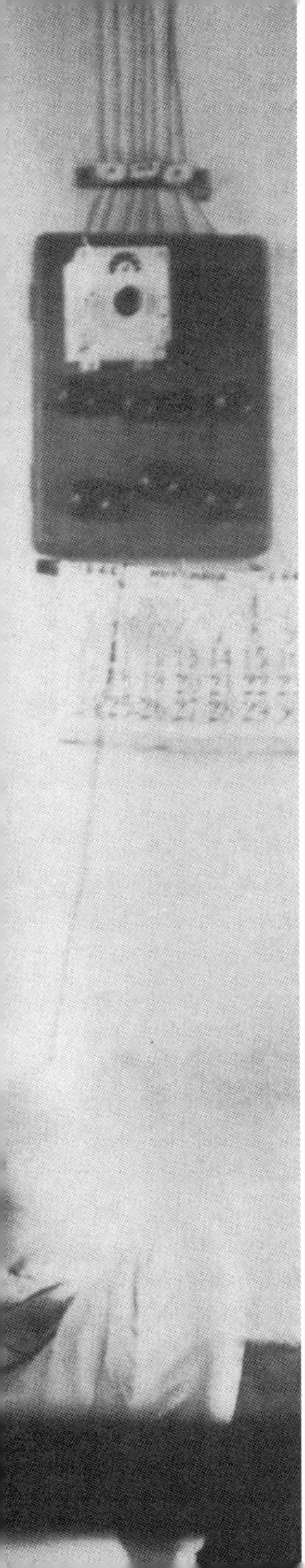

கடற்கரய்

பத்திரிகையாளர்

சித்ரா : பெரும்பான்மையானவர்கள் ஒரு விமர்சனத்தின் வழியே காந்தியை அணுகுவார்கள், அதில் தொடர்ந்து பயணப்படுவார்கள். பெரும்பாலானோர் அப்படித்தான் பயணப்பட்டார்கள். அவரது உண்மைத் தன்மையை அறிந்து சிலர் காந்தியை நோக்கி ஈர்க்கப்படுவார்கள். உங்களுடைய வாழ்க்கையில் காந்தியை நோக்கி எப்படி பயணப்பட்டீர்கள்?

கடற்கரய் : எனக்கு 17 வயது இருக்கும் என்று நினைக்கிறேன். அப்பொழுது எனக்கு அரசியல் ஈடுபாடு இருந்தது. நான் அரசியல்வாதியாக வேண்டும் என்று தான் ஆசைப்பட்டேன். ஒரு கட்டத்தில் எனக்கு அரசியல் வேண்டாம் என்று முடிவு எடுத்தேன். அதற்கு காந்தி தான் காரணம். நான் 16 வயதில் மேடையில் பேச ஆரம்பித்தேன். ஒருநாள் பழ.கருப்பையாவின் காந்தியைப் பற்றிய கூட்டம் எங்கள் ஊரில் நடைபெற்றது. நான் காந்தியைப் பற்றிய எதிர்மறையான நூல்களைப் படித்திருந்தேன். அந்த நூல்களில் இருந்து தான் காந்தியைப் பற்றிய வாசிப்பு ஆரம்பித்தது. அப்போது பகத்சிங்கை பற்றியும் அம்பேத்கர் பற்றியும் படித்திருந்தேன். காந்தியை முழுமையாக படிக்கவில்லை. நான் பழ.கருப்பையா கூட்டத்தில் காந்தியை எதிர்த்து பேசினேன். அவர் தர்ம சங்கடமாக ஆகிவிட்டார். எங்கள் ஊர் சட்டமன்ற உறுப்பினர் மேடையை விட்டு வெளியேறி விட்டார். ஒரு மனிதன் இப்படி கலங்கி ஓடுகிறாரே, பக்கத்தில் இருந்த மனிதரால் பேசக்கூட முடியவில்லை நாம் இந்த மனிதர்களை ஆட்கொண்ட மனிதரைப் பற்றிய எதிர்மறையான பார்வையை வைக்கின்றோம். நாம் யாரோ ஒருவருடைய குரலாக பேசுகிறோம் என்பதை உணர்ந்தேன். அதன் பிறகு 18 வயதில் முதன் முதலாக காந்தி அவர்களுடைய சத்திய சோதனை நூலைப் படித்தேன். அதில் ஒரு பகுதி என்னை மிகவும் ஈர்த்தது. ஒரு பையன் தன் அப்பாவின் சட்டை பையில் இருந்து பணத்தை திருடுவான். அது திருட்டு தானே என்ற கேள்வி எழும். காந்தி அதற்கு அழகான விளக்கம் கொடுத்திருப்பார். வீட்டுக்குள்ளே நடக்கக் கூடிய திருட்டு வேறு, வெளியாள்கள் செய்யக்கூடிய திருட்டு வேறு. ஒரு மனிதன் இரண்டு விதமாக திருட்டைப் பார்க்க வேண்டும் என்ற காந்தியினுடைய விளக்கம் என்னை மிகவும் ஈர்த்தது. ஒரு திருட்டை ஒரு மனிதன் ஆழ்ந்து பார்க்க முடியுமா என்பதை உணர்ந்தேன். அந்த நேரத்தில் காந்தியை முழுமையாக படிக்க வேண்டும் என்பதை முடிவு செய்தேன். எதிர்மறையான நூல்களை படித்தபோது காந்தியை எவ்வளவு எதிர்த்தேனோ அதைவிட 100 மடங்கு அவருடைய விசுவாசி ஆகிவிட்டேன். எங்கள் தலைமுறையில் அனைவரும்

எதிர்ப்புணர்விலிருந்து தான் காந்தியை நோக்கி வருவார்கள் என்று நினைக்கின்றேன். நானும் அப்படித்தான் வந்தேன்.

சித்ரா : பாரதியினுடைய பார்வையில் இருந்து காந்தியடிகள் எப்படி இருந்தார் என்பதை நீங்கள் எவ்வாறு பார்க்கிறீர்கள்?

கடற்கரய் : உண்மையாகவே இது பாரதியினுடைய தீர்க்கதரிசனம் என்று தான் கூற வேண்டும். பாரதியால் முன்கூட்டியே ஒரு மனிதனை தீர்மானிப்பது என்பது ஞானத்தின் தீர்க்கதரிசனம் போலத்தான். ஏனெனில் காந்தி யுகம் பொழுது பிறக்கவே இல்லை. காந்தி யுகம் 21ம் நூற்றாண்டில் தான் தொடங்குகிறது. பாரதி திலகருடைய குழுவில் இருந்தவர். காந்தியை நோக்கி ஈர்க்கப்படுவது பாரதியிடம் இருந்துதான் தொடங்குகிறது. பாரதியும், வ.உ.சி யும் அரசியல் இரட்டையர்கள். எல்லா போராட்டங்களிலும் பங்கு கொண்டார்கள். ஆனால் பாரதி காந்தியை நோக்கி ஈர்க்கப்பட்டார். வ.உ. சி. சாகும் வரையிலும் தன்னை திலகருடைய சீடராக கற்பனை செய்து வாழ்ந்து வந்தார். சாத்வீக கொள்கை இந்தியாவினுடைய தேவையாக இருக்கிறது என்பதை பாரதி புரிந்து கொண்டார். வாழ்க நீ எம்மான் பாடல் எவ்வளவு முக்கியம் என்பது உங்களுக்கு தெரியும். அப்பாடலில் பாரதி மகாத்மா என்ற வார்த்தையை பயன்படுத்துகிறார். உண்மையில் இந்தியா மகாத்மா என்ற வார்த்தையை அறியவே இல்லை. ரவீந்திரநாத் தாகூர் பின்னாளில் கூறினார். ஆனால் கூறியதை திரும்பப் பெற்றுக் கொண்டார். பாரதி காந்தியை நேரடியாகப் பார்க்கவேயில்லை. பார்ப்பதற்கு முன்பு மகாத்மா என்று பாடியிருக்கிறார். நாமக்கல் கவிஞரின், கவிதைகள் தேசிய விநாயகம் பிள்ளை கவிதைகள் போன்ற நிறைய கவிதைகள் படித்திருக்கிறேன் உயர்வு நவிற்சி இல்லாமல் கூறுகிறேன். அவர்களுடைய எந்த பாடல்களிலும் இல்லாத ஆத்ம ஜோதி பாரதியின் பாடல்களில் பிரமாதமாக எழுந்திருக்கிறது. பாரதியினுடைய தொடர்பு காந்தியடிகள் தென்னாபிரிக்காவில் இருக்கும்போதே ஆரம்பித்தது. இந்தியன் ஒப்பினியன் (indian opinion) இல் பாரதியை பற்றிய விளம்பரங்கள் வருகின்றன. அங்குள்ள மக்கள் நிதி திரட்டி அவருடைய புத்தகங்களை வெளியிடுகிறார்கள். பாரதி வரைந்த காந்தியைப் பற்றிய கேலிச்சித்திரம் மிக முக்கியமானது. பசுத்தோல் போர்த்திய புலி போல் இனவெறியை மாய்ந்து மாய்ந்து எழுதுகிறார். தென்னாப்பிரிக்காவில் தமிழர்களுக்கு நடக்கக்கூடிய இன்னல்களை காந்தியின் குரலாக பாரதி தமிழ்நாட்டில் எழுதுகிறார். தென்னாப்பிரிக்காவில் இருந்து தமிழர்கள் சுதேசமித்திரனுக்கு எழுதுகிறார்கள். காந்தியினுடைய போராட்டத்தை தன்னுடைய

கவிதைகளில் கொண்டு வருகிறார்கள். பாரதிக்கு அனைத்தும் ஒரு தூரப்பார்வை தான் கிட்ட பார்வை கிடையாது. அவர் காந்தியடிகள் மீது கொண்ட நம்பிக்கையை 21ம் நூற்றாண்டுக்குப் பிறகு வீண் போகவில்லை. ஒரு மனிதனை கண்டுபிடிப்பது என்பது பாரதிக்கு பெருமை. அந்த விடயத்தை காந்தி அறியாமலேயே செய்து முடித் திருக்கின்றார் என்பது அதைவிடப் பெருமை.

சித்ரா : தமிழ்நாட்டைப் பொறுத்தவரை காந்தியின் தொடர்புடைய மிக முக்கிய ஆளுமை ஏகே. செட்டியார் அவர்கள். அவர்களை உலகம் சுற்றும் வாலிபன் என்று சொல்வார்கள். ஆனால் அவர் அதிகமாக உலகம் சுற்றியது காந்தியினுடைய ஆவணப்படத்திற்காகத்தான். காந்தியிடம் அனுமதி கேட்டால், அவர் வேண்டாம் என்று மறுத்து விட்டால் உடனடியாக நிறுத்த வேண்டும் என்று அவரிடம் கூறாமலே இருந்தார். ஏகே. செட்டியாருடைய காந்தியைப் பற்றியத் தொகுப்பு பணி மிக முக்கியமானது அதைப்பற்றி கூறுங்கள்?

கடற்கரய் : ஏகே. செட்டியார் என்ற நபரைப் பற்றி ஆய்வு செய்யும்போது உலகம் கண்டுகொள்ளாத தமிழகத்தில் யாரும் புரிந்து கொள்ளாத மனிதன் என்ற மனநிலை தான் ஆய்வு செய்யும் அனைவருக்கும் வரும். ஆனால் அவர் மிகவும் பிரபலமாக அறிஞர் சபையில் அறிந்த மனிதராக செல்வாக்கான மனிதராகத்தான் அவர் வாழ்ந்திருந்திருக்கிறார். பின்னாளில் வந்த தலைமுறையினர் அவருடைய தியாகத்தையும் கொடையையும் புரிந்து கொள்ளாத ஓர் தலைமுறை. செட்டியாரை பொறுத்தவரையில் அவரின் இளமையான காலகட்டத்தில் காந்தியத்தால் ஈர்க்கப்பட்டவர். இங்கு காங்கிரஸ் மாநாடு நடந்தபோது அவர்களுடைய உறவினர் மூலமாக காங்கிரஸில் இணைகிறார். அங்கு இணையும் போது தான் கதரைப் பற்றிய முதல் புரிதல் வருகிறது. உலகம் சுற்றும் தமிழன் என்ற அடையாளத்தோடு மூன்று முறை உலகை சுற்றி வருகிறார். ஆனால் உலகம் சுற்றும் தமிழன் என்ற சொல்லாடல் அவரை பெரிய பணக்காரர் உல்லாசமான வாழ்க்கையை நடத்தக்கூடிய மனிதர் என்ற மனநிலையை உருவாக்கியது. உண்மையில் ஏகே. செட்டியார் தன்னுடைய செலவுக்கே பணம் இல்லாமல் வாழ்ந்தவர் என்பது ஆய்வுகள் மூலம் தெரிகின்றன. அவருடன் இருந்த நண்பர்களை திரட்டி ஒரு காந்திய படத்தை எடுக்க முடிவு செய்கிறார். காந்தி சென்னையில் இருக்கும் போது ஒத்து ழையாமை இயக்கத்தை பற்றியும், தான் கண்டவற்றையும் படமாக எடுக்க முயற்சி செய்தார். அதுபோல 1932 ல் சமேரியா கப்பலில் பயணம் செய்யும்போது ஏகே. செட்டியார் காந்தியடிகளைப் பற்றிய படம் எடுக்க

வேண்டும் என்ற பிரமாண்ட கனவை காண்கிறார். பிரம்மாண்ட கனவை ஒரு சாமானிய மனிதன் கண்டார் என்பது ஆச்சரியமானது. ஏகே. செட்டியாரின் குடகு நூலை படித்திருக்கிறேன். படிக்கும்போது எனக்கு பிரமிப்பாக இருக்கிறது. 1911-இல் பிறந்த அவருடைய நூற்றாண்டை கொண்டாடக்கூடிய நிகழ்வு நடந்தது அப்போதுதான். அவரை முழுமையாக படிக்க முடிவு செய்தேன். ஏகே. செட்டியாரின் உலகம் சுற்றும் தமிழன் என்ற நூல் ஒரு பயண இலக்கியம் ஆகும் அதைத் தவிர எந்த நூலும் என்னிடம் இல்லை அவருடைய நூல்களை தேடிப் படிக்க வேண்டும் என்று ஆரம்பிக்கும் போது உதிரி உதிரியாக பயண குறிப்புகள் கிடைத்தன. அவற்றில் பேருந்து பயண குறிப்பில் மார்ட்டின் லூதர் கிங்கிடம், பயணம் குறித்து நீங்கள் நூலை எழுதியதாக கேள்விப்பட்டேன் எனக்கு அந்த நூலை அனுப்புங்கள் என்று கடிதம் எழுதுகிறார். ஒரு புத்தகத்திற்காக மார்டின் லூதர் கிங் இடமே கடிதம் எழுத முடியுமா? என்று யோசனை வந்தது. அவரைப் பற்றி கேட்க ஆரம்பித்தேன் அவர் எழுதிய நூல்களைத் தவிர நூலாக்கம் பெறாமலே நிறைய கட்டுரைகள் இருந்தன. இந்த நூற்றாண்டில் இந்த மனிதரைப் படிப்போம் என்று முடிவு செய்தேன். நான் 21,500 பக்கங்கள் தொகுத்து இருக்கிறேன் அவற்றில் நான் கண்டறிந்த அனைத்து கட்டுரைகளும் முக்கியமானவை.

சித்ரா : ஏகே. செட்டியார் காந்தியின் திரைப்படத்தை தயாரிப்பதற்கும் மற்றும் பயணங்கள் குறித்து ஆவணப்படுத்துவது முக்கியமானது அந்த முயற்சியை பற்றி கூறுங்கள்?

கடற்கரய் : சென்னை பற்றி எழுதக்கூடிய ஆய்வாளர் இந்துவில் ஒரு கட்டுரை எழுதினார். நான் மிகவும் மதிக்கக்கூடிய அவர் இறந்துவிட்டார். அவர் ஏகே. செட்டியார் என்பவர். காந்தி படத்தை எடுக்கவில்லை இது ஒரு தவறான தகவல் என்று அக்கட்டுரையில் குறிப்பிட்டிருந்தார். நல்லவேளை ஏகே. செட்டியார் காந்திய படத்தைப் எடுத்ததற்கான ஆதாரமாக அண்ணல் அடிச்சுவட்டில் என்ற நூல் இருக்கின்றது. தெரிந்தும் ஆங்கில பத்திரிக்கையில் மாபெரும் ஆய்வாளர்கள் ஏகே. செட்டியார் படம் எடுக்கவில்லை என்று கூறுகிறார்கள். ஆனால் அவர் எங்கெங்கு சென்றேன் யாரையெல்லாம் சந்தித்தேன் என்பதை அந்த நூலில் குறிப்பிடுகிறார். அவர் 1932-இல் சமேரியா கப்பலில் செல்லும் போது காந்தி ஜெயந்தி அன்று காந்தியை பற்றி படம் எடுக்க வேண்டும் என்ற கனவு உருவானது. உடனே என் சக வேற்று மொழி நண்பரிடம் காந்தியை பற்றி படம் எடுக்கலாம் என்று இருக்கிறேன் என்று அவர் கூறுகிறார். உடனே அவர்கள் உன்னிடம் கேமரா

போன்ற தொழில்நுட்பம் இருக்கின்றதா? என்று கேட்கிறார்கள். அவர் கீழே கிடந்த துண்டு தாளை எடுத்து அதில் செயல்திட்டம் (*Blue print*) வகுக்கிறார். பின்னாளில் ஒரு நிறுவனத்தை ஆரம்பிக்கிறார். நண்பரிடம் நன்கொடை பெறுகிறார். அவற்றைக் கொண்டு இத்திரைப்படத்திற்கான பணிகளை தொடங்குகிறார். இப்படத்தை எடுப்பதற்கு தொடங்குவதற்கு முன்னால் அவருக்கு புகைப்படக் கலை மீது பெரிய காதல் இருந்தது. அவர் ஜப்பான் அமெரிக்கா சென்று புகைப்படக் கலை பயில்கிறார். அவர் எழுதிய நூல் ஜப்பான் அரசாங்கத்தால் தடை செய்யப்பட்டது. அவர் காந்தியடிகளை படம் எடுத்த அனுபவத்தை எழுதுகிறார். அவருடைய ஒவ்வொரு எழுத்துக் களும் கண்ணீர் வரவழைக்கக் கூடியவை.

அவர் பணமில்லாமல் ஏற்பட்ட இன்னல்கள் அதிகம். குளிப்பதற்கு கூட பணமில்லாமல் நண்பரிடம் சென்று குளித்துவிட்டு மட்டும் செல்கிறேன் என்று உதவி கேட்கிறார். செல்கின்ற இடம் எல்லாம் வறுமை அவரை துரத்திக் கொண்டு வருகிறது. அதையும் மீறி படத்தை எடுக்கிறார். படத்தை அவர் எடுத்த பிற்பாடு அமெரிக்காவிலிருந்து ஒரு நிறுவனம் 20 லட்சம் ரூபாய்க்கு விலை பேசுகிறார்கள். படத்தைப் பெறும்போது பங்களிப்பாக ஒரு பத்து லட்சம் வழங்கப்படும் என்றும் அவர்கள் கூறுகிறார்கள். பெரிய தொகைக்கு கொடுத்து விடலாம் என்று எண்ணுகிறார் 10 லட்சம் ரூபாயை கொடுத்து பெற்றுக் கொண்டு வேறு நல்ல காரியம் செய்யலாம் என ஆசைப்படுகிறார். ஆனால் பின்னாளில் அரசியல் நெருக்கடி காரணமாக படத்தை அனுப்ப முடியவில்லை. பிறகு அவர் மனம் திருந்துகிறார் நம் நாட்டிற்காக எடுத்த படத்தை அண்டை நாட்டிற்காக விற்கலாமா? என நினைத்து அம் முயற்சியினை கைவிடுகிறார்.

இந்தியா சுதந்திரம் அடைந்த பிறகு அப்படத்தை டெல்லியில் திரையிட ஆசைப்படுகிறார். அதற்காக நேருவையும் படேலையும் சந்திக்கிறார். திரையரங்கிற்கு யாராவது வருவார்களா என காத்துக் கொண்டிருக்கிறார். கூட்டம் நிரம்பி வழிகிறது. காந்தி சுடப்படுவதில் இருந்து படம் தொடங்குகிறது. காந்தியடிகள் சுடப்பட்ட படத்தை இணைத்தது ஏகே செட்டியார்.

அந்தக் காட்சியிலிருந்து தான் ஹாலிவுட் படமே தொடங்குகிறது. ஹாலிவுட் தொழில்நுட்பம் அறிந்த ஒரு அறிஞரை இத்தமிழ் சமூகம் கைவிட்டது. ஏகே. செட்டியாரின் பங்களிப்பை பற்றி பேச திரைத் துறையினர் மறுக்கிறார்கள். சினிமா துறையில் தமிழக அரசு ஏகே. செட்டியாரின் பெயரில் விருது வழங்க வேண்டும் தொழில்நுட்பம்

இல்லாத அந்த காலத்தில் அவர் செய்த முயற்சிக்கு இந்த நாடு கவுரவம் சேர்க்க வேண்டும் என்பதை இந்த நேரத்தில் நான் வலியுறுத்தி கூறுகிறேன்.

சித்ரா : தற்போது தமிழகத்தில் காந்தியைப் பற்றிய சர்ச்சையில் தென்னாப்பிரிக்க தமிழர்கள் வஉசி-யின் முயற்சிக்காக நிதி திரட்டி காந்தியிடம் கொடுத்ததாகவும் அந்தத் தொகை வஉசி-க்கு தேவைப்பட்ட நேரத்தில் வந்து சேரவில்லை என்ற சர்ச்சை இருக்கிறது. கணக்கு விடயங்களில் சரியா இருக்கக் கூடிய காந்தி இப்படி நடந்திருப்பாரா? உங்களது பார்வையில் கூறுங்கள்?

கடற்கரய் : பொதுவாக சர்ச்சை மீது நமக்கு ஆர்வம் இருக்கிறது. ஒரு மனிதனை தவறாக சித்தரிப்பது அரசியல் காழ்ப்புணர்ச்சி. அதற்கு பின்னால் மிகப்பெரிய அரசியல் இருக்கின்றது. காந்தியை பற்றி எளிமையாக புரிந்து கொள்ள வேண்டும் என்றால் உதாரணம் ஒன்று தருகிறேன். கர்மவீரர் காமராசர் மிகமிக எளிமையானவர். அவரைப் பற்றி கண்ணதாசன் 'ஆண்டியின் கையில் கூட காசு இருக்கும் அது கூட இல்லாத காமராசர்' என பாடல் எழுதியிருக்கிறார். ஆனால் காமராஜருடைய எளிமை என்பது தனிப்பட்ட எளிமையல்ல அது ஒரு அரசியல் தத்துவம். காமராசருக்கு முன்னால் கருமியான ராஜாஜி மாபெரும் இமயமலை போல் இருக்கின்றார். காமராஜர் எளிமையாகவும் ராஜாஜி கருமியாகவும் இருப்பதற்கு அவர்களுக்கு மேல் பக்கிரியாக காந்தி இருக்கிறார். இந்த பக்கிரி தான் இந்தியா முழுவதும் அரசியல் தத்துவத்தை ஏற்படுத்தியவர். காந்தியினுடைய எளிமையில் இருந்து தான் மிகப்பெரிய தலைவர்களின் எளிமை தொடங்குகிறது. காந்தி பணக்காரத் தலைவர்களை ஏழையாக்கினார். அவர்களை பணத்தை விட்டு சமூக சேவைக்கு அழைக்கிறார். சாப்பிட்டு விட்டு பணம் கொடுக்காமல் செல்வதுதான் காந்தி கணக்கு என்கிறார்கள். இது மிகவும் வேதனையாக இருக்கிறது. ஒரு பைசா கணக்கில்லாமல் காந்தி உறங்க செல்வதில்லை. தமிழ்நாட்டுக்கு வரும்போது டி.எஸ்.எஸ். ராஜனோடு பயணிக்கிறார். ஹரிஜன் நிதி திரட்டுகிறார். அன்று இரவே கணக்கு முடிக்கவில்லை என்பதற்காக அவருக்கும் இவருக்கும் பெரிய வாக்குவாதம் ஏற்படுகிறது. காந்தி கணக்கு என்பது நேர்மையின் சின்னம். நாம் நம் தலைமுறையில் அதை திருட்டுக் கணக்காகி விட்டோம். இதுபோன்றுதான் வஉசி உடைய பிரச்சினையும். காந்தி அன்றைய இரவே கணக்கை முடிப்பார். அவர் ஆசிரமம் நடத்துகிறார். அந்த ஆசிரமம் கொடுமையான ஆசிரமம். இங்கிருந்து ராமச்சந்திரன் என்பவர் காந்தியை சந்திக்க

செல்கிறார். மதிய உணவிற்காக அங்கு சென்று அமர்கிறார்கள். ஆசிரமத்தில் இருப்பவர்கள், நீங்கெல்லாம் யார்? என்று கேட்கிறார்கள். அதற்கு இவர்கள், காந்தியை சந்திப்பதற்காக வந்ததாக கூறினார்கள். அவர்கள் காந்தியை மாலை சந்திக்குமாறும், வேலை செய்தால் தான் உணவு என்றும் கூறினார்கள். இவர்கள் கிணற்றிலிருந்து நீரை இறக்கிவிட்டு உணவு உண்ண வேண்டும் என்று கூறுகிறார்கள். காந்தி வேலை செய்தால்தான் சாப்பாடு என்று கூறுவார். காந்தி பெரிய கட்டுமானத்தை உருவாக்கினார். அவரிடம் ஒரு பைசா கூட வீணாக சிதறாது. வ உ சி-க்கும் இவருக்குமான உறவை கொச்சைப் படுத்துகிறார்கள். வ உ சிக்கும் காந்திக்குமான தொடர்பு ஞானசம்பந்தர் என்பவரிடம் இருந்து தொடங்குகிறது. வ உ சி அச்சமயத்தில் திருக்குறளை பதிப்பாக்கம் செய்கிறார். இதை அறிந்த தென்னாப்பிரிக்க தமிழர்கள் ஒரு சிறு தொகை திரட்டி காந்தியிடம் கொடுத்து வ உ சி இடம் சேர்க்கச் சொல்லிக் கொடுக்கிறார்கள்.

ஒரு தனி நபருக்கான நிதியை காந்தி வரவு செய்கிறார் பின்னாளில் 1914-இல் வ உ சி காந்திக்கு கடிதம் எழுதுகிறார். அக்கடிதத்தில் பணம் வந்து சேரவில்லை உதவி செய்யுமாறு எழுதுகிறார். காந்தி அவர்களுக்கு இப்படி ஒரு நிதி பெற்றது தெரியவில்லை. நான் கேட்டு கூறுகிறேன் என்கிறார் நிதி வசூலிப்பவர்களும் வைப்பு வைத்திருப்பவர்களும் வேறு வேறு. இவரிடம் கையில் எதுவும் இல்லை. காந்தி அவருடைய காரியதரிசியிடம் கேட்டபோது, நிதி வந்தது உண்மை தான் யார் கொடுத்தார்கள் என்று தெரியவில்லை என்றார். காந்தி வ உ சிக்கு பணம் வந்தது உண்மை என கடிதம் எழுதுகிறார். அவர் மக்களிடம் 374 ரூபாய் நிதி பெற்றது பற்றி அறிந்து கொண்டார். உங்களுக்கு வந்த நிதி சரிதான் என்று கடிதம் எழுதுகிறார் அதோடு பணத்தையும் அனுப்பி வைக்கிறார் பணம் வந்த பிற்பாடு காந்தியினுடைய கொடை உள்ளத்தை புரிந்துகொள்ள வேண்டும். காந்தி 374 ரூபாய்க்கு வட்டி தருகிறேன் என்கிறார். வ உ சி எனக்கு வட்டித்தொகை எல்லாம் வேண்டாம் என பெருந்தன்மையாக கூறுகிறார். அந்த ரூபாயில் நூறு ரூபாய்க்கு அச்சுப்பணி மேற்கொள்கிறார். தன்னுடைய கடன் தேவைகளையும் பூர்த்தி செய்கிறார். அதற்கு நன்றி என்றும் கடிதம் எழுதுகிறார். இவற்றை ஆங்கிலத்தில் ஆ. இரா. வெங்கடாசலபதி பல வருடங்களுக்கு முன்பே எழுதிவிட்டார். ஆனால் காந்தியை விரும்பாத கூட்டம் வ உ சி மீதும் பற்று இல்லாமல் அவர்களுக்கு பரிந்து பேசி காந்தியின் மீது சேற்றை வாரி வீசுகிறார்கள். காந்தியின் உடைய வாசகத்தை கூறுகிறேன் என்னை நீங்கள் கொல்வதற்கு இயலாது நீங்கள்

என்னை நீங்கள் கொள்வது, கண் கண்முன்னே தெரிகின்ற எதிரியை தான் காந்தியை அல்ல. இவர்கள் மீண்டும் மீண்டும் காந்தியின் மீது சேற்றை வீசுகிறார்கள். அது காந்தி மீது அல்ல தங்கள் மன அழுக்கு களைத்தானே ஒழிய காந்தியின் கணக்கு என்பது நேர்மையான ஒன்று.

சித்ரா : உங்கள் மதிப்பு மிக்க நேரத்தில் காந்தியைப் பற்றி பகிர்ந்து கொண்டதற்கு மிக்க நன்றி.

கடற்கரய் : மிக்க நன்றி

சு. தியடோர் பாஸ்கரன்

சூழலியலாளர், எழுத்தாளர்

சித்ரா: காந்தியை ஒவ்வொருவரும் ஒவ்வொரு புள்ளியில் கண்டடைவார்கள், விமர்சனம் மூலமாக, எதிர்மறை கருத்துக்களுக்கு பதில்தேடும் முகமாக எந்த வழியில் வேண்டுமென்றாலும் இருக்கலாம். நீங்கள் தொடர்ந்து காந்தியை பற்றி கட்டுரைகள் எழுதியுள்ளீர்கள். பல விதங்களில் காந்தியைப் பார்த்த கட்டுரைகள் நிறைய இருக்கின்றன. நீங்க எந்தப் புள்ளியில் காந்தியை வந்தடைந்தீர்கள்.

தியடோர்: என்னுடைய இளமை காலத்தில், சென்னை கிறிஸ்தவ கல்லூரியில் வரலாறு முதுகலை பட்டபடிப்பு படித்துக்கொண்டிருதேன். அப்போது எங்களுக்கு அரசியல் தத்துவப் பேராசிரியராய் இருந்தவர் சந்திரன் தேவநேசன். அரசியல் தத்துவத்தில் காந்தி ஒரு முக்கியமான இழை. அவர் பட்டப்படிப்பில் காந்தியை ஒரு பாடமாக எடுத்திருந்தார். பாடமாக எடுத்து காந்தியை பற்றி ஒரு முக்கியமான புத்தகம் எழுதியிருக்கார். அதாவது காந்தி தென்னாப்பிரிக்காவில் இருந்த ஆண்டுகளில் தான் வளர்ச்சி அடைகிறார். சத்தியாகிரகம் அங்கே ஆரம்பமாகிறது. அஹிம்சை பற்றி பேசுகிறார். அதனால் வளர்ச்சி அடைந்த தலைவராக இந்தியா வருகிறார். அதனாலே புத்தகத்தின் தலைப்பு "The Making Of Mahatma'. அவர் அடிக்கடி காந்தியைப் பற்றி பேசுவார். எனக்குக் காந்தியைக் குறித்து வாசிக்க வேண்டும், தெரிந்துகொள்ள வேண்டும் என்ற ஈடுபாடு வந்தது. அதன் பிறகு நான் எல்லாரையும் போல் சத்திய சோதனையை ஆங்கிலத்தில் படித்தேன். அதன் பிறகு லூயி பிஷர் எழுதிய வாழ்க்கை வரலாறு படித்தேன். என்னுடைய பட்டப்படிப்பை முடித்த பின்னர் இரண்டு மூன்று மாதம் காந்தி கிராமத்திற்கு போய் தங்கியிருந்தேன். தங்கியிருந்த காலம் நடைமுறையில் காந்தியம் எவ்வாறு செயல்படுகிறதென அறிந்துகொண்டேன். அப்போது சௌந்தரம் ராமசந்திரன், ராமசந்திரன் இருந்தார்கள். இவர்களிடம் பழகவே, காந்திய கருத்தாக்கங்கள் மீது எனக்கு பற்றுதல் ஏற்பட்டது. பின்னர் சமயம் கிடைக்கும் போதெல்லாம் காந்தியம் சார்ந்து வாசிப்பேன். அப்படித்தான் காந்தி என்னை வந்தடைந்தார்.

சித்ரா : காந்தியர்களோடு என்ன தொடர்பு இருந்தது. எந்தெந்த காந்தியர்களோடு பழகி இருக்கிறீர்கள்? விரிவாக சொல்லுங்கள்.

தியடோர் : முக்கியமான ஒரு ஆளுமையைச் சொல்வேன். சவரிராயன் யேசுதாசன். தொழில் மருத்துவர். திருநெல்வேலியில் பிறந்து சென்னையில் படித்தவர். காந்தி, காந்திய இயக்கத்தின் மீது பற்று கொண்டு, அடிக்கடி சபர்மதி செல்வார், காந்தியைச் சந்திப்பார். கடிதங்கள் மூலமாக காந்தியைத் தொடர்பு கொள்வார். நான்

பாளையங்கோட்டையில் படித்த பொழுது முதல் முறை குற்றாலம் போயிருந்தோம். புலி அருவி ஒன்று இருக்கிறது, அங்கே செல்வது கடினம் என்று சொன்னார்கள். புலியருவியைத் தேடி ஒரு தோப்பு வழியாகப் போனோம். அங்கே பயில்வான் மாதிரி ஒருத்தர் இருந்தார். கதர் சட்டை கதர் ஜிப்பாவெல்லாம் போட்டிருந்தார். அவருடைய பொழுதுபோக்கு மல்யுத்தம். ''எங்கப்பா போற'' என்று கேட்டார். ''புலியருவியைப் பார்க்க போறேன்'' என்று சொன்னேன். ''போக முடியாது அங்க, ரொம்ப அடர்ந்த காடு. ஆனாலும் உனக்கு காமிக்கிறேன்'' என்று மாடிக்குக் கூட்டிக் கொண்டு போனார். தூரத்தில் இருந்த புலியருவியைக் காண்பித்தார். சின்ன வெள்ளிக்கோடு மாதிரித் தெரிந்தது. இது 1956. ஆசிரமம் வைத்து நடந்திக் கொண்டு இருந்தார். ''மாணவர்களுக்கு முகாம் வச்சு நடத்துறேன். ஆர்வம் இருந்தா வா'' என்று சொன்னார். கல்லூரி காலத்தில் நாலைந்து முறை ஆசிரமம் சென்று தங்கி அவருடன் சேர்ந்து சமூக சேவைகளில் ஈடுபட்டேன். அவர் என்ன சொன்னார் என்றால், ''கிறித்தவர்கள் முக்கியமாக திருச்சபை சுதந்திர போராட்டத்துல பங்கெடுக்கவில்லை. சிலர் வேறுபட்டார்கள்''.

சவரிராயன் யேசுதாசன் ஒரு கிறிஸ்தவர். கிறித்தவ நம்பிக்கை கொண்டவர். இந்தியா ஆங்கிலேயரிடமிருந்து விடுதலை பெற வேண்டும் என நினைத்தார். இதற்கு காந்தி தீர்வு காணுவார் என நம்பி காந்தியோடு செயல்பட்டார். கர்னாடக இசையில் ஆர்வம் கொண்டிருந்தார். 1996-ல் மறைந்தார். அவர் இருக்கும் வரை அவரோடு தொடர்பில் இருந்தேன். இவருக்கு ஸ்காட்லாந்தில் இன்னொரு நண்பர் இருந்தார். அவர் பெயர் பாரிஸ்டர் பேட்டர்ன். லண்டனில் படித்தபோது இருவருக்கும் நட்பு ஏற்பட்டது. அவருக்குக் காந்தியைப் பற்றி சொன்னார் சவரிராயன். பேட்டர்ன் எல்லாவற்றையும் விட்டு இந்தியா வந்து, இந்திய குடியுரிமை பெற்று திருப்பத்தூரில் வாழ்ந்து இறந்து போனார். 1933 காந்தி திருப்பத்தூர் வந்தார். ஆசிரமத்தில் நான்கு மணி நேரம் அங்கே இருந்தார். அப்போது வழிபாடு நடந்தது. அதில் காந்தியும் பங்கெடுத்து இருந்தார். காந்திக்கு மிகவும் பிடித்தமான பாடல் பாடப்பட்டது. "Lead Kindly Light' Amid the encircling gloom - தமிழில் பாட - காரிருளில் என் நேச தீபமே - முடிந்து ஒரு பொதுக் கூட்டத்தில் கலந்துகொள்கிறார்.பாரிஸ்டர் பேட்டர்ன் வருவோம். அவரும் காந்தியவாதி. 1931ல் வரிக்கொடா இயக்கத்தில் சென்னையில் இணைந்து சத்தியாகிரகம் செய்து அடிபட்டு கொஞ்ச காலம் மருத்துவ மனையில் இருந்தார்.

சித்ரா : கைத்தான் ஜி பற்றியும் சொல்லுங்கள்.

தியடோர்: கைத்தான்ஜி ஒரு மறையாளர். பாரிஸ்டர் பேட்டர்ன் மாதிரி இவர் அமெரிக்காவில் இருந்து இங்கே காந்திய இயக்கத்துக்குள் வருகிறார். காந்தி கோட்பாடுகள் மீது ஈடுபாடு. திருச்சபையில் இருந்தே இவரை விலக்கி வைத்துவிடுகிறார்கள். தொழிற்சங்க போராட்டங்கள் தேசிய இயக்கத்தில் ஒரு பங்காயிருந்தது. தொழிற் சங்க தலைவர்கள் தேசிய போராட்டத்தில் இருந்தார்கள். இவரும் தொழிற்சங்கத்தில் இணைந்திருக்க இந்தியாவில் இருந்து இவரை நாடு கடத்துகிறார்கள். கிளம்பும் முன்னர் காந்தியிடம் சென்று அவர் சொன்னார், ''என்னை நாடு கடத்த போறாங்க, நான் ஊருக்கு போறேன்''. ''நீ ஊருக்கு போறதுக்காக தான் இந்த போராட்டத்துல ஈடுபடுற'' என்று காந்தி நகைச்சுவையாகச் சொல்லி இருக்கிறார். அதன் பின்னர் மறுபடி இந்தியா வந்துவிடுகிறார். கைத்தான்ஜியை நான் கொடைக்கானலில் சந்திக்கிறேன். அவர் கொடைக்கானலில் ஒரு ஆசிரமம் வைத்திருந்தார். 1965ல் இருக்கும். கைத்தானும் என் மனைவியின் குடும்பத்தாரும் நெருங்கியவர்கள். முன்னமே ஆசிரமத்துக்கு போயிருக்கிறார்கள். நானும் பழகிவிட்டேன். missionaries மறையாளர்கள் திருச்சபையை சேர்ந்தவர்கள் யாரெல்லாம் தேசிய இயக்கத்தில் இருக்கிறார்களோ அவர்களை விலக்கி வைத்தார்கள்.

ஆனால் ஆங்கில பிஷப்புக்கள் ''திருச்சபையில் இருக்கிற ஆட்களெல்லாம் தேசிய இயக்கத்தில் இருக்கக்கூடாது'' என்று சொன்னார்கள். பைபிளில் இருந்து ஒரு வசனத்தையும் எடுத்து சொன்னார்கள். 'அரசனுக்கு கொடுக்க வேண்டியதை அரசனுக்கு கொடுங்கள் (Give to Caesar what belongs to Caesar).' ''நீங்கள் எல்லாம் சுதந்திர போராட்டத்தில் ஈடுபடக்கூடாது'' என்றும் சொன்னார்கள். அதில் இருந்து கைத்தான்ஜி, பாரிஸ்டர் பேட்டர்ன், சவரிராயன் யேசுதாசன் ஆகியோர் வேறுபட்டார்கள். இவர்களை பற்றி ஆராய்ச்சி பூர்வமான புத்தகமோ ஆவணமாக்கும் முறையான ஆவணப்படங்களோ கிடையாது. அவ்வாறு மறக்கடிக்கப்பட்ட இன்னொரு முக்கியமான ஆளுமை, ஜே.சி.குமரப்பா. வார்தாவில் இருக்கும் காந்தியுடைய சேவா கிராமத்தில இருந்தார். கிராம பொருளாதாரம் தான் முக்கியம் என்று தீவிரமாக சொல்லக் கூடியவர். காந்தி இறந்த பிறகு, நேருவுக்கும் இவருக்கும் பெரிய வேறுபாடுகள் வளர்ந்து ஒதுக்கி வைத்துவிடுகிறார்கள். கல்லுப்பட்டி என்னும் கிராமத்தில் ஒரு ஆசிரமம் அமைத்து வாழ்ந்து காந்தி இறந்த அதே நாளான ஜனவரி 30, 1960 அன்று இறந்து போனார்.

சித்ரா : காந்தியுடன் தொடர்புடைய கிறித்தவ காந்தியர்கள் பற்றி சொன்னீர்கள், காந்தி வாழ்ந்த காலத்தில் ஒவ்வொருவரும் அவரை அணுகிய விதமும் எதிர்கொண்ட விதமும் வேறு. சனாதன இந்துக்கள் ஒரு மாதிரியும், கிறிஸ்தவர்கள் ஒரு மாதிரியும், இஸ்லாமியர்கள்ஒரு மாதிரியும் அவரை அணுகினார்கள். கிறிஸ்துவம் பற்றி காந்தி நிறைய எழுதி இருக்கிறார். ''எனக்கு கிறிஸ்தவர்கள் மேல் வெறுப்பு இல்லை. கிறிஸ்தவம் மீதும் வெறுப்பு இல்லை, ஆங்கிலேயர் இந்தியாவின் முதுகில் ஏறி அமர்ந்தது பிரச்சனை தவிர. வேறு எதுவும் வெறுப்புகள் இல்லை'' என்று சொல்லி இருக்கிறார். கிறிஸ்தவம் மற்றும் காந்தி என்பது எப்படியாயிருந்தது?.

தியடோர்: காந்தி என்ற ஆளுமைக்கு ஏற்பட்ட இளமைக்கால தாக்கங்களை பார்த்தீர்கள் என்றால் டால்ஸ்டாய், தோரோ போன்றவர்கள். அவர்களெல்லாம் தீவிர கிறிஸ்தவர்கள். காந்திக்கு அவர்கள் மேல் ஈடுபாடும் மரியாதையும் இருந்தது. ஆனால், அவருக்கு மதமாற்றம் என்பது பிடிக்கவில்லை. 1936ல் காந்தி சென்னை WCC வந்து பேசி இருக்கிறார். அப்போது மதமாற்றம் குறித்து விமர்சனம் செய்திருக்கிறார். மறையாளர்களும் திருச்சபைகளும் மதமாற்றத்தில் ஈடுபடுவது என்று சொல்லி இருக்கிறார். இதேபோல திருப்பத்தூர் ஆசிரமத்தையும் விமர்சனம் செய்தார். கிறிஸ்தவம் மேலே நல்ல ஈடுபாடும் மதிப்பும் இருந்தது என்பதில் சந்தேகமே இல்லை. பல இடங்களில் அவர் கிறிஸ்தவம் குறித்து எழுதியுள்ளார். ஒருமுறை ஜே.சி.குமரப்பா இரண்டரை ஆண்டுகள் அகமதாபாத் சிறையில் இருந்தார். அப்போது கிறிஸ்தவத்தின் சாராம்சம் என்று ஒரு புத்தகத்தை எழுதினார். அந்த புத்தகத்திற்கான முன்னுரையை காந்தி தான் எழுதினார். அந்த முன்னுரை படித்தாலே கிறிஸ்துவத்தின் மீது அவருக்கு இருந்த மரியாதையும் ஈடுபாடும் புரியும். அதுவே கிறிஸ்தவம் பற்றி காந்தி கொண்ட நிலைப்பாடு.

சித்ரா: நீங்கள் திரைத்துறை சார்ந்த சித்திரம் பேசுதடி, மீதி வெள்ளித் திரையில் போன்ற நிறைய புத்தகங்கள் எழுதிருப்பதால் இதைக் கேட்கலாம் என நினைக்கிறேன். காந்தி திரைப்படங்களில் எவ்வாறு காட்சிப்படுத்தப்பட்டுள்ளார். தமிழ் திரைப்படங்களில் காந்தியை பற்றிய பதிவுகள் எந்த மாதிரி வந்திருக்கின்றன.

தியடோர்: தமிழ் சினிமாவில் அரசியல் ஊடாட்டம் தேசிய இயக்கம் மூலமாகவே நிகழ்ந்தது. முதலில் பாட்டின் மூலமே காந்தியைப் பற்றி சொன்னார்கள். முதல் தமிழ் சினிமா காளிதாஸ் என்கிற படம். காளிதாஸ் கதை உங்களுக்குத் தெரியும். அது ஒரு புராணக் கதை.

ஆனால் அந்தப் படத்தில் கதாநாயகி காந்தியின் கைராட்டினமே என்கிற பாட்டைப் பாடுவார். முதன்முதலில் தமிழ் பேசிய சினிமாவில் காந்தி இடம் பெற்றிருந்தார். அது தான் முக்கியம். அதன் பிறகு பல படங்களில் அவரைப் பற்றியப் பாடல்கள் வருகிறது. அவரையே குவி மையமாக வைத்து எடுக்கப்பட்ட முதல் படம் 'தியாக பூமி'. அந்தப் படத்தில் அவரைப் போலவே நளன் என்கிற பாத்திரம் அமைக்கப்பட்டிருக்கும். அவர் காந்தியைப் போலவே அமர்வார். அவரது உடல்மொழி காந்தியுடையது மாதிரியே இருக்கும். ராட்டினத்தில் நூல் நூற்பார். தியாக பூமி முக்கியமான படம். லட்சுமி அல்லது ஹரிஜன பெண் என்றொரு முக்கியமான படம். இப்படி பல படங்களில் காந்தியைப் பற்றி பேசினார்கள். சுதந்திரம் பெற்ற பிறகு இன்னொரு முக்கியமான படம் காந்தியைப் பற்றி கீதகாந்தி என்று தமிழில் வந்தது. அந்தப் படத்தில் பத்மா சுப்ரமணியம் ஒரு சிறுமியாக நடித்து இருப்பார். அதன் பிறகு நாம் இருவர் என்று ஒரு படம் வந்தது. அந்தப் படத்தில் காந்தியைப் பற்றி நேரடியான விஷயங்கள் இல்லையென்றாலும் 'கருணாமூர்த்தி காந்தி மகாத்மா' என்ற பாடல் மிகப் பிரபலமடைந்தது. அண்மைக் காலத்தில் வந்த படங்களில் பார்த்தோமானால் 'பாரதி' படத்தில் காந்தி வருகிறார். அந்தப் படத்தில் முக்கியமான காட்சி இருக்கும். பாரதி காந்தியைச் சந்திப்பதாக ஒரு காட்சி. அக்காட்சியில் வ.ரா இருப்பார். ராஜாஜி இருப்பார். பாரதி போய் காந்தியிடம் ''மாலை ஒரு கூட்டம் இருக்கு வர முடியுமா?'' என்று கேட்பார். காந்தி வர இயலாது என்று சொல்வார். பாரதி போன பிறகு காந்தி கேட்பார், ''யார் இவர்?'' என்று. உடனிருந்தவர்கள் சொல்வார்கள், "He is our national poet". அப்புறம் 'ஹேராம்' தமிழில் வந்த வரலாற்று படங்களில் முக்கியமான படம். கருத்தளவில் மட்டுமல்ல. சினிமா அழகியல் அளவிலும் ரொம்ப நல்ல அனுபவம். சரித்திரத்தை ரொம்ப உண்மையா மீட்டெடுத்து இருந்தார்கள்.

சித்ரா: காந்தியை பற்றி கேள்விப்பட்டது என்னவென்றால், தான் எழுதிய வார்த்தைகளில் ஒரு வார்த்தை கூட மாற்றக்கூடாது. செய்தித்தாளுக்கு அனுப்பும் போது அச்சு கோர்க்கும் போது மிகக் கடுமையான விதிமுறைகளை விதித்துக் கொடுத்திருக்கிறார். புகைப்படங்கள் அதிகமாக எடுக்க விடமாட்டார். காந்தியை பற்றி மிக அழகான புகைப்படங்கள் எடுக்கப்பட்டிருக்கின்றன. அவையெல்லாம் எப்படி ஆவணப்படுத்தப்பட்டன? எப்படி சேகரிக்கப்பட்டன?.

தியடோர்: நீங்கள் காந்தியுடைய புகைப்படங்களைப் பார்த்தீர் களானால், ஒளிப்படங்கள் எவையுமே போஸ் கொடுத்து எடுத்தவை

இல்லை. எல்லாமே *Candid*. அவர் சபர்மதி ஆசிரமத்தில், தென்னாப்பிரிக்காவில் இருந்தபோது எடுக்கப்பட்ட புகைப்படங்களே இல்லை. ஏனென்றால், புகைப்படங்கள் பிடித்துக்கொள்வதில் அவருக்கு விருப்பம் கிடையாது. ஆனால், ஒரே முறை அவர் புகைப்படக் கலைஞர்களைக் கூப்பிட்டு புகைப்படங்கள் எடுக்கச் சொன்னார். அது தண்டியாத்திரையில் தான். முக்கியமா அவர் கையில் ஒரு பிடி உப்பு எடுத்து, *associate press* எனும் ஒரு பெரிய நிறுவனப் புகைப்படக் கலைஞரைக் கூப்பிடச் சொல்லி புகைப்படம் எடுத்தார். தண்டி யாத்திரைக்குப் பிறகான காந்தியின் பல புகைப்படங்கள் இருக்கின்றன. அதுவும் எப்படியென்றால், காந்தியுடைய ஒன்று விட்ட சகோதரர் மகன் கனு காந்தி, காந்திக்கு உதவி செஞ்சிட்டு இருந்தார். அந்த சமயத்தில் வினோபா பாவே உடைய அண்ணன் சிவாஜி பாவே சபர்மதி வந்தபோது, ''இங்க இவ்ளோ முக்கியமான காரியங்கள் நடக்குது. ஒரு நாட்டினுடைய தலைவிதியே இந்த ஆசிரமத்துல நிர்ணயிக்கப்படுது. பல முக்கியமான தலைவர்கள் வாராங்க. அப்படியிருக்க, படமேயில்லயே'' என்று சொல்லி நூறு ரூபாய்க்கு ஒரு கேமரா வாங்கி கொடுக்கிறார்.அந்த கேமராவை வைத்து கனு காந்தி எடுத்தப் படங்கள் தான் காந்தியினுடைய படங்களாக இன்று காணக் கிடைப்பவை. ஒரு கடற்கரையில ஒரு சின்ன குழந்தை காந்தியுடையத் தடியைப் பிடித்துக் கூட்டி போகும் படம், தொழுநோய் கிருமியை மைக்ரோஸ்கோப் வழியே பார்க்கும் படம், ஒரு குழந்தையை மூக்கோடு உரசி கொஞ்சுவது இதெல்லாம் கனு காந்தி எடுத்த படங்கள். கனு காந்தி பின்னர் ஆபா காந்தியைக் கல்யாணம் செய்து கொள்கிறார்.

நான் ஆபா காந்தியை 1994ம் ஆண்டு ராஜ்கோர்ட்டில் சந்தித்தேன். அந்த சந்திப்பு பற்றியும் நான் எழுதியிருக்கிறேன். அப்போது அவர் வீட்டுத் தரையில் உக்கார்ந்திருந்தார்.ரொம்ப எளிமையான வீடு. படங்கள் பற்றி ரொம்ப நேரம் பேசிய பிறகு, ''இவ்வளவு ஆர்வமாயிருக்கிறீர்கள்.உங்களுக்கு நான் ஒரு பரிசு தரனும்'' என்று ஒரு படம் கொடுத்தார். காந்தி கோப்பு ஒன்றில் எழுதிக் கொண்டிருப்பது போன்ற படம். ''நீ ஒரு அரசு அதிகாரி. பைல்ல தான் வேல செய்யுற. அதனால இத நீ எடுத்துக்கோ'' என்று கொடுத்தார்கள். (பெரிய படம் அது). அந்தப் படம் இப்போது மொழி அலுவலகத்தில் இருக்கிறது, 'மொழி' என்றொரு நிறுவனம். அங்கே நான் வேலை செய்து கொண்டிருந்தேன். அப்போது அங்கே மாட்டியிருந்தேன். பிறகு அவர்களுக்கே கொடுத்துவிட்டேன். அப்படி கனு காந்தி எடுத்த பல படங்கள் ராஜ்கோட்டில் ஒரு ஆவணக் காப்பகத்தில் இருக்கின்றன.

அவற்றை யார் வேண்டுமானாலும் வாங்கலாம். அந்த மாதிரியான வசதியுடன் வைத்திருக்கிறார்கள். காந்தியைப் படம் எடுத்த இரண்டு முக்கியமான ஆட்கள் பற்றி சொல்லியாக வேண்டும். ஒருவர் *'Margaret bourke-white'* என்கிற புகைப்படக்கலைஞர். *life magazine*-ல் வேலை செய்துகொண்டிருந்தார். அவர் இங்கே வந்து காந்தியைப் படம் எடுக்கிறார். நீங்கள் காந்தி ஆங்கிலப் படம் பார்த்திருப்பீர்கள். அதில் 'கேன்டிஸ் பெர்கென்' மார்க்ரட்டாக நடித்திருப்பார். அந்த பிரபலமான படத்தில் ஒருராட்டையைச் சுற்றிக் கொண்டு இருக்கார். ராட்டை முன்னால், காந்தி பின்னால். அது மார்க்ரட் எடுத்த படம் தான். அப்புறம் காந்தி அவருடைய நண்பர்களான மீரா பென்,சுசீலா நய்யார்,மகாதேவ் தேசாய் இவர்களோடு நடந்து போவது போல ஒரு படம் இருக்கும். அதுவும் மார்க்ரட் எடுத்த படம் தான்.

கடைசியாக 1948ல் *Henri cartier-Bresson* வருகிறார். டெல்லிக்கு பிரெசான் வந்து காந்தி இறப்பதற்கு ரெண்டு நாள் முன்னர் சில படங்கள் எடுக்கிறார். அப்புறம் இரண்டு நாள் கழித்து காந்தி கொல்லப்படுகிறார். கூடவே இருந்து காந்தியுடைய சவ ஊர்வலம்,சிதை மூட்டுதல் என எல்லா சடங்குகளையும் பதிவு செய்கிறார்.

பார்க் வொயிட் எடுத்த ஒரு முக்கியமான படத்தைப் பற்றி உங்களுக்கு சொல்ல வேண்டும். எரவாடா சிறைச்சாலையில் கஸ்தூரிபா இறந்து போகிறார். அப்படியே கிடத்தி வைத்திருக்கிறார்கள். அவரது தலைக்கு நேராக காந்தி போர்த்திக் கொண்டு உட்கார்ந்து கொண்டு இருக்கிறார். பிரபலமான படம். பார்க் வொயிட்டுடைய அசல் படங்கள் சிக்காக்கோ நூலகத்தில் வைத்திருக்கிறார்கள். எங்களுக்கு ஒரு பிரதி கொடுத் திருக்கிறார்கள். இங்கே நாங்கள் வைத்திருக்கிறோம்.

சித்ரா : புகைப்படங்களில் காந்தி பதிவு செய்யப்பட்டிருக்கும் விதம் பற்றி அழகாக நீங்கள் சொன்னீர்கள். ஏனென்றால், நிறைய முக்கியமான தகவல்கள் அதில் இருக்கின்றன. இன்னொன்று இந்த நுண்கலைகள் மீது உங்களுக்கு ஒரு வித ஈடுபாடு உண்டு. அது குறித்து தொடர்ந்து எழுதிக் கொண்டும் வருகிறீர்கள். குறிப்பாக தமிழ்நாட்டில் காந்தி பற்றிய ஓவியங்கள் எப்படி எழுதப்பட்டன? எந்த மாதிரியான பார்வையில் காந்தி வெளிப்பட்டுள்ளார். அப்புறம் சிற்பங்கள், நிறைய முக்கியமான சிற்பங்கள் இருக்கின்றன. அவையெல்லாம் எப்போது வடிவமைக்கப்பட்டன? அதைக் குறித்து தகவல்கள் சொல்லுங்கள்.

தியடோர் : தமிழ்நாட்டைப் பொறுத்தவரை காந்தியின் ஓவியம் என்று கேட்டதும் ஞாபகத்துக்கு வருவது ஓவியர் ஆதிமூலம் தான். அதுவும் ஆதிமூலத்துடைய ஓவியத்தைப் பொறுத்தவரையில்

முக்கியமான அம்சம் என்னவென்றால் கோட்டோவியங்கள். அரூப ஓவியங்களும் வரைந்திருக்கிறார். காந்தியுடைய 50ஆவது நினைவு நாள் நிறைவு விழா சமயத்தில் பல கோட்டோவியங்கள் வரைந்தார். அதை ஒரு புத்தகமாகவே வெளியிட்டிருக்கிறார். ரொம்ப அருமையான புத்தகம். அகில இந்திய அளவில் ரொம்ப அருமையான புத்தகங்கள் வெளிவந்திருக்கின்றன. கே கே ஹெப்பார் ஒரு புத்தகம் வெளியிட்டிருக்கிறார். நந்தலால் போஸ் மிகப்பெரிய ஓவியர். காந்தியோட ஒரு ஓவியம் தடி பிடித்து நடந்துகொண்டு இருப்பது மாதிரி அவர் வரைந்திருக்கிறார்.

சிற்பத்தில் என்று சொன்னால், நம் ராய் சௌத்ரி அந்த சமயத்தில் சென்னை ஓவியக் கலைக்கல்லூரி முதல்வராக இருந்தார். அவர் காந்தியுடைய முழுவுருவ சிலையை மெரினாவில் வைத்தார். அது மிக முக்கியமான படைப்பு. மார்பளவு சிலைகள் வடித்திருக்கிறார். அது ரொம்ப பிரபலம். நிறைய இடங்களில் வைத்திருக்கிறார்கள்.

சித்ரா : நீங்கள் தபால்துறையில் பணியாற்றியிருப்பதால் இந்த கேள்வியை முக்கியமாக உங்களிடம் தான் கேட்க வேண்டும் என்று நினைக்கிறேன். காந்தி மிக அதிகமாக கடிதங்களை எழுதியவர். ஏறத்தாழ ஒரு லட்சத்து எழுபதாயிரம் கடிதங்கள் அவர் எழுதி இருக்கிறார் என்ற ஒரு பதிவு இருக்கிறது. மிக அதிகமாக தபால் துறையை சரியான வகையில் பயன்படுத்திக் கொண்டவர் அவர் என்று சொல்லலாமா? தந்தியையும் சேர்த்து.

தியடோர் : நிறைய கடிதங்கள் எழுதினார். அதுமட்டுமல்ல அஞ்சலட்டையைப் பயன்படுத்தினார். இப்போது யாருக்காவது பிறந்தநாள் வாழ்த்து சொல்ல வேண்டும் என்றால் அஞ்சலட்டையில் எழுதிவிட்டால்போதும். ஒட்டுவது மடிப்பது எல்லாம் தேவையில்லை. அது மாதிரி கூட்டத்துக்கு வருகிறேன் என்று அஞ்சலட்டையில் தான் எழுதுவாராம். என்னுடைய நண்பர் விக்ரம் தேசாய் என்று ஒருத்தர் இருக்கிறார். அவருடைய அப்பா வந்து காந்திக்கு கடுதாசி எழுதியிருக்கிறார். அவர் பெயரும் மகாதேவ் தேசாய் தான். இரண்டு மகாதேவ் தேசாய் இருந்தார்கள். இரண்டு பேருமே காந்திக்கு செயலாளர்கள். ஒரு மகாதேவ் தேசாயுடைய மகன் தான் என் நண்பர். அவன் சின்ன பையனாக இருக்கிறபோது தான் அப்பாவிடம் ‘எனக்கொரு துப்பாக்கி வாங்கிக் கொடு’ என்று சொல்லியிருக்கிறான். அதை அவர் காந்தியிடம் சொல்ல, காந்தி விக்ரமுக்கு ஒரு கடிதம் எழுதியிருக்கிறார். அந்தக் கடிதத்தை அவர் பத்திரமாக வைத்திருக்கிறார். அவர் உடனே உடனே ஒரு கடிதம் எழுதுவாராம். நீங்கள்

சொல்வது மாதிரி "He is a great letter writer'. அதிலேயும் அஞ்சலட்டை பயன்படுத்துவதில். அஞ்சலட்டை பற்றிய விளம்பரத்தில் கூட காந்தி அவ்வளவு அஞ்சலட்டைகளைப் பயன்படுத்தினார் என்று சொல்வார்கள். அவருடைய கடிதங்கள், அஞ்சலட்டைகள் இப்போது ரொம்ப அரிய பொருளாக ஆகிவிட்டன. அதைத் திருட ஆட்கள் சுற்றிக்கொண்டு இருக்கிறார்கள். பெரிய antique value.

சித்ரா : இன்னிக்கு பல துறைகள் சார்ந்தும் பல தத்துவங்கள் சார்ந்தும் காந்தியினுடைய தேவை என்பது முக்கியமாக இருக்கிறது என்று பலதரப்பட்டவர்களும் பேசிக் கொண்டே இருக்கிறார்கள். அப்படி காந்தி எந்தெந்த கொள்கைகள் மிக முக்கியமானதாகப்படுவதாக நீங்கள் நினைக்கிறீர்கள்? அதை அடுத்த கட்டத்துக்கு எடுத்து செல்வதற்கு நாம் என்னென்ன செய்யலாம். அதற்கு என்ன மாதிரியான வழிமுறைகளை கைக்கொள்ள வேண்டும் என்பது உங்களுடைய யோசனையா இருக்கும்?

தியடோர்: காந்தியம் தேவைப்படாத துறையே இல்லை என்று நினைக்கிறேன. அது ஒரு கண்ணாடி மாதிரி. எந்தவொரு பிரச்சனை யையும் நீங்கள் காந்தியக் கண்ணாடி வழியாகப் பார்த்து முடிவுக்கு கொண்டு வரலாம். ஆனால், சில விஷயங்கள் குறித்து எனக்கு புரியாமல் வேறுபாடு இருக்கும் என நினைக்கிறேன்.அவர் சாதியத்தைப் பற்றி அதிகமாகப் பேசவில்லை. அது ஒழியனும் என்று சொல்லவில்லை. நான் நினைப்பது என்னவென்றால், காந்தி அவருடைய கருத்துக்களை அப்படியே கொஞ்சம் கொஞ்சமாக மாற்றிக் கொண்டே இருந்தார். இன்னும் ஒரு பத்து வருசம் வாழ்ந்திருந்தாரென்றால், ஒருவேளை சொல்லியிருப்பார்,சாதியே கூடாது என்று. எனக்கு தெரியாது. அவர் சமபந்தி சாப்பாடு வரை வந்திருந்தார். கலப்புத் திருமணம், ஆலய நுழைவு எல்லாம் இருந்தது. ஆனால், சாதியை ஒழிக்க வேண்டும், இந்த பாகுபாடே தேவையில்லை என்று சொல்லவில்லை. எனக்கு அது ஒரு நெருடல். மற்ற எல்லாத் துறைகளிலும் எடுத்துக் கொள்ளலாம். மேம்பாடு,பொருளாதாரம் இதிலெல்லாம் அவருடைய கருத்துக்கள் ஒன்றுபடும். மனிதர்களுடைய உறவுகள் பற்றி ராமச்சந்திரா குஹா கூட எழுதியிருக்கிறார். சமரசம் ஒரு தீர்வுக்கு பயன்படும். எப்போதும் நாம் சொல்வது தான் சரி என்று இல்லாமல் ஒரு சமரசத்துக்கு வாருங்கள் என்று சொல்கிறார். அது மாதிரி எல்லாவற்றையும் அவர் கண் கொண்டு பார்க்கலாம் என்று நினைக்கிறேன்.

சித்ரா: நன்றி.

குக்கூ காட்டுப்பள்ளி

ஒரு பட்டாம்பூச்சியாக, சிட்டுக்குருவியாக, மெல்ல ஊர்ந்துபோகும் குட்டி நத்தையாக, தத்தித்தாவி நடக்கப்பழகும் மான்குட்டி போல, கடலையே குடிக்க நினைக்கும் சின்னஞ்சிறு மீன்குஞ்சு போல... இயற்கையோடு கலந்த ஒரு கல்வி, மனிதர்களான நமக்கும் கிடைத்தால் எப்படி இருக்கும்? ஒருவேளை, அப்படியொரு பள்ளிக்கூடம் எல்லா கிராமங்களிலும் இருந்தால்?! இயற்கை, கடவுள், மனம், கனவு, விளையாட்டு, நிம்மதி, புரட்சி, மகிழ்ச்சி, அன்பு... என எல்லாமும் அதில் அமைந்து விடும்.

தேர்வுகள் இல்லாமல், பிரம்படி இல்லாமல், போட்டி மனப்பான்மை ஏதுமில்லாமல் ஆசிரியரும் மாணவரும் ஒன்றுசேர்ந்து இயற்கையிடம் கற்றுக் கொள்ளும் ஒரு பள்ளிக்கூடம், அடர்ந்த காட்டுக்கு உள்ளே இருந்தால், நம் மனது எவ்வளவு மகிழ்ச்சி அடையும்! இந்தக் கனவை நினைவாக்கும் முயற்சியில், ஜவ்வாது மலை அடிவாரம் புளியானூர் கிராமத்தில் கட்டப்படுகிற ஒரு தர்மப்பள்ளிக்கூடம் தான் 'குக்கூ காட்டுப்பள்ளி'. காளான் பூப்பது மாதிரி கல்வி பூக்கும் குழந்தைகள் வெளி.

பேச:+918270222007
cuckoochildren@gmail.com

தன்னறம் நூல்வெளி

தன் உள்ளார்ந்த இயல்பால் ஒரு மனம் தெரிவு செய்யும் செயலே தன்னறம். உயிரொன்றின் சுயவிடுதலையைச் சுடர்படுத்தும் எச்சிறு படைப்பாயினும் அதை அச்சில் கொண்டுவந்து பொதுவெளிப்படுத்தலே தன்னறம் நூல் வெளியின் அடிப்படை நோக்கமாக உருவகித்துக் கொள்கிறோம்.

காலந்தோய்ந்த அறமரபு துவங்கி, காந்தி ஏந்திய அறவழி வரை... சாட்சி மனிதர்களாகவும், அவர்தம் செயல்வழிப் பாதைகளாகவும் நீள்கிற இவ்வரலாற்றின், முடியாத மனசாட்சிப் பக்கங்களுக்குள் பொத்தி வைக்கப்படும் ஓர் மயிலிறகாக இதன் செயலமைவு அழகுற பிரார்த்திக்கிறோம்.

9843870059
thannarame@gmail.com
www.thannaram.in